शिवचरित्र–साहित्य
खंड १५

संपादक

डॉ.सौ. अनुराधा गोविंद कुलकर्णी

अजित मदन पटवर्धन

डायमंड पब्लिकेशन्स

शिवचरित्र–साहित्य खंड–१५

संपादक– डॉ. सौ. अनुराधा गोविंद कुलकर्णी, अजित मदन पटवर्धन

Shivcharitra Sahitya Khand-15
Ed.- Dr. Mrs. Anuradha Govind Kulkarni, Ajeet Madan Patwardhan

प्रथम आवृत्ती : २०१२

ISBN 978-81-8483-453-6

© डॉ. सौ. अनुराधा कुलकर्णी आणि अजित पटवर्धन

अक्षरजुळणी
सौ. आसावरी महाजन, पुणे

मुखपृष्ठ
शाम भालेकर

मुद्रक
Repro India Limited, Mumbai.

प्रकाशक
डायमंड पब्लिकेशन्स
१२५५ सदाशिव पेठ
लेले संकुल, पहिला मजला
निंबाळकर तालमीसमोर, पुणे ४११ ०३०.
☎ ०२० – २४४५२३८७, २४४६६६४२
diamondpublications@vsnl.net
www.diamondbookspune.com

प्रमुख वितरक
डायमंड बुक डेपो
६६१ नारायण पेठ, अप्पा बळवंत चौक
पुणे ४११ ०३०. ☎ ०२० – २४४८०६७७

भारत इतिहास संशोधक मंडळाचा पुरस्कार

मंडळाने छत्रपती शिवाजी महाराजांचे चरित्र, कर्तृत्व व राजकारभार यांचा अभ्यास ज्यामुळे शक्य होईल अशा अस्सल कागदपत्रांचा शोध घेऊन ती प्रकाशित करण्याचा उद्योग सुरवातीपासूनच हाती घेतला आहे. 'शिवकालीन पत्रसारसंग्रहा'चे तीन खंड मंडळाने 'रायगड स्मारक मंडळा'च्या सहकार्याने १९३० साली प्रसिद्ध केले होते. त्याची नवी आवृत्ती रायगड स्मारक मंडळाने २०१० साली काढली. 'शिवचरित्रसाहित्य' या मथळ्याखाली मंडळाने आतापर्यंत चौदा खंड प्रकाशात आणले. जो जो शोध घेत जावे तो तो नवीन दस्तऐवज हाती लागतच आहेत. त्यामुळे या ग्रंथमालेचा शेवट कधी होणार नाही, असे वाटते. महाराजांच्या गौरवशाली कारकीर्दीशी संबंधित जितके कागद मिळतील तितके अभ्यासकांना व सर्वसामान्य मराठी माणसालाही हवेच आहेत.

डॉ.सौ. अनुराधा कुलकर्णी व श्री. अजित पटवर्धन हे दोन उत्साही अभ्यासक गेली काही वर्षे ज्येष्ठ संशोधक श्री.ग.भा. मेहेंदळे यांच्या मार्गदर्शनाखाली मंडळाच्या दफ्तरखान्यातील आणि बाहेरील शिवकालीन दस्तऐवजांचा अभ्यास करीत आहेत. त्यांनी अभ्यासिलेल्या कागदांपैकी ११५ कागद निवडून 'शिवचरित्रसाहित्या'च्या १५ व्या खंडात प्रसिद्ध केले आहेत. काही पत्रांची छायाचित्रेही पुस्तकात समाविष्ट केली आहेत.

शिवकालीन कागदपत्रे शोधून काढणे, ती लावून वाचणे, प्रत्येक कागदाचा पत्तामुद्दा शोधणे व काळाचा संदर्भ लक्षात घेऊन त्याचे महत्त्व टीपेतून सांगणे हे फार परिश्रमाचे व किचकट काम आहे. मोडी हस्ताक्षर एकाच नमुन्याचे असत नाही. त्या काळच्या मराठीची धाटणीही वेगळी. मुसलमानी तारीख, हिंदू तिथ्या व महिने यांचा आता प्रचलित असणाऱ्या ख्रिस्ती कॅलेंडराशी मेळ घालणे महाकष्टाचे. त्यासाठी जंत्र्या वापराव्या लागतात. बरे, ज्या प्रदेशाविषयीचे हे कागद तो प्रदेश कधी मोगलांच्या, कधी आदिलशाहीच्या तर कधी मराठी राज्याच्या कब्जात; गावांवर येणारी संकटे नाना तऱ्हांची. दुष्काळ, परचक्र, जुलमी राजवट अशा कारणांनी वस्ती अनेकदा उठून गेलेली. या अडचणींमुळे प्रत्येक कागदाचा नेमका संदर्भ लक्ष्यात घेऊन अर्थ लावणे हे फार चिकाटीचे व जिद्दीने करावयाचे काम आहे. सांगावयाला संतोष वाटतो की, डॉ. सौ. कुलकर्णी व श्री. अजित पटवर्धन हे या परीक्षेत पूर्णपणे उतरले असून त्यांनी हाती घेतलेले कार्य नेटकेपणाने सिद्धीस नेले आहे. त्यांचे मार्गदर्शक श्री. मेहेंदळे यांचाही या कार्यात मोठा वाटा आहे.

या पुस्तकातील बहुतेक कागद मंडळाच्या दफ्तरखान्यातील व ग्रंथकर्ते संशोधकही

मंडळाच्या ऋणानुबंधातील. 'शिवचरित्रसाहित्य' ही मालिका मंडळाने हाती घेतलेली. अशा स्थितीत त्या मालेतील हा १५ वा खंड मंडळानेच प्रकाशित करावयाचा. तथापि डायमंड प्रकाशनाचे श्री. पाष्टे यांनी प्रकाशनाची जबाबदारी उचलली व त्यांच्या नेहमीच्या सफाईने ती पार पाडली. याबद्दल त्यांचे आभार मानले पाहिजेत.

हा ग्रंथ खरे तर मंडळाचाच आहे. पण तो 'स्वीय ग्रंथमाले'त प्रसिद्ध होऊ शकला नाही. तथापि संपादकांनी व प्रकाशकांनी या पुस्तकाला मंडळाचा पुरस्कार मागितला. मंडळाविषयीच्या आपुलकीचे ते गमक आहे. हा 'पुरस्कार' देण्यास मंडळास समाधान वाटत आहे.

श्री. मा. भावे
चिटणीस, भा.इ.सं.मंडळ, पुणे.

●●●

प्रस्तावना

मराठ्यांचा संपूर्ण इतिहास हा भारत इतिहास संशोधक मंडळाचा प्रमुख उद्देश असला तरी त्यात शिवाजी महाराजांच्या चरित्राविषयीच्या संशोधनाला सुरुवातीपासूनच एक विशेष स्थान आहे. मंडळाने स्वतः, आणि मंडळानेच स्थापलेल्या श्रीशिवचरित्रकार्यालय या संस्थेकरवी, इंग्लिश रेकॉर्ड्स ऑन शिवाजी, शिवकालीन पत्र–सार–संग्रह, खंड १ व २, शिवाजी निबंधावली, खंड १ व २, शिवचरित्रनिबंधावली, शिवचरित्रवृत्तसंग्रह, खंड १ ते ३, अशा अनेक ग्रंथांमधून शिवचरित्राची साधने प्रकाशित केली. शिवचरित्राची एवढी साधने दुसऱ्या कोणत्याही संस्थेने प्रकाशित केलेली नाहीत. शिवचरित्राच्या या साधनग्रंथांमध्येच मंडळाने सुरू केलेल्या शिवचरित्रसाहित्य या शिवचरित्रविषयक मराठी कागदपत्रांना वाहिलेल्या मालेचा समावेश होतो. या मालेचे चौदा खंड यापूर्वी प्रकाशित झाले आहेत. पहिला खंड १९२६ मध्ये प्रकाशित झाला आणि चौदावा १९८३ मध्ये. या चौदा खंडांपैकी तिसरा खंड 'चित्रशाळा प्रेस'ने प्रकाशित केला; बाकीचे मंडळानेच प्रकाशित केले. अशा या प्रतिष्ठित मालेतील पंधरावा खंड डॉ.सौ. अनुराधा कुलकर्णी आणि श्री. अजित पटवर्धन यांनी संपादित केला आहे ही गोष्ट त्यांना भूषणास्पद आहे.

या खंडावर ओझरती नजर टाकली तरी कान्होजी जेधे, दादाजी कोंडदेव, दादाजी कृष्ण लोहोकरे, कावजी कोंढाळकर, मोरो त्रिमल, निळो सोनदेव, प्रतापराव गुजर, बाजी सर्जेराव जेधे, अनाजी दत्तो, दादजी काकडे, त्रिंबक सोनदेव, काजी हैदर पारसनिवीस, दीपाई बांदल, शंकराजी नीलकंठराव, रामचंद्र नीलकंठ (अमात्य), संताजी बोबडे, संताजी जगथाप, खंडोजी जगथाप, खंडोजी वाघ, बहिरोजी वाघोजी, पिलाजी नारायण अफजलखान, फतेखान अजीजखान सरनौबत, येसाजी गणेश, भाऊभट ढेरे, अशा अनेक शिवकालीन व्यक्ती पानापानांवर भेटतात. तीच गोष्ट पत्रप्रकारांची. अर्जदास्त, तुमार जमाबंदी, समापत्र, कबूल कतबा, महजर, खुर्दखत, तजकरा, कौलनामा, तसदीक, जामीनपत्र, शिस्त भेटी, शिस्त तकदमा, खत वासिल, वरात, खरेदीखत, वाटणीपत्र, अशा विविध प्रकारच्या कागदपत्रांचा या खंडात समावेश झाला आहे.

शिवचरित्रसाहित्य असे जरी या मालेचे नाव असले तरी तिच्यातील सर्वच पत्रे प्रत्यक्ष शिवचरित्राविषयी माहिती देणारी आहेत असे नाही; ती शिवकालाची माहिती देणारी पत्रे आहेत. शिवचरित्राचे यथार्थ ज्ञान होण्याकरिता संपूर्ण शिवकालाचे ज्ञान आवश्यक आहे. या पंधराव्या खंडातही १७ व्या शतकातील मराठी पत्रे आहेत आणि दोन सोळाव्या शतकातीलही आहेत.

पत्रांची वैशिष्ट्ये प्रत्यक्ष पत्रांवरून आणि त्यांवर दिलेल्या टीपांवरून समजतीलच. इथे फक्त काही मोजक्या पत्रांचा उल्लेख करतो. खुद्द शिवाजी महाराजांच्या उपस्थितीत

झालेला एक महजर यात आहे. शिवाजी महाराजांनी अमलात आणलेल्या अर्धेलीच्या उर्फ बटाईच्या धोरणाचा त्यात उल्लेख आहे शिवाय त्याच्या हाजिर मजालसीवर नजर टाकली तर दीपाई बांदल आणि महाराजांचा पारसनिवीस (फार्सी पत्रलेखक) काजी हैदर ही दोन नावेदेखील या महजराचे महत्त्व प्रस्थापित करण्यास पुरेशी आहेत. सुप्याच्या पाटीलकीविषयीची शिवाजी महाराजांची दोन पत्रे शिवचरित्रसाहित्याच्या पहिल्या खंडात प्रकाशित झाली आहेत; तिसरे या खंडात प्रकाशित झाले असून ते अस्सल आहे. कान्होजी जेध्यांच्या मुलांमध्ये वतनावरून झालेल्या वादाविषयीची काही पत्रे यापूर्वी प्रकाशित झाली आहेत. आणखी एक पत्र या खंडात प्रकाशित झाले आहे; ते नक्कल आहे. शिवाजी महाराजांची म्हणून आणखीही दोन पत्रे या खंडात प्रकाशित झाली आहेत. ती दोन्ही नक्कलच आहेत आणि त्यातील एकाचे खरेपण संशयित आहे व दुसऱ्याचे संशयातीत नाही. पण अशी संशयित व बनावट पत्रे यापूर्वीही प्रकाशित झाली आहेत आणि अवश्यमेव प्रकाशित झाली पाहिजेत. शिवचरित्राच्या साधनांच्या अभ्यासात अशा पत्रांच्या अभ्यासाचाही समावेश होतो; किंबहुना अशा अभ्यासातील वरची पातळी गाठण्यास अशा पत्रांचा अभ्यास आवश्यकच आहे.

शिवाजी महाराजांचे सेनापती प्रतापराव गुजर यांची पत्रे अत्यंत दुर्मिळ आहेत. मला वाटते यापूर्वी त्यांचे फक्त एकच पत्र प्रकाशित झाले आहे. ते शिवचरित्राच्या अकराव्या खंडात छापले असून अस्सल आहे. याही खंडात प्रतापरावांचे एक पत्र छापले आहे आणि ते नक्कल असले तरी महत्त्वाचे आहे. शिवाय खुद्द प्रतापरावांच्या उपस्थितीत झालेला एक महजर या खंडात छापला आहे. त्याच्या हाजिर मजालसीवर नजर टाकली तरी त्याचे महत्त्व लक्षात येईल. तो त्रुटित आहे, पण सध्या तरी तेवढ्यावरच समाधान मानणे भाग आहे.

उढेदुर्ग नावाच्या एका शिवकालीन किल्ल्याचा उल्लेख यापूर्वी काही कागदपत्रांमध्ये आता आहे. तो उढेदुर्ग म्हणजेच श्रीवर्धनगड असा अंदाजही यापूर्वी व्यक्त करण्यात आला होता. तो बरोबर आहे असे सिद्ध करणारी दोन पत्रेच या खंडात छापली आहेत. अफजलखानाचा कोकणातील साळशी तप्यावर, बहुधा मोकासदार म्हणून, अधिकार होता ही गोष्ट या खंडातील एका पत्राने प्रथमच उजेडात येत आहे. अजीजखानाचा मुलगा फतेखान याचा उल्लेख शिवभारतात आहे. त्या फतेखान अजीजखान सरनौबत याचा उल्लेख या खंडातील एका पत्रात आहे. साळशी तप्यातील राजकीय व लष्करी उलाढालींवरही त्या पत्राने प्रकाश पडतो. शिवाजी महाराजांचा त्यांच्याशी अर्थातच संबंध आहे.

या पत्रांच्या संपादकांपैकी एक आहेत डॉ.सौ. अनुराधा कुलकर्णी. त्या इतिहासाच्या डॉक्टरेट आहेत. ज्ञानप्रकाश वृत्तपत्र हा त्यांच्या डॉक्टरेटचा विषय होता. पण त्यानंतर

त्या सतराव्या शतकाकडे वळल्या. 'लेखन प्रशस्ती' आणि 'शिवछत्रपतींची पत्रे, खंड १' अशी दोन पुस्तके त्यांनी यापूर्वी संपादित केली आहेत. या खंडाच्या निमित्ताने त्यांनी इतिहास संशोधनाच्या क्षेत्रात आणखी एक पाऊल पुढे टाकले आहे. या खंडाचे दुसरे संपादक आहेत श्री. अजित पटवर्धन. ते इंजिनिअर आहेत. शालेय शिक्षणात त्यांचा इतिहासाशी थोडाफार संबंध आला असेल. पण त्यानंतर इंजिनिअरिंगची पदवी मिळेपर्यंत त्यांच्या इतिहासाशी काही संबंध नव्हता. त्यानंतर केवळ आवड म्हणून ते शिवचरित्राच्या अभ्यासाकडे वळले. मला वाटते, मोडी शिकायला त्यांनी सुरुवात केल्याला जेमतेम चार वर्षे झाली असतील. आता या खंडाच्या निमित्ताने त्यांनी इतिहास संशोधनाच्या क्षेत्रात पदार्पण केले आहे. दोन्ही संपादकांनी आपापल्या सांसारिक जबाबदाऱ्या संभाळून हा उत्कृष्ट ग्रंथ संपादित केला आहे; त्यांचे अभिनंदन.

गजानन भास्कर मेहेंदळे

•••

संपादकांचे निवेदन

शिवचरित्रसाहित्याचा १५ वा खंड आपल्या हाती देताना आम्हाला अतिशय आनंद होत आहे. शिवचरित्रसाहित्याचा १४ वा खंड प्रकाशित होऊन आज जवळ जवळ ३० वर्षे उलटून गेली आहेत. कधी काळी शिवचरित्रसाहित्य या मालेतील पुढचा खंड आम्ही संपादित करू असे जर कोणी आम्हाला सांगितले असते तर ते आमचे आम्हालाच खरे वाटले नसते. भारत इतिहास मंडळात शिवचरित्रकार गजानन भास्कर मेहेंदळे यांच्यामुळे आम्हाला सतराव्या शतकातील मोडी कागदपत्रे वाचण्याची आवड निर्माण झाली आणि वाढली. सतराव्या शतकातील कागदपत्रांवर मंडळाच्या पाक्षिक सभांमध्ये आम्ही काही निबंधही वाचले. एका पाक्षिक सभेत तर आम्ही दोघांनी मिळून शिवचरित्रास उपयुक्त अशी सहा पत्रे वाचली. शिवचरित्राविषयीची एवढी कागदपत्रे मंडळाच्या एकाच सभेत वाचली जाण्याचा हा योग फार काळाने आला अशी शाबासकीही मेहेंदळे सरांकडून आम्हाला त्या दिवशी मिळाली.

आम्ही वाचलेल्या मोडी कागदपत्रांची संख्या वाढत चालली तेव्हा ती कागदपत्रे एखाद्या पुस्तकाच्या रूपाने संपादित करावीत असा विचार आमच्या मनात आला. त्याप्रमाणे या कागदपत्रांचे देवनागरी लिप्यंतर झाल्यावर मूळ मोडी कागदपत्रांशी रुजवात घालण्यासाठी आणि तपासून घेण्यासाठी ही कागदपत्रे आम्ही मेहेंदळे सरांसमोर ठेवली. ती कागदपत्रे चाळल्यानंतर ते लगेच आम्हाला म्हणाले, ''यांपैकी बहुतेक कागदपत्रे शिवकालीन म्हणजे १७ शतकातीलच आहेत; तेव्हा तुम्ही हे पुस्तक शिवचरित्र साहित्याचाच पुढचा खंड म्हणून काढा.'' आम्हाला ही कल्पना आवडली आणि द्विगुणित उत्साहाने आम्ही काम चालू ठेवले. तरी शिवचरित्रसाहित्याचा खंड संपादित करणे ही किती मोठी जबाबदारी आहे याची जाणीव आम्हाला होती व आहे. परंतु हा खंड पूर्णपणे तपासून देण्यास आणि या कागदांवर माहिती देण्यास मी सर्वतोपरी मदत करीत असे सरांनी आम्हाला सांगितले. आमचे काम शेवटच्या टप्प्यात आल्यावर सरांनी त्यांचे काम बाजूला ठेवून आमच्या कामात लक्ष घातले.

शिवचरित्रसाहित्याच्या बऱ्याच खंडांमध्ये टीपा दिलेल्या नाहीत; ग.ह.खरे यांनी संपादित केलेल्या खंडांना टीपा दिल्या आहेत. अशा टीपा आपणही द्याव्यात असे आम्हाला वाटत होते. त्याकरिता आम्ही मेहेंदळे सरांची मदत घ्यायची ठरविले. त्यांचे शिवचरित्राचे व शिवकालाचे ज्ञान किती सखोल आहे ते शिवचरित्राचे सर्व साक्षेपी अभ्यासक जाणतात. या खंडात छापलेल्या कागदपत्रांमधील फार्सी शेरे व मजकूर यांचे वाचनही पूर्णपणे मेहेंदळे सरांनी केले आहे.

भारत इतिहास संशोधक मंडळाच्या दप्तरखान्यात मंडळाच्या ज्येष्ठ संशोधकांनी

महाराष्ट्रातच काय पण भारतभर फिरून मोठ्या परिश्रमाने जमा केलेल्या कागदपत्रांचा संग्रह आहे. या संग्रहातील स.ग.जोशी, शं.ना. जोशी, ग.ह.खरे, मंडळ संग्रह, सांगोला देशपांडे, लक्ष्मेश्वर देसाई आणि आटपाडी या रुमालांमधील निवडक कागद या खंडात छापले आहेत. डॉ. रवींद्र लोणकर सर आणि श्री. मेहेंदळे सर यांनी मंडळातील काही कागदपत्रांच्या फोटोकॉपीज् पूर्वी घेतल्या होत्या. त्याही आम्ही या खंडाकरिता वापरल्या आहेत. महाराष्ट्र राज्याच्या पुणे पुरालेखागारातील एक कागद लेखांक १०६ म्हणून छापला आहे. हा कागद म्हणजे छत्रपती शिवाजी महाराजांचे एक अप्रकाशित पत्र आहे. लेखांक ११३ हा कागद महाराष्ट्र राज्याच्या कोल्हापूर पुरालेखागारातील आहे. या खंडात छापलेल्या कागदपत्रांपैकी आठ पत्रे (लेखांक ३७, ३८, ६२, ६४, १०३, १०४, १०० व ११०) यापूर्वी लेखनप्रशस्ती या पुस्तकात त्यांच्या छायाचित्रांसह छापली आहेत. पण ते पुस्तक मोडी कागदपत्रांच्या विविध प्रकारांचा संग्रह म्हणून संपादित केले आहे; शिवचरित्राच्या अभ्यासकांचे तिकडे लक्ष जाईलच असे नाही. म्हणून ती पत्रे इथे पुन्हा घेतली आहेत. लेखांक ११ व ९४ ही दोन पत्रे यापूर्वी मंडळाच्या त्रैमासिकात (वर्ष ८६ व ८७) त्यांच्या छायाचित्रांसह छापली आहेत. बाकीची पत्रे यापूर्वी कुठे प्रकाशित झालेली नाहीत अशी आमची समजूत आहे. पण एखादे पूर्वप्रकाशित पत्र नजरचुकीने त्या पत्रांमध्ये समाविष्ट झाले असल्यास क्षमस्व.

या खंडात इ.स. १५६० ते १७०० या काळातील एकूण ११५ पत्रे आहेत. मराठ्यांच्या इतिहासाची साधने किंवा शिवचरित्रसाहित्याच्या खंडांप्रमाणेच हे लेखांक घराणेवार लावलेले आहेत. याला दोन अपवादही आहेत; ते म्हणजे कबूलकतबे आणि तजकरे. कागदपत्रांचे नमुने म्हणून त्यांची वेगळी प्रकरणे केली आहेत.

लेखांकांना जरूर तिथे टीपा दिल्या आहेत आणि त्या शेवटी न देता लेखांकांखालीच दिल्या आहेत. मूळ पत्राचा मजकूर सहज वेगळा लक्षात यावा म्हणून त्याला दोन्ही बाजूंनी जरा जास्त समास सोडला आहे. लेखांकाच्या मथळ्यात डावीकडे मूळ लेखातील तारीख व उजवीकडे तिचे इसवी सनातील रूपांतर छापले आहे. जुन्या पत्रांमध्ये सुहूर सन अक्षरी दिलेला असतो, पण तो मथळ्यात देताना आम्ही आकड्यात दिला आहे. तारखांचे इसवी कालगणनेत रूपांतर करताना २९ मार्च १६२९ पासून पुढील काळाकरिता खरे जंत्रीचा आणि तत्पूर्वीच्या काळासाठी, संशोधकांमध्ये पिले जंत्री म्हणून ओळखल्या जाणाऱ्या, ॲन इंडियन इफेमिरिसचा, उपयोग केला आहे. पत्रांवरील शिक्क्यांचे वाचन करता आले असल्यास तो मजकूर ठळक ठशात छापला आहे. काही ठिकाणी कागद फाटल्यामुळे अक्षरे गेली आहेत आणि अगदी क्वचित अक्षरांचे सार्थ वाचन करता आले नाही. अशा ठिकाणी फुल्या मारल्या आहेत. कागद फाटला असला तरीही तिथे मुळात काय मजकूर असेल ते संदर्भाने अनुमानिता आले असेल तर तो मजकूर गोल कंसात

दिला आहे. निवडक मूळ पत्रांची छायाचित्रे मोडी विभागात छापली आहेत. लेखांकात आलेले निवडक शब्दार्थ, संक्षेप, गावे आणि व्यक्ती यांची सूचीही या खंडात छापली आहे.

ज्या वाचकांना जुनी कागदपत्रे वाचण्याचा काहीच अनुभव नसेल त्यांना ती समजावून घेण्यास साहाय्य व्हावे म्हणून काही पुस्तकांचा उल्लेख करणे अस्थानी होणार नाही. ऐतिहासिक शब्दकोश, महाराष्ट्र भाषेचा कोश, फार्शी-मराठी-कोश आणि मोल्सवर्थकृत मराठी-इंग्रजी शब्दकोश शब्दार्थांकरिता उपयोगी आहेत. प्रा.ग.ह. खऱ्यांचा 'संशोधकाचा मित्र' आणि श्री राजा शिवछत्रपती (भाग २, परिशिष्ट २) या पुस्तकांमध्ये सुहूर, फसली, जुलूस, हिजरी, शक, इत्यादी कालगणनांची माहिती दिलेली आहे.

या खंडात कोणाला काही चुका किंवा त्रुटी आढळल्या तर त्या अवश्य कळवाव्यात, म्हणजे संधी मिळेल तेव्हा जरूर त्या दुरुस्त्या करू. शिवचरित्र साहित्य खंड १ ते १४ प्रमाणेच या १५ व्या खंडाचे स्वागत संशोधक, अभ्यासक आणि शिवप्रेमी करतील अशी आशा वाटते.

डॉ. अनुराधा गोविंद कुलकर्णी
अजित मदन पटवर्धन

•••

ऋणनिर्देश

शिवचरित्राच्या संशोधन कार्यात हा खारीचा वाटा उचलण्याची संधी आम्हाला भारत इतिहास संशोधक मंडळामुळेच मिळाली आहे. मंडळाचे चिटणीस डॉ. श्री.मा. भावे सरांचे प्रोत्साहन आणि मदत आम्हालाच काय पण मंडळात येणाऱ्या प्रत्येकालाच मिळते. शिवचरित्रकार आणि व्यासंगी इतिहासकार गजानन भास्कर मेहेंदळे यांच्या मदतीमुळेच हा खंड साकार झाला आहे. भावे सर आणि मेहेंदळे सर यांच्या ऋणात रहाणेच आम्ही पसंत करतो.

मंडळाच्या मध्यावधी समितीने मंडळातील कागदपत्रे वापरण्याची व प्रकाशित करण्याची परवानगी दिली आणि हा खंड मंडळाच्या पुरस्कार ग्रंथमालेत समाविष्ट करण्यासही परवानगी दिली याबद्दल आम्ही त्यांचे आभारी आहोत. डॉ. रवींद्र लोणकर यांनी मंडळातील काही कागदपत्रांच्या त्यांनी पूर्वी घेतलेल्या फोटोकॉपीज वापरण्यास दिल्या. त्यांचेही आम्ही आभारी आहोत. महाराष्ट्र पुरालेखागाराच्या डायरेक्टर श्रीमती सुप्रभा आगरवाल यांनीही पुरालेखागारातील कागदपत्रे छापण्याची परवानगी आम्हाला दिली. पुणे व कोल्हापूर पुरालेखागारातील अधिकारी व कर्मचारी आणि भारत इतिहास संशोधक मंडळातील कर्मचारी या सर्वांची मदत आम्हाला मिळाली. या सर्वांचे मनःपूर्वक आभार.

सर्वात महत्वाचे म्हणजे श्री. दत्तात्रय पाष्टे यांनी डायमंड प्रकाशनातर्फे हा ग्रंथ जास्तीत जास्त वाचक, संशोधक आणि शिवप्रेमींपर्यंत पोहचेल याची जबाबदारी ग्रंथाचे नाव सांगताच घेतली याबद्दल त्यांचे आभार.

•••

अनुक्रमणिका

•••

कारीचे जेधे

मराठ्यांच्या इतिहासात जी अनेक घराणी आपल्या कर्तबगारीने चमकली त्यामध्ये जेधे घराण्याचे स्थान फार वरचे आहे. जेधे शकावलीतील एका नोंदीनुसार शहाजीराजांनी कान्होजी जेध्यांना शिवाजी महाराजांकडे पुणे जहागिरीवर पाठवले. कान्होजींनी अनेक बिकट प्रसंगी महाराजांना साथ दिली. जेधे घराण्याची कागदपत्रे राजवाडे, खंड १५, शि. च. सा. खंड २ ते ५, इत्यादी ग्रंथांमध्ये छापली आहेत. इथे आणखी काही छापत आहोत.

लेखांक १

सु. १०४४ इ. स. १६४३-४४

श्री

श्री नागनाथाची आण व नाईकजी नाइकाची आण असे

द कौलनामा राजेश्री कान्होजी नाईक देसमुख ता। भोर ता। रोहिडा ता। [डावीकडील कोनाड्यात नांगराचे चिन्ह] यकोजी कृस्ण अंबाजी बलाल व येमाजी गोपीनाथ पेशवे व खासनीस व हेजीब चाकर रा सु॥ अर्बा अर्बैन अलफ कारणे दिल्हा कौलनामा यैसा जे मौजे नाटंबी ता। मजकूर येथील कुलकर्ण तुम्ही चालवीत असतां दादाजी कृस्ण कुलकर्णी का। भोर हे तुम्हास बोलिले की नाटंबीचे कुलकर्ण आपले ते आपला चुलता चालवीत होता ते आपणास देणे म्हणऊन तुम्हामधे व दादोपंतामधे तंड जाले मग तुम्ही व दादोबा यैसे आम्हापासी तंडत आलेस मग आम्ही व मजालसी याणी तुम्हास दादोबास पुसिले की हे कैसे आहे मग तुम्ही बोलिलेस कीं हरबा दादोबाचा माउस चुलता आम्ही मुतालीक ठेविला होता आम्ही मानभाग घेत होतो म्हणऊन सांगितले दादोबा बोलिला कीं गांवीच्या पाटिलास व माहारास गोही पुसणे ते सांगतील त्याप्रमाणे आम्ही व त्याणी वर्तावे मग आम्ही व मजालसी बोलिलो की गोहीस हर दो राजी आहा तर गोही बोलाऊन मग राजी आहो गोहीप्रमाणे वर्तोन म्हणऊन कबूल केले यावर भिकाजी पाटील व कोंडनाक माहार मौजे नाटंबी व येसजी पाटील मौजे आंबेघर व धाकनाक माहार मौजे चिखलवडे यास कारीस बोलाऊन चांभारकुंड माहारकुंड काढून गोही पुसिली त्याजवर भिकाजी पाटील व कोंडनाक माहार याणी माथा सत्ये घेऊन सांगितले कीं हरबा कुलकर्णी चालवीत होता तो तुमचा मुतालीक आम्ही मानभागाचा गला कारीस आणीत

होतो येसे येसजी पाटील खोपडा व धकनाक माहार याणी सांगितले मग गांव तुमचा यैसा जाला यावर आम्ही व मजालसी बोलिलो कीं राजद्वार व देवद्वार येक तर सदरेस तक्यावर हात येकोपंती ठेवावा मग आपले खरे यैसे करून घ्यावे यावर तक्यावर हात येकोपंती ठेविला कीं चिखलवडे व आंबेघर व नाटंबी हे तिन्ही गावास आपण मुतालीक हरबा ठेविला होता म्हणौन हात ठेविला व गोही यानी गोही दिल्ही यैसे खरे मनास आणून गांव तुमचे यैसे जाले मग सदरेचे लोक मजालसी बोलिले कीं आम्ही बोलोन ते यैकणे हे राजी करून सांगितले की नाटंबी येकोपंती चालवावी चिखलवडे व आंबेघर तुमचे होये परंतु आमचे बोले दादोपंतास चालऊ देणे मग आजीपासून दादोपंतानी तुम्हासी नाटंबीची गोस्टी करावयास निसबती नाही जरी नाटंबीची गोस्टी केली तर तेही दोन्ही गांव आपले घेणे याप्रमाणे निवाडा करून नाटंबी तुमचे संभाली केली असे आजीपासून दादोपंतास बोलण्यास समध नाही हा कौल सही यास आनसारिखे होये तर सिरी आण असे हा कौल सही

गोही

धाकोजी घोलप परधान
भिकाजी पाा व कोंडनाक माहार
मौजे नाटंबी १
धाकनाक माहार मौजे चिखलवडे १

कावजी कोंढालकर
रामाजी जेधा
येसजी पाटील खोपडा मौजे आंबेघर

टीप

या कौलनाम्याच्या सुरुवातीला ''यकोजी कृस्ण अंबाजी बलाल व येमाजी गोपीनाथ पेशवे व खासनीस व हेजीब'' असा उल्लेख आहे. यापूर्वी प्रकाशित झालेल्या कागदपत्रांमधून त्याविषयी होणारा खुलासा पुढीलप्रमाणे : श्रीरामदासीचीं ऐतिहासिक कागदपत्रें, भाग १ मध्ये भाद्रपद वद्य २, शके १५७१ या तिथीचा एक महजर लेखांक १५ म्हणून छापला आहे. या महजराला कान्होजी नाईकजी नाईक देशमुख ताा भोर म्हणजेच कान्होजी जेधे हजर आहेत. त्याशिवाय त्या महजराला हजर असणाऱ्यांमध्ये ''कृष्णाजी पद्मनाभी व येकोजी कृष्ण पेशवे खासनिवीस'' आणि ''आबाजी बलाल हेजीब'' ही नावे आहेत. शिवचरित्र-साहित्य, खंड २ मध्ये भाद्रपद शुद्ध १०, शके १५८२ या तिथीचा एक महजर छापला आहे. त्या महजराला हजर असणाऱ्यांमध्ये ''कान्होजी नाईक देशमुख'', ''येकोजी कृस्ण पेशवे हसनिवीस'' आणि येमाजी गोपीनाथ व आबाजी बलाल हेजीब'' ही नावे आहेत. (तिथे तो महजर लेखांक २१७ व २१८ अशा दोन लेखांकांमध्ये तोडून छापला आहे, पण वास्तविक तो एक सलग महजर आहे. श्री राजा शिवछत्रपती, भाग

१, पृ. ५९६, तळटीप १९ पहा.) या महजरांपैकी शिवचरित्रसाहित्य, खड २ मधील महजरात हसनिवीस असे जे छापले आहे ती मुळात लिहिताना अथवा वाचताना झालेली चूक आहे, तिथे खासनिवीस अशी दुरुस्ती केली पाहिजे. महजराच्या शेवटी "बिदस्तुर येकोजी कृस्ण पेशवे खासनिवीस" असेच आहे. (शि.च.सा., खंड २, पृ. २१८.) याप्रमाणे दुरुस्ती केली की एकोजी कृष्ण ("येकोजी कृस्ण") याला पेशवे व खासनीस अशी दोन पदे असल्याचे त्या दोन महजरांवरून स्पष्ट होते. त्या दोन महजरांमध्ये आबाजी बलाल असे आहे आणि इथे छापलेल्या कौलनाम्यात अंबाजी बलाल असे आहे. मोडी लेखन-वाचनात असा फरक पडू शकतो हे मोडी जाणणाऱ्यांच्या सहज लक्षात येईल. हा अंबाजी (किंवा आबाजी) हेजीब होता असे उपरिनिर्दिष्ट दोन्ही महजरांमध्ये नमूद आहे. सदर माहितीच्या आधारे वर सांगितलेला उल्लेख विरामचिन्हे देऊन पुढीलप्रमाणे वाचता येईल : यकोजी कृस्ण, अंबाजी बलाल व येमाजी गोपीनाथ – पेशवे व खासनीस, व हेजीब." यांपैकी पेशवे व खासनीस ही दोन्ही पदे एकट्या यकोजी (किंवा येकोजी) कृष्णाची आहेत आणि अंबाजी बलाल व येमाजी गोपीनाथ या दोघांना हेजीब हे पद आहे. त्यापुढे "चाकर रा" असे शब्द आहेत. त्यांपैकी रा हा रख्तखाना (म्हणजे कचेरी) या शब्दाचा संक्षेप असावा असे वाटते. वरील तिघेही कान्होजी जेधे यांच्या रख्तखान्यातील चाकर आहेत. हाजिब या अरबी शब्दाचा अर्थ द्वारपाल, व्यक्तिगत सेवक, असा असला तरी त्यावरून मराठीत आलेला हेजीब हा शब्द दूत, राजदूत, अशा अर्थानेही वापरला जाई. (श्री राजा शिवछत्रपती, भाग १, पृ. ३०७, तळटीप १००९.) उदा. शि.च.सा., खंड २, लेखांक २०३.

इथे छापलेल्या कौलनाम्यात "दादाजी कृस्ण कुलकर्णी काा भोर" (म्हणजेच दादोपंत उर्फ दादोबा) याचा उल्लेख आहे. हा दादाजी कृस्ण म्हणजे दादाजी कृष्ण लोहकरे. हा भोर कसब्याचा वतनदार कुलकर्णी असून शहाजीराजांच्या नोकरीत होता. शहाजीराजांना १६४८ मध्ये आदिलशहाच्या हुकुमावरून कैद करण्यात आले तेव्हा या दादाजी कृष्णालाही कैद करण्यात आले. शहाजीराजांची १६४९ मध्ये सुटका झाली तेव्हा याचीही सुटक झाली. शिवाजी महाराजांनी १६५७ मध्ये कल्याण घेतल्यावर दादाजी कृष्ण याची कल्याणचा नामजाद हवालदार म्हणून नेमणूक केली. (दादाजी कृष्ण याच्याविषयीची माहिती श्री राजा शिवछत्रपती, भाग १, पृ. ६७३, ६९७ व ८५९-६० मधून संकलित केली आहे. मूळ आधार तिथे दिलेले आहेत.)

कौलनाम्यात नाटंबीचा भिकाजी पाटील व आंबेघरचा येसजी पाटील यांचा उल्लेख आहे. उपरिनिर्दिष्ट दोन्ही महजरांच्या हाजिर मजालसींमध्येही ते आहेत. कौलनाम्याच्या शेवटी साक्षीदारांमध्ये ("गोही") ते दोघे आहेतच. शिवाय धाकोजी घोलप परधान (प्रधान), कावजी कोंढाळकर, रामाजी जेधा (जेधे), कोंडनाक माहार, मौजे नाटंबी

आणि धाकनाक माहार, मौजे चिखलवडे हेही साक्षीदारांमध्ये आहेत. जेध्यांकडे पेशवा होता तसा प्रधानही होता. कान्होजी जेधे यांनी इसवी सन १६१८ मध्ये दिलेल्या एका पत्रात ''माहालाजी फरजंद धारराऊ घोलप प्रधान'' यांनी देशमुखी वतनाचा कारभार करावा असा उल्लेख आहे. (शि.च.सा., खंड २, लेखांक ३३७, पृ. ३२७.) इथे छापलेल्या कौलनाम्यातील धाकोजी घोलप प्रधान हा इ. स. १६१८ मधील माहालाजी घोलप याचा मुलगा किंवा नातू असेल. कावजी कोंढाळकर प्रसिद्धच आहे. श्रीरामदासीचीं ऐतिहासिक कागदपत्रें, भाग १, लेखांक १५ या महजराच्या हाजिर मजालसीत काउजी इंद्रोजी व गोरखोजी राघोजी असे दोन कोंढाळकर आहेत. जेधे शकावलीत शके १५८३, प्लवंग संवत्सर या वर्षातील नोंदींमध्ये पुढील नोंद आहे. ''देइरी गडास बुलाखीने येऊन वेढा घातला तेथे कावजी कोंढाळकर जाऊन चारशे लोक मारून वेढा काढला.'' (शिवचरित्रप्रदीप, पृ. २२.) रामाजी जेधा श्रीरामदासीचीं ऐतिहासिक कागदपत्रें, भाग १, लेखांक १५ आणि शि.च.सा., खंड २, लेखांक २१७-१८ या दोन्ही महजरांच्या हाजिर मजालसींमध्ये आहे.

नाटंबी, चिखलवडे व आंबेघर या गावांचा उल्लेख कौलनाम्यात आहे. ती गावे पुणे जिल्ह्याच्या भोर तालुक्यात आहेत.

कौलनाम्याच्या शेवटी ''सिरी आण असे'' असे शब्द आहेत त्यातील ''सिरी'' नंतर किंवा ''असे'' नंतर पत्राच्या माथ्यावरील ''श्री नागनाथाची आण व नाईकजी नाइकाची आण असे'' हे वाक्य वाचावयाचे आहे. नागनाथ हे जेध्यांचे कुलदैवत असावे असे वाटते. श्रीरामदासीचीं ऐतिहासिक कागदपत्रें, लेखांक १५ या महजराच्या माथ्यावर ''श्रीनागनाथ'' असे लिहिले आहे. नाईकजी जेधे हे कान्होजी जेधे यांचे वडील होते. तसा उल्लेख जेधे करिन्यात आहे आणि जेध्यांच्या दोन तकरिरांमध्येही आहे. (शिवचरित्रप्रदीप, पृ. ३९; शि.च.सा., खंड २, पृ. २३१; श्रीरामदासीचीं ऐतिहासिक कागदपत्रें, भाग १, पृ. ५१.)

या कौलनाम्याचा कागद पांढरा स्वच्छ व रुंद (२० सें.मी.) आहे. त्यावरून आणि अक्षरांच्या वळणावरून हा मूळ अस्सल कौलनामा नसून त्याची १८ व्या शतकात केलेली नक्कल असावी असे वाटते. मात्र त्यावर नक्कल असे म्हटलेले नाही. पण जरी ही नक्कल असली तरी जेध्यांच्या इतर कागदपत्रांशी तिची जी सुसंगती आहे तिच्यावरून तिच्या खरेपणाविषयी काही संशय वाटत नाही.

लेखांक २

१७ सव्वाल, सु. १०५६ १० ऑगस्ट १६५५

नेमउतर हजिर मजालसी बिहुजूर राजश्री कान्होजी नाईक देसमुख ताा भोर सुाा सित खमसैन अलफ बतेरीख १७ सवाल

[देवनागरी वाटोळा शिक्का]

सिवाजीराजे यानी नेम केला यैसा जे आपण घरामधी असता आपली बाईल व आपण येकवाट भाऊबंद व आपणा देखत होता XXX यैस्यापासुनी XXX अनचाली दिसेल तेच वख्ती वडिलास सांगोन [मोकळी जागा] की आता आपण वेगले असणे येकवट न पडे म्हणोनी सांगोन हे नेमउतर सही यास चुकेल त्यास श्री देवाची आण व वडिलाचे पाय XXX हे नेमुउतर सही

सुभानजीराजे नेम केला यैसाजे आपण व आपली बाईल घरामधी येकवाट असता जो गैर चालेल ते वडिलास सांगोन (ते सांग)तील तेथे असोन एरवी आम्ही पाच भाऊ जैसे आहो तैसे असोन चालोन XXX तोच बाहेर जाईल हे लिा सही यास साक्ष श्री असे

गोही

येकोजी कृस्ण
घारोजी घोलप
अलीभाई
कृस्णाजी फर्जंद

आबाजी बलाल
गोविंद कृस्ण
देशकुलकर्णी ताा माा
रामाजी जेधा

टीप

शिवाजी व सुभानजी हे कान्होजी जेध्यांचे मुलगे. त्यांनी स्वतःच्या नावांपुढे राजे अशी उपाधी लावली आहे. पण तसा काही किताब त्यांना नव्हता. त्यांनी आपण होऊनच स्वतःला राजे म्हणविले आहे. हा प्रघात अद्यापही काही घराण्यांमध्ये आढळतो.

लेखांक ३

२८ रमजान, सु. १०६६ २५ मार्च १६६६

अखंडित लक्ष्मी लक्ष्मी अलंकृत राजमान्य राजश्री मुकुंद धोंडदेव सरहवालदार माहालानिहाय गोसावी यासी

सेवक मोरो त्रिमल व निलो सोनदेऊ नमस्कार व विनंती सुाा सित सितैन अलफ सर्जाराऊ जेधे याची मानसे येऊ (न) सारेच चौकी(वरी) कारीस घर बांधत आहेत तरी सारे चौ(कीवरी) त्यासी (घर) बांधो ना देणे (अर्धे चौकी) वरी घर बांधतील आणि राहातील तरी अर्धे चौकीवरी घर बांधोन राहू देणे सारे चौकीवरी ना बांधो देणे पेस्तर साहेब आलियावरी त्याची विल्हे होईल वरकडही त्यांच्या बापभावांचा निवाडा साहेबी श्रीवरधनगडी केला आहे ते वेली जे सांगितले आहे तधीपासून चालत आले आहे तेणेचप्रमाणे चालू देणे नवी जिकीर सर्जारायासही करू नेदणे अथवा सिवजीसही करू नेदणे जैसे साहेबी श्रीवर्धनगडी निगडी निवडिले आहे तेणेप्रमाणेच चालो देणे छ २८ रमजानु

टीप

मोरो त्रिमल याने नागोजी नाईक जेधे याला पाठविलेले पत्र शि.च.सा., खंड ५ मध्ये लेखांक ७८६ म्हणून छापले आहे. त्या पत्रात पुढील उल्लेख आहे : ‘‘सिवजी नाईक जेधे देशमुख ताा मार याचा व तुमचा तह उ(गु)ढेदुर्गी राजश्री [मोकळी जागा] साहेबी निवाडा करून तह दिधला आहे.’’ (शि.च.सा, खंड ५ च्या संपादकांना वाचनाविषयी उ की गु असा संभ्रम असल्याने त्यांनी गु असा पर्याय कंसात दिला आहे.) इथे छापलेल्या पत्रात ‘‘निवाडा साहेबी श्रीवर्धनगडी केला आहे’’ असे म्हटले आहे. (महाराज ऑक्टोबर १६६१ मध्ये काही दिवस श्रीवर्धनगडावर राहिले होते. जेधे शकावली - शिवचरित्रप्रदीप, पृ. २२.) यावरून उढेदुर्ग म्हणजेच श्रीवर्धनगड असा निष्कर्ष निघतो. पुणे जिल्ह्याच्या मावळ तालुक्यात उढेवाडी नावाचे गाव आहे. (महाराष्ट्रातील खेड्यांची व शहरांची वर्णक्रमी, पृ. १८.) ते श्रीवर्धनगडाच्या पायथ्याशी आहे. महाराजांनी कित्येक किल्ल्यांना नवीन नावे ठेवली होती हे प्रसिद्धच आहे. त्यांनी १६६५ मध्ये मिर्झा राजा जयसिंगाशी जो तह केला त्यात त्यांच्याकडे जे १२ किल्ले ठेवण्यात आले त्यांची यादी औरंगजेबाने महाराजांना पाठविलेल्या एका पत्रात आहे. त्या यादीत उधेदुर्ग

गरो एक माप आहे. (राजवाडे, खंड ८, लेखांक १४.) तो उधेदुर्ग म्हणजे उढेदुर्ग उर्फ श्रीवर्धनगड असला पाहिजे.

इथे छापलेले पत्र मुकुंद धोंडदेव याला लिहिलेले आहे. तो अत्रे घराण्यातला होता. (शि.च.सा., खंड ५, लेखांक ८४१, पृ. ९४.) शिवाजी महाराजांनी त्याला पाठविलेले २२ मार्च १६७१ या तारखेचे एक पत्र शि.च.सा., खंड ७ मध्ये पृ. ९२ वर छापले आहे. तिथे त्याला हवालदार ताा खेडेबारे म्हटले आहे.

जेध्यांचा महाराजांनी केलेला निवाडा श्रीवर्धनगडावर केला होता असा उल्लेख १० एप्रिल १६६७ या तारखेच्या एका पत्रातही आहे. ते पत्र पुढे लेखांक ५ म्हणून छापले आहे.

लेखांक ४

६ सव्वाल, सु. १०६७ — २२ मार्च १६६७

मसुरल अनाम बाजी सर्जाराऊ जेधे देसमुख ताा रोहिडखोरे प्रति राजश्री सिवाजीराजे सुाा सबा सितैन अलफ तुम्ही सिवाजी जेधियाच्या घरास व सेतासी घसघस करून आपण घ्यावी यैसे केले आहे म्हणउनु सिवाजी जेधे यानी हुजूर सांगितले आहे तरी तुम्ही नसता कथला सालाबाद चालिले असता त्यांची घरे व सेते घेत आहा हा कोन माना आहे याउपरी यैसे नसता कथला करीत नव जाणे तुम्ही कथला कराल म्हणजे साहेब तुम्हावरी खिजतील यैसे समजोन सालाबादप्रमाणे वर्तनूक करणे जेणेप्रमाणे सिवाजी जेधियाची सेते व घरे चालत होती तेणेप्रमाणे चालो देणे अगमान न करणे छ ६ सौवाल

टीप

कान्होजी जेधे यांच्या मुलांमध्ये देशमुखीसंबंधी असलेल्या भांडणाविषयीचे हे पत्र आहे. या विषयावर यापूर्वी काही पत्रे प्रकाशित झाली आहेत. (शि. च. सा., खंड २, लेखांक २२१; खंड ४, लेखांक ७३२; खंड ५, लेखांक ७७०, ७८६ ते ७८८; भा. इ. सं. मं. त्रैमासिक वर्ष ८३, पृ. ५१–५२.) या खंडातील लेखांक २, ३, ५, ६ व ७ त्याच विषयीचे आहेत.

या पत्रात 'खिजतील' असा वाक्प्रयोग आहे. शिवाजी महाराजांच्या आणखी एका पत्रातही तो वाक्प्रयोग आला आहे. (सनदापत्रांतील माहिती, पृ. १३३ मधील लेखांक

१९.) ते पत्र गंगाधर मुद्गल सरहवालदार याला पाठविलेले असून त्याची तारीख २० रबिलाखर, सुहूर सन सबा सबैन अलफ म्हणजे २२ जून १६७६ अशी आहे.

लेखांक ५

२५ सव्वाल, सु. १०६७ — १० एप्रिल १६६७

मसुरल अनाम राजश्री सर्जाराऊ जेधे देसमुख ताा रोहिडखोरे यासी निलो सोनदेऊ व अनाजी दतो व मोरो त्रिमल सुाा सबा सितैन अलफ माा सिवाजी जेधियामधे व तुम्हामधे घराचा व सेताची करकर होते यावरी राजश्री साहेबी श्रीवरधनगडी असता तुमचा निवाडा करून दिल्हा आहे तेणेप्रमाणे तुम्ही प्रति उतर (लिहिले) नाही सेते मशारनुलेपासून हिरोन घेतली आहेत व त्यास तपियात राहो देत नाही व साहेबाचाही रोखा तुम्हास असता तेणेप्रमाणे चालत नाही हे कोन गोस्ट आहे साहेबी निवडिले आहे तेणेप्रमाणे वर्तनूक करणे यामधे फाइदा आहे यैसियास तुम्ही तैसे वर्तत नाही हाली तुम्ही त्याची सेते हिरोन घेतली व तपियातून बाहीर घातले म्हणउनु हुजूर खबर मालूम जाली तरी हे गोस्टी दुरुस नव्हे इतकियाउपर यैसे न कीजे हाली माा मुकुंद धोंडदेव यासी तेथे पाठविले आसे हे तुमची व त्यांची हकीकत मनास आणितील आणि जेणेप्रमाणे पेसजी श्रीवरधनगडी साहेबी सांगितले आहे त्याप्रमाणे सांगतील तेणेप्रमाणे वर्तनूक करणे आपण आपणात सर्वथा कल्हावती करीत नव जाणे हाली सिवाजी जेधे ताा माारीहून सिरवलास गेले आहेत यास गावास घेऊन येणे आणि साहेबी निवडिले आहे तेणेप्रमाणे त्याची तकसीम त्यास देणे व आपली आपण खाणे आपण आपणात कल्हावती हरगिस न करणे सदरहू लिहिलेप्रमाणे वर्तनूक करीत जाणे छ २५ सौा

टीप

लेखांक ३ व ४ खालील टीपा पहा.

लेखांक ६

१ जिल्काद, सु. १०६९ २४ मार्च १६६९

मसुरल अनाम राजश्री बहिरोजी वागप्रभू हवालदार व कारकून ताा रोहिडखोरे यासी मोरो त्रिमल सुाा तिसा सितैन अलफ सर्जाराऊ जेधे यास निवाडियाबाा येक दोनी कागद पाठविले व राजश्री साहेबांचा रोखाही पाठविला परंतु ते आले नाहीत आम्हीही आठ दिवस राहिलो परंतु ते न येतीच यैसियास माा सिवाजी व सुभानजी व नाईकजी जेधे येही येथे किती दिवस म्हणौनु राहावे याबाा यासी मौजे कारीस जेथे घरे करून राहतील तेथे राहो देणे व कारीची सेते जैसी हे करिताती तैसीच यांची यांचे दुमाले असो देणे हक जो तपेसमंधे आहे तो निमे सर्जाराऊ याचे दुमाले करणे (निमे) यांचे दुमाले करणे पुढील सालाकारणे कारी अमानत करणे अमानत केलियावेगले सर्जाराऊ निवाडा करीत नाहीत याबाा कारी अमानत करणे अण निवाडा निवाडा करून जे विल्हे होईल त्याप्रमाणे अमल करणे छ १ जिलकादी व सिवाजी व सुभानजी व नाईकजी जेधे यासी सेतीचा गला खंडी १२।। साडेबारा सालगुाा देविला होता त्यापैकी पावला ९।।।. बाकी २।।।. पाउणेतीन खंडी गला राहिला तोही सर्जाराऊ यांपासून घेऊन मााइलेस पावते करणे व सालगुाा हक सासे टके व गला खंडी ३ तीन देविला होता त्यापैकीही जो गैरअदा राहिला असेल तो अदा करणे घडी घडी यांची फिर्यादी हुजूर येऊ नेदणे मोा

टीप

याच विषयासंबंधी मोरो त्रिमल (मोरोपंत पेशवे) याने सर्जाराव जेधे याला पाठविलेले ३० मार्च १६६९ या तारखेचे पत्र शि.च.सा., खंड ५ मध्ये लेखांक ७८७ म्हणून छापले आहे. त्यातही ''पुढील साली कारी अमानत केली असे'' असे बजावले आहे. कारी हे गाव जेध्यांना इनाम होते म्हणजे त्या गावाचा महसूल त्यांना मिळत होता. गाव अमानत केले म्हणजे त्याचा महसूल सरकारकडे घेतला.

पत्राची तारीख १ जिलकादी अशी लिहिल्यावर आणखी काही मजकूर लिहिणे जरूर वाटले तो तारीख टाकल्यानंतर लिहिला आहे.

लेखांक ७

११ सफर, सु. १०७० 	३० जून १६६९

दाा मसुरुल राजमान्ये राजश्री सिवाजी जेधे देसाई ताा भोर यासी बहिरोजी वाघोजी हवालदार तपे रोहिडखोरे सुाा सबैन अलफ हुजुरुन खुाा सादर जाहाले तेथे रजा जे बाजी सर्जाराऊ व सिवाजी व चांदजी व नाईकजी व रायाजी व संभाजी जेधे देसमुख ताा भोर या भावाभावामधें देसमुखीचे [वाटोळा शिक्का] वाटियाचा गरगशा लागला होता याबदल सिवाजी जेधे हुजूर येउनु मालूम केले त्यावरून सर्जारायासही हुजूर आणिले व करकडही भाऊ येथे आले हकीकत मनास आणिता निवाडा नवा होत नाही याचे बाप कान्होजी जेधे याणी देसमुखीच्या तकसिमा वाटून कागद करू दिल्हा असे तेणेप्रमाणे वर्तावे यैसा निवाडा जाहाला असे तरी जेणेप्रमाणे कान्होजी जेधा याणे निवाडा करून तकसिमा वाटून कागद करून यास दिल्हा असे तेन्हेप्रमाणे तुम्ही यास वर्तवणे म्हणू(न) रजा सादर जाहली आहे तर कान्होजी नाइके तुम्हास कागद करून दिधले आहेत ते घेऊन ठाना येने तेन्हेप्रमाणे माहाली सरंजाम होई(ल) तर तुम्ही ठाना कागद घेऊन येने बरहुकूम कागद सरंजाम होईल छ ११ माहे सफर रायबा येऊन बहुत काही आमासी बोली ते आम्ही त्यास जबानीने सांगितले आहे त्यावरून विदित असावे [मोर्तब]

टीप

''व करकडही भाऊ'' असेच मूळ पत्रात आहे. ती कारकुनाची चूक असली पाहिजे. करकडहीऐवजी वरकडही असे पाहिजे.

हे पत्र रोहिडखोऱ्याचा हवालदार बहिरोजी वाघोजी याने पाठविले आहे. त्याला शिवाजी महाराजांकडून (''हुजुरुन'') जे पत्र आले होते ते या पत्रात उद्धृत केले आहे. (''बाजी सर्जाराऊ'' पासून ''तुम्ही यास वर्तवणे'' पर्यंत.)

कान्होजी जेधे याच्या मुलांमध्ये देशमुखीच्या वाटणीविषयी भांडण होते. त्यासंबंधीचे हे पत्र आहे. याच विषयावरील काही पत्रे यापूर्वी प्रकाशित झाली आहेत.

''बहिरजी वाघप्रभू हवलदार व कारकून ताा रोहिडखोरे'' यांना कृष्णाजी भास्कर याने पाठविलेले २७ ऑक्टोबर १६६७ या तारखेचे एक पत्र शि.च.सा., खंड १ मध्ये लेखांक ५२ म्हणून छापले आहे. त्यातील बहिरजी वाघप्रभू आणि इथे ज्याचे पत्र छापले आहे तो बहिरोजी वाघोजी एकत्र असले पाहिजे. नाव लिहिताना पूर्वी असा फरक पडत असे. या खंडातील लेखांक ६ मध्ये त्यालाच बहिरोजी वागप्रभू म्हटले आहे.

लेखांक ८

अश्विन शु. १३, शक १५९८ ९ ऑक्टोबर १६७६

श्री (नाग)नाथ

असल

श्री सके १५९८ नल नाम संवत्सरे अस्विन सुध त्रयोदसी सोम (वार) त दिनी समापत्र जाले वाटणी कुलकर्ण देहे ताा भोर हे अंबाजी बलाल, येकोजी कृस्ण येमाजी गोपीनाथ सामाईक चालवीत होते यावरी गावास मिरासी खंडणी दिवाणची पडो लागली हे काही येकास देवत नाही मग तिघाजणी येमाजी गोपीनाथी बैसऊन गावाची वाटणी केली ताा ३ ते राजी होऊन कबूल केले

ताा येकोजी कृस्ण	ताा अंबाजी
१ चिखली	१ राविडी
१ तिटेघर	१ वडतोंबी
१ कोरले	१ कर्नवडी
३	१ म्हाकोसी
	४
येाा बाबासी टके १६० येकसेसाठी टके	येकून बाबासी टके येकसे पासठी १६५

येमाजी गोपीनाथ
१ अंबोडे
१ नाटिंबी
१ सांगवी
१ अकसुले लग
४
येकून बाबासी टके (१६४) येकसेचौसठ

येकुन टके ४८९ चारसेनव्यासी हे आपलाले तकसिमा चालवावे कोन्हासी कोण्ही वाईट नसावे काही अस्तन आहे ते समाईक असे तेथे जे होईल ते तकसीमप्रमाणे खाऊन असावे यैसी वाटणी जाली होती हे तिजणी कबूल केली येकाचे वाईट ते अवघ्याचे वाईट येकाचे बरे ते अवघ्यांचे बरे यासी जो मोडील

त्यासी श्री [मोकळी जागा] आण असे व वडिलांची असे हे वाटणी समापत्र सही

गोही

विश्वनाथभट्ट ठकार कसबे खेडेबारे   अंताजी बाबाजी सराफ ता। खेडेबारे
पत्रप्रमाणे साक्षि
सदरहू बिकलम खंडो गोपीनाथ

टीप

समा या संस्कृत शब्दाचा सह, समवेत असा अर्थ होतो. समापत्र म्हणजे एकोपापत्र. शि. च. सा., खंड १, लेखांक ४६; खंड ५, लेखांक ८३३ व खंड १२, लेखांक ११० ही समापत्राची उदाहरणे आहेत. त्या समापत्रांमध्ये अनुक्रमे ''जे बरे होईल ते तिघांचे व वाईट होईल तेही तिघांचे'', ''येकाचे दुख ते सर्वांचे दुख'' आणि ''येकाचे वाईट ते असकियांचे [? अवघियांचे] वाईट'' असे उल्लेख आहेत. इथे छापलेल्या समापत्रातही तशा स्वरूपाचा उल्लेख आहे.

विश्वनाथभट ठकार यांची गोही देवनागरीत आहे.

लेखांक ९

तारीख नाही

श्री नागेश्वर

राजश्री कृस्नाजी नरसाले हवालदार व
कारकून किले मनमोहनगड गोसावी यासी

अखंडित लक्षुमी अलंकृत राजमान्ये स्नेा। बाजी सर्जाराऊ देशमुख ता। रोहिडखोरे जोहार विनंती उपरी येथील क्षेम जाणोन स्वकीये कुशल लेखन केले पाहिजे विशेशे गोसावी यानी पत्र पाठविले पावोन लिहीले की व्याहाळ माचीस सेते केली आहेत त्यासी सणस कथला करीत आहेत म्हणोन लिहिले हे बरे उतमच केले परंतु व्याहाल माचीस चालीस वरसे दुराई पडिली असता तुम्ही ते माची तोडिली की किल्ल्याची नातवानी होती म्हणौन आम्ही उगेच राहिलो

किला साहेबाचा येक वख्त तोडिले हे बरेच केले परंतु हाली सालाकारणे सणसानी सेते केली तरी त्यास सेते लाऊन नेऊ न देणे दुराई देऊन पाडणे तो आम्हीही स्वार होऊन आदितवारी येतो मग जेणेप्रमाणे निवडेल त्यासी आम्ही कबूल आहो ते जे गोस्टीस राजी होतील यैसे गोत न्याये करणे असल अगर दिव्यास कबूल होतील अगर [डावीकडे देवनागरी शिक्का] भोर जुंझा म्हणतील तरी त्यास सेवट कबूल करून परंतु त्यास जे तुम्ही जेण्हेप्रमाणे कराल त्यास आम्ही राजी असो यामधे जे निवाडा करितील ते पाहून विशेश ल्याहावे तरी तुम्ही सुज्ञ आहा कृपा असो दिल्ही पाा हे विनंती निवडे तोवरी त्यासी येक काडी अगर येक दाणा नेऊ न देणे दुराई देऊन पाडणे हेही नाइकीत तरी सेवटी तुम्ही कुल मापून सेत घेऊन जाणे परंतु त्यास न देणे जोपर्यंत (नि)वडे तोव(र) अमानत असे विशेश लिाा हे विनंती [शिक्का]

टीप

मनमोहनगड म्हणजे केंजळगड. तो सातारा जिल्ह्याच्या वाई तालुक्यात आहे. पत्राच्या माथ्यावर श्री नागेश्वर असे लिहिले आहे ते स्वाभाविकच आहे. पत्र बाजी सर्जाराव जेधे याचे आहे आणि नागेश्वर ऊर्फ नागनाथ हे जेध्यांचे दैवत होते.

लेखांक १०

तारीख नाही

राजश्री बाजी सर्जाराऊ
देसमुख ताा भोर गोसावी यासी

दाा मसुरल हजरती अखंडित लक्ष्मी अलंकृत राजमान्ये राजश्री [मोकळी जागा] प्रति फिरंगोजी नरसाले हवालदार व कारकून किले रोहिडा जोहार विनंती उपरी गोसावी पत्र पाठविले पावोन अभिप्राऊ कलो आला लिहिले की आपण निरोप घेउनु गावास आलो यैसियासी राजश्री साहेबी सांगितले आहे की हुशार खबरदार असणे म्हणौनु लिहिले तरी अम्ही बहुत खबरदार असो [पाठीवर डावीकडे देवनागरी शिक्का] तुम्हीही अपले जागा बहुत हुशार खबरदार असिले

पाहिजे जो काही समाचार देईल तो ळेहोन पाठवीत जाणे कृपा आसो दीजे हे विनंती [देवनागरी मोर्तब]

बार

⌘⌘⌘

परिंच्याचे पाटील

लेखांक ११

[फार्सी शिक्का]

६ जिलहेज १०३९ १ एप्रिल १६३९

दाा कौलुनामा अज दिवाण मसुरल ह(जर)ती राजश्री दादाजी कोंडदेऊ सुभेदार (नाम)जाद किले कोंढाणा व माहलानिहाये ताा रतनोजी जाधव मौजे परिंचे पाा पुणे (सुाा) तिसा सलासीन अलफ दादे कौलुनामा यै(सा जे) लखमोजी मोकदम मौजे वाले व मोकदम मौजे मजकूर येउनु मालूम केले जे नफर मजकु(रा)मधे व गोंदजीमधे सेताचा इनामतीचा करकसा आहे याबदल नफर मजकूर गावातून बाहेर गेला आहे यास साहेबाचा कौलु जा(लिया) नफर मजकुरास गावास आणौनु म्ह(णोन) मालूम केले बराये मालुमाती खातिरेसी (आणौनु) कौलुनामा सादर केला असे तुवा बेसक हो(उनु) येणे तुझा व गोंदजीचा जो करकसा असेल तो मनास आणोनु बरहक करुनु विले करू ये बाबे तुज आमचा कौल इमान असे काही (मु)लाहिजा न धरणे बेसक होउनु येणे कौलू असे मोर्तबु [मोर्तब]

तेरीख ६ जिल्हेज

टीप

हा कौलनामा भा. इ. सं. मं. त्रैमासिक, वर्ष ८६, पृ. १५६-५८ मध्ये छायाचित्रासह छापला आहे. ऐतिहासिक संकीर्ण साहित्य, खंड १, लेखांक १३५ हा देखील दादाजी कोंडदेवाने दिलेला कौलनामा आहे. तो आणि इथे छापलेला कौलनामा यांच्यातील मजकुरात पुष्कळ साम्य आहे. या कौलनाम्यातील फाटलेल्या ठिकाणचे शब्द त्या

कौलनाम्यातून यांबर्गाने पेठजा कंसारा दिले आहेत. परिंचे आणि वाल्हे (वाले) ही दोन्ही गावे पुणे जिल्ह्याच्या पुरंदर तालुक्यात आहेत.

लेखांक १२

७ मुहर्रम, सु. १०५९ २५ सप्टेंबर १६५८

[शिक्का]

दाा कौलनामा अज दिवाण ठाणे ताा निरथडी पाा पुणा ताा कृस्णाजी सूर्याजी मोकदम मौजे परिंचे ताा माा सुाा तिसा खमसैन अलफ दादे कौलनामा यैसा जे तुम(चे) बाबे देसमुख पाा माा मालूम केले जे न(फर मारा)चे (ह)कासी गोमाजी ह्लह्लह्ल याणे सेवधारेसी व बाजे किरकोली हकास द्वाही दिधली होती यावरी साहेबी तेली व माली बोलाउनु यासी पुसिले जे खा(न) सलाबतखाने व हैबतीखान व मलिक अंबर व हाली राजश्री [मोकळी जागा] माहाराज साहेबु ताा साल गुाा जैसे चालत आले आहे ते सांगणे आणौउनु पुसिले यावरी जाऊ मेहतरी तेली व भीक माली चाप माली व गौड माली व राग माली नवला व राघ माली वाघोला व रतनोजी यादव व मसकोजी नांदगुडा व यमाजी जाधकर व बहिरजी नवला व माहा(र) मौजे मजकूर व राजजी सवला व बलुते समस्त बोलिले जे सदरहू कारकीर्दी सलाबतखानपासुनु आजीतागाईत सूर्याजी मोकदमी खात आला आहे यासी कोण्ही इस्किल केली नाही सूर्याजी मेलियावरी त्याचा लेक कृस्णाजी हक व उत्पन व सेवधार व बाजे किरकोली हक खातो यासी हाली गोमाजी जाधव याणे द्रोही दिधली आहे तरी xxx जीच्या बापे अगर अजियाने अगर xxx गुदरली असे आणि xxx हकलाजिमा xxx

[पाठीवर] तेरीख ७ माहे मोहरम

टीप

पुणे परगण्याच्या निरथडी तरफेतील मौजे परिंचे या गावच्या कृष्णाजी सूर्याजी मोकदम याला निरथडी तरफेच्या सरकारी कचेरीतून मिळालेला हा कौलनामा आहे. गोमाजी जाधव याने द्वाही दिली की (म्हणजे बाजारात उभे राहून जाहीर सांगितले की)

सेवधार व इतर बाजे हक माझे आहेत. यावर साहेबांनी (शिवाजी महाराजांनी) गावातील माळी व तेली या लोकांना बोलावून याविषयी चौकशी केली की सलाबतखान, हैबतीखान, मलिक अंबर व सध्या महाराज साहेब (म्हणजे शहाजी महाराज) यांच्या कारकीर्दीत मागीलवर्षीपर्यंत "जैसे चालत आले आहे ते सांगणे". माळी व तेली यांच्याकडे चौकशी केली कारण वाद सेवधारेच्या हक्काबद्दल होता. (सेव म्हणजे बाजारात येणाऱ्या भाजीपाल्यावरील कर व धार म्हणजे तेलावरील कर.) यावर गावातील माळी, तेली व बलुतेदारांनी सांगितले की सूर्याजीकडेच गावची मोकदमी होती आणि तो हे सर्व कर गोळा करीत होता. सलाबतखानापासून त्याला कुणी हरकत घेतली नव्हती. सूर्याजी मरण पावल्यावर त्याचा मुलगा कृष्णाजी हा आता सेव धार व इतर हक्क खातो आहे.

पत्राच्या शेवटच्या चार ओळी फाटलेल्या आहेत. परंतु कौलनामा कृष्णाजीला दिलेला आहे आणि साक्षीदेखील त्याच्याच बाजूने आहेत. म्हणून निकालदेखील त्याच्या बाजूने झाला असला पाहिजे.

पत्रात सलाबतखान, हैबतखान, मलिक अंबर व महाराजसाहेब (म्हणजे शहाजी महाराज) यांचा उल्लेख आहे. शहाजी महाराजांना निजामशाही व आदिलशाही या दोन्ही राजवटींमध्ये पुणे परगणा मोकासा होता हे प्रसिद्ध आहे. मलिक अंबर निजामशाहीचा सर्वेसर्वाच होता. हैबतखानाची पुणे परगण्यातील इनामांविषयी हुकूम देणारी काही पत्रे प्रकाशित झाली आहेत. (उदा. शि. च. सा., खंड २, लेखांक १२५; राजवाडे, खंड १८, लेखांक २.) इनामाच्या अनेक कागदपत्रांमध्ये पुणे परगण्यावरील त्याच्या कारकीर्दीचा उल्लेख येतो. (उदा. शि. च. सा., खंड २, लेखांक १२६; खंड ३, लेखांक ३९८; खंड ४, लेखांक ६७५; खंड ५, लेखांक ८७३ – पृ. १२३.) पुणे परगण्यावरील सलाबतखानाची कारकीर्द फार जुनी, हैबतखानाच्याही पूर्वीची, असली पाहिजे. तिचा उल्लेख मात्र आढळला नाही.

लेखांक १३

१९ सव्वाल सु. १०७५ ६ जानेवारी १६७५

[**पिळा जीनारा यण** असा अष्टकोनी शिक्का]

अज दिवाण ठाणे ता निरथडी पा पुणे ता मोकदमानी व रयानी मौजे

परिंचे ता। मा। सुा। सन खमस सबैन अलफ सूर्याजी मोकदम मौजे मा ठाणा येउनु सांगितले की बापभाऊ आपल्या नांगराच्या हकास खलेल करिताती म्हणउनु सांगितले तरी नांगराचे हक जे आहेती ते सूर्याजी मोकदमास देणे त्यासी कोणी बापभावास इस्किल करावयासी गरज नाही जो नांगराच्या हकास इस्केल करील त्यासी ताकीद होईल यैसे समजोन नांगराचे हक सूर्याजीस देणे त्यासी इस्केल न करणे छ १९ सवाल नांगराच्या हकास बापभावास समंध नाही बापभावानी जे इनामती असेल ते वाटून खाणे नवे जिकीर न करणे मोर्तब [**मोर तब** असा षट्कोनी मोर्तब]

टीप

राघो बल्लाळ अत्रे हा शिवाजी महाराजांच्या प्रमुख अधिकाऱ्यांपैकी एक होता. अत्रे घराण्याच्या वंशावळीनुसार या राघो बल्लाळाचा चुलता नारो मल्हार अत्रे याला गोविंद, अंताजी व पिलाजी असे तीन मुलगे होते. (शि. च. सा., खंड ५, लेखांक ८४१.) वरील पत्राच्या माथ्यावर पिलाजी नारायणाचा शिक्का आहे. हा पिलाजी नारायण म्हणजेच त्या नारो मल्हार अत्रे याचा मुलगा पिलाजी असावा.

पिलाजी नारो याला विठ्ठल नावाचा मुलगा होता. (शि. च. सा., खंड ५, लेखांक ८४१.) पर्णालपर्वतग्रहणाख्यान या संस्कृत ग्रंथात शिवाजी महाराजांच्या नोकरीतील विठ्ठल पिलदेव नावाच्या अधिकाऱ्याचा उल्लेख आला आहे. (अध्याय ५, श्लोक ५७, ८०.) तो विठ्ठल पिलदेव हे पत्र लिहिणाऱ्या पिलाजी नारायणाचा मुलगा असावा. पिलाजी हे पिलदेवचेच रूप आहे. विठ्ठल पिलदेव सुभेदार सुभा ताा मावले याचे २५ मार्च १६७२ या तारखेचे एक पत्र शि.च.सा., खंड ३ मध्ये लेखांक ४४१ म्हणून छापले आहे.

लेखांक १४

वर्ष नाही

अर्जदास्त अज बंदगी बंदे कमीन कमतरीन बंदगानी बंदे सेरीकर बाजी व ताऊजी देसमु(ख) व होनाजी व विठोजी मोकदम काा स XXX अज खिजमती

जमीपोस अर्जदास्त

बाा छ १७ रमजान साहेबाचे निघेकरून सेरीकराची बखर सलाबत असे

बाा साहेबाचे खुर्दखत सादर जाले तेथे रजा मंबाजीने परिंचाचे पाटीलकीचा कुसूर पडिला आहे तरी सालाबाद भोगवटा परिंचकर सूर्याजीचा अउलादी अफलादी चालिले आहे मंबाजी खराडियाचा कधी कुसूर आइकिला नाही [फार्सी शिक्का]

टीप

जमीपोस हा जमींबोस (जमीनबोस) या फार्सी शब्दाचा अपभ्रंश आहे. जमींबोस म्हणजे जमिनीचे चुंबन घेणे, म्हणजेच अगदी वाकून अभिवादन करणे.

कोबाजी खराडे या आदिलशाही उमरावाने परिंच्याच्या पाटीलकीवर हक्क सांगितलाच होता. (लेखांक १५ पहा.) मंबाजी खराडे हा त्याचाच कोणी भाऊबंद असेल.

पत्रावर तारीख नसली तरी दौलतमंगळ मामला अस्तित्वात होता त्या मुदतीतलेच (१६२९-३६) हे पत्र असावे. त्याची देशमुखी या बाजी व ताऊजी यांनी मिळवलेली दिसते. खराडे बरीच वर्षे या पाटीलकीवर हक्क सांगत होते. ''परंचाचे पाटीलकीसी कान्होजी खराडे नसता कथला करून घर तेथे बांधतात तरी कथला करू न देणे'' असे शिवाजी महाराजांनी पुणे परगण्यातील निरथडी तरफेच्या हवालदाराला पाठविलेल्या २६ जून १६७१ या तारखेच्या पत्रात म्हटले आहे. (भा.इ.सं.मं. त्रैमासिक, वर्ष ७, पृ. ४६.)

लेखांक १५

तारीख नाही

दर बंदगी माा रायाराऊ हवालदार साहेब मामले दौलतमंगळ

दाा अर्दास अज बंदगी बंदे कमीन सेरीकर मल्हारजी आपाजी देसमुख सेटे माहाजन व खळक किले (दौलतमंग)ळ अर्दास साहेबी खुर्दखत सादर केळे तेथे रजा की मौजे परिंच्या मामले दौलतमंगळ तेथील मोकदमीची घसघस दरिंवख्त वजारत माब कोबाजीराजे खराडे हुजूर मालूम केले की आपली मोकदमी मिरासी आहे भोगवटाप्रमाणे निवाड करणे तरी सूर्याजी हाली मोकदमी चालवितो अमल

कैसा तो बयावार लिहिणे तरी हाली सूर्याजी चालवितो पा मजकुरीच्या देसमुखासी व हमशाही मोकदमासी व परिंच्याचे बारा बलुते बोलाउनु अमल सालाबादप्रमाणे भोगवटा तसरुफाती मनास आणिली पाहिजे मिरासीचे काम आहे आम्ही बयावार लिहिणे तरी आमचे वडील कोण्ही नाहीत खलकास पुसता सूर्याजीचा भोगवटा आहे अमल ये रीतीचा असे हे अर्दास [फार्सी शिक्का]

अर्दास

टीप

इ. स. १६२९ मध्ये लुखजी जाधवरावांचा खून झाल्यावर शहाजीराजे निजामशाही चाकरी सोडून पुण्याला येऊन राहिले. त्यावेळी आदिलशाही व निजामशाही यांच्यात युद्ध चालू होते. म्हणून मुरार जगदेव या आदिलशाही उमरावाने निजामशाहीवर स्वारी करून पुणे, शिरवळ व इंदापूर हे परगणे लुटले आणि पुण्याचा कसबा लुटून व जाळून त्याचा तट पाडून टाकला. त्यानंतर त्याने भुलेश्वर येथे दौलतमंगळ नावाचा किल्ला बांधला आणि तिथे रायाराव नावाच्या सरदाराची नेमणूक करून तो विजापूरला परतला. दौलतमंगळ हे तेव्हा आदिलशाहीतील एका नव्या मामल्याचे मुख्य ठिकाण करण्यात आले आणि त्यात पुणे व सुपे या परगण्यांमधील काही गावांचा समावेश करण्यात आला. (श्री राजा शिवछत्रपती, भाग १, पृ. ४८१-८४.) हा दौलतमंगळ मामला १६३६ पर्यंत अस्तित्वात होता. त्यानंतर लवकरच तो विसर्जित करण्यात येऊन त्यातील गावे पुन्हा पूर्वीप्रमाणे पुणे व सुपे परगण्यात समाविष्ट करण्यात आली. (श्री राजा शिवछत्रपती, भाग १, पृ. ४८३-८४, टीप ७७.)

इथे छापलेल्या पत्रावर जरी तारीख नसली तरी ते १६२९ ते १६३३ च्या दरम्यानचे असले पाहिजे असे या हकीकतीवरून स्पष्ट होते. हे पत्र म्हणजे रायारावाला केलेला अर्ज आहे. रायारावाचे खुर्दखत त्यात उद्धृत केले आहे. ("मौजे परिंच्या" पासून "अमल कैसा तो बयावार लिहिणे" पर्यंत.)

कोबाजीराजे खराडे हा आदिलशाही उमराव होता. त्याचे २३ सप्टेंबर १६२५ या तारखेचे एक पत्र शि. च. सा., खंड ४, लेखांक ७१९ म्हणून छापले आहे. आदिलशाहाच्या १४ जून १६३० या तारखेच्या फार्सी-मराठी द्वैभाषिक फर्मानात त्याच उल्लेख आहे. त्या फर्मानाचा फार्सी भाग ऐतिहासिक फारसी साहित्य, खंड १ मध्ये लेखांक ३५ म्हणून आणि मराठी भाग शि. च. सा., खंड २ मध्ये लेखांक २०४ म्हणून छापला आहे. नाईकजी खराडे आणि हणमंतराव खराडे हे खराडे कुळातले शिवकालीन आदिलशाही उमराव प्रसिद्ध आहेत. त्यांपैकी नाईकजी खराडे हा शिवाजी महाराजांविरुद्ध चालून

आलेल्या अफजलखानाच्या सैन्यात होता. कालदृष्ट्या विचार केला तर कोबाजीचा मुलगा नाईकजी आणि नाईकजीचा मुलगा हणमंतराव असा यांचा संबंध असावा असे वाटते. कोबाजीसारखा आदिलशाही उमराव परिंच्यासारख्या लहानशा गावाच्या मोकदमीवर हक्क सांगतो ही गोष्ट त्या काळात मातब्बर लोकांनाही वतनांची आसक्ती किती असे याची द्योतक आहे. प्रत्यक्षात ती मोकदमी कोबाजीला मिळाली नाही, ती जाधवांकडेच राहिली, हे पुढील काळातील कागदपत्रांवरून दिसून येते. (सूर्याजी जाधव कुळातला होता.) त्यांपैकी काही या खंडात छापली आहेत.

⌘⌘⌘

त्र्यंबकेश्वरचे ढेरगे

लेखांक १६

मार्गशीर्ष वद्य १४, (शक १५५६), भाव संवत्सर — ९ डिसेंबर १६३४

श्रीत्रिंबक

xxx भाव नाम संवस्तरे मार्गस्वर वदी चतुर्दसी वार मंगलवार (ते) दिवसी माहास्थानस्थित श्री [मोकळी जागा] यासी समस्त ब्राम्हण व देसमुख कर्याती त्रिंबक व सेटे व माहाजन कसबे वाडी कर्याती मजकुरु सुा खमस सलासीन अलफ लेहोनु दिधले यैसे जे सिऊभट व भिकंभट ढेरगे कसबे वाडी याचे घरलाव्होचा झगडा लागला होता याचा निवाडा येणेप्रमाणे केला असे बितपसील

पुरातन वडिलाचे येजमान ग्रहस्त आहेती ते दोघीजणी दो ठाई वाटुनु घेणे दोहीमधी येकाचे घरी राहातील तरी दो ठाई वाटुनु घेणे भिकंभटाचे नवे येजमान बालोपंत व निंबालकर हे भिकंभटाचे घरी राहातील सिऊभटा समधु नाही भिकंभटास सिऊभटी होनु १२।। साडेबारा देउनु हिसेब मागील

सिऊभट नवे उपार्जिले आहेती राजश्री शाहजीराजे व याचे दिमतीचे जे आहेती ते सिऊभटी आपले घरास नेणे भिकंभटासी निसबती नाही घर दोठाई दोघाजणास वाटुनु दिधले असे दोनी दारवटे लावणे

आजीतागाईत खंडिला असे

सदरहू येणेप्रमाणे निवाडा जाला असे

गोही

आपाजी शंकर देसमुख कर्याती त्रिंबक

दादसेटी व तिमसेटी सेटिये

टीप

किरकोळ फरक वगळता जवळ जवळ याच मजकुराचे परंतु तिथीत व वारात एका दिवसाचा फरक असणारे निवाडपत्र रेकॉर्ड्स ऑफ द शिवाजी पीरिअड या पुस्तकात पत्र क्र. १२६ म्हणून छापले आहे. तिथे पत्राच्या पाठात पत्राची तिथी ''सके १६५६ भावनाम संवत्सरे मार्गस्वर वदि त्रयोदसी वार बुधवार'' अशी दिली आहे, मात्र त्याच पत्राच्या संपादकीय मथळ्यात पत्राची तिथी ''सके १५५६ भाव मार्गस्वर वदि त्रयोदसी'' अशी दिली आहे. शके १६५६ ला भाव संवत्सर नव्हते. सबब, पत्राच्या छापील पाठातील १६५६ हा शकाचा आकडा ही मुद्रण प्रतीतील किंवा खिळेजुळणीतील चूक आहे, आणि संपादकांनी मथळ्यात दिलेला १५५६ हा शकाचा आकडा बरोबर आहे, असे मानून पुढील विवेचन केले आहे.

श्री रामदासीचीं ऐतिहासिक टिपणें या पुस्तकात पृ. ७६ वरील कलम १२ मध्ये या पत्राची नोंद घेतलेली असून तिथेही १५५६ हाच शक दिला आहे. इथे छापलेल्या पत्राचा सुरुवातीचा थोडा भाग फाटल्याने शक गेला आहे आणि उर्वरित तिथी ''भावनाम संवत्सरे मार्गस्वर वदी चतुर्दसी वार मंगलवार'' अशी आहे. दोन्ही ठिकाणी तिथी आकड्यात नसून अक्षरी आहे आणि वेगवेगळी आहे; शिवाय वारातही फरक आहेच. सारख्याच मजकुराच्या दोन निवाडपत्रांपैकी एकात तिथिवार ''त्रयोदसी'' व ''बुधवार'' तर दुसऱ्यात तिथिवार ''चतुर्दसी व मंगलवार'' असे आहेत!

दोन्ही पाठांमध्ये सुहूर सन खमस सलासीन अलफ असाच आहे. तो शक १५५६ शी जुळता आहे. खरे जंत्रीनुसार शके १५५६ भाव संवत्सर या वर्षीच्या मार्गशीर्ष वद्य त्रयोदशीला सोमवार होता, बुधवार नव्हता, पण मार्गशीर्ष वद्य चतुर्दशीला मात्र मंगळवार होता. म्हणजे, रेकॉर्ड्स ऑफ द शिवाजी पीरिअड मधील पत्र क्र. १२६ मधील तीथिवारांचा परस्परांशी मेळ बसत नाही; इथे छापलेल्या पत्रात मात्र तीथिवारांचा परस्परांशी मेळ बसतो.

या दोन वेगवेगळ्या पाठांमध्ये इतर जे फरक आहेत त्यांपैकी काही फरक पुढे दिले आहेत : (१) रेकॉर्ड्स ऑफ द शिवाजी पीरिअड मधील पाठात शेवटी गोही अशा

मथळ्याखाली उजव्या रकान्यात ''रुद्रभट धर्माधिकारी'' व ''गदाधरभट परांजपे'' अशी दोनच नावे एकाखाली एक आहेत. इथे छापलेल्या पत्रात शेवटी गोही अशा मथळ्याखाली उजव्या रकान्यात ''दादसेटी व तिमसेटी सेटिये'' एवढीच नावे आहेत. (२) 'रेकॉर्ड्स'' मधील पाठात डाव्या रकान्यातील दुसऱ्या कलमात ''सिऊभटासी (निसबत ना)ही'' असे छापले आहे. कागद फाटल्यामुळे जिथे अक्षरे गेली आहेत तिथे संपादकांनी अनुमानिलेली अक्षरे कंसात घातली असणार. इथे छापलेल्या पत्रात तिथला कागद शाबूत असून मजकूर ''सिऊभटासी समधु नाही'' असा आहे. (३) रेकॉर्ड्समधील पाठात उजव्या रकान्यातील दुसरे कलम पुढीलप्रमाणे आहे: ''घर दोठाई दोघा (येथून पुढे फाटले आहे. एकूण तीन ओळी मजकुर)''. इथे छापलेल्या पत्रात तिथला कागद फाटलेला नाही. (४) 'रेकॉर्ड्स'' मधील पाठात सुहूर सनापूर्वी ''समस्त ब्राह्मण व देसमुख कर्याती मजकूर सेटीये व माहाजन कसबे वाडी त्रिंबक'' असा मजकूर आहे. इथे छापलेल्या पत्रात त्या मजकुराऐवजी ''समस्त ब्राह्मण व देसमुख कर्याती त्रिंबक व सेटे व माहाजन कसबे वाडी कर्याती मजकुरु'' असे आहे. 'रेकॉर्ड्स'' मध्ये कर्यातीचे कोणतेच नाव आधी आलेले नसताना ''कर्याती मजकूर'' असे आहे ते पत्रलेखनपद्धतीला धरून नाही. इथे छापलेल्या पत्रात ''कर्याती त्रिंबक'' असे नाव आधी आल्यावर पुढील उल्लेखाच्या वेळी ''कर्याती मजकुरु'' असे आहे हे योग्य आहे. (५) 'रेकॉर्ड्स'' मध्ये ''घरकळहोचा झगडा'' असे आहे. इथे छापलेल्या पत्रात ''घरलाव्होचा'' असे आहे. 'क' ऐवजी 'ला', किंवा 'ला' ऐवजी 'क', असे वाचन मोडीत होऊ शकते. पण इथे छापलेल्या पत्रात पुढील अक्षर हे 'व्हो' असे जोडाक्षरच वाचावे लागते. (६) 'रेकॉर्ड्स'' मधील पत्रात गोहीपूर्वी शेवटचे वाक्य पुढीलप्रमाणे आहे – ''सदरऊ येणेप्रमाणे निवाडा जाला असे भेकभट ढेरगे हे लिहिले सही.'' इथे छापलेल्या पत्रात सदर मजकुराऐवजी ''सदरहू येणेप्रमाणे निवाडा जाला असे'' एवढाच मजकूर आहे. असेच आणखीही काही फरक आहेत.

या फरकांचा उलगडा कसा करावा असा प्रश्न आहे. नकलांमध्ये किरकोळ कारकुनी चुका असतात पण वर नमूद केलेल्या चुका किरकोळ कारकुनी चुका या सदरात बसत नाहीत. त्यातील 'ब्राम्हण' शब्दातील 'ब्रा' हे अक्षर व 'मजकुरु' या शब्दातील 'रु' हे अक्षर ही अक्षरांची वळणे, आणि 'समधु', 'मजकुरु' ही शब्दांची रूपे, शके १५५६ या काळाशी सुसंगत आहेत. ''रेकॉर्ड्स'' मध्ये पत्राचे छायाचित्र दिले नसल्याने त्याविषयी काही सांगता येत नाही. (''रेकॉर्ड्स'' मधील ढेरगे घराण्याची कागदपत्रे ढेरगे घराण्यात मिळाली आणि आता ती मुंबई येथे पुराभिलेख विभागात आहेत. रेकॉर्ड्सच्या प्रस्तावनेचे पृष्ठ १८ पहा.)

इथे जे पत्र छापले आहे त्याविषयीचे विवेचन पुढीलप्रमाणे :-

सिऊभट व भिकंभट हे दोघे क्षेत्रीचे उपध्याय होते. त्यांच्यात ''घरलाव्होचा झगडा लागला होता.'' प्रश्न आहे घरलाव्होचा म्हणजे कशाचा. लाहो म्हणजे प्राप्ती, लाभ, फायदा, लोभ, हाव. (मोल्सवर्थ.) घरलाव्होचा म्हणजे घरलाहोचा. क्षेत्रास जे लोक येत ते आपापल्या उपाध्यायाच्याच घरी मुक्काम करीत. त्यांच्याकडून उपाध्यायाला दक्षिणा वगैरे प्राप्ती होई. जे लोक क्षेत्रास येतील त्यांनी आपल्या घरी उतरावे असे कोणाही उपाध्यायाला वाटत असणार. त्यासंबंधीचा जो झगडा तो घरलाव्होचा झगडा. दारवटा म्हणजे उंबरठा. घर दोघांमध्ये वाटले म्हणजे दोन वेगळे उंबरठे (म्हणजेच दोन वेगळे दरवाजे) करावे लागणारच.

पत्रात शहाजी महाराजांचा उल्लेख आहे. (''रेकॉर्ड्स''मधील पाठातही शहाजीराजांचा तसाच उल्लेख आहे.) सिऊभट ढेरगे यांच्याकडे शहाजी महाराजांचे क्षेत्रोपाध्यायपण होते असा त्याचा अर्थ आहे. हे पत्र लिहिले त्या सुमारास शहाजी महाराजांचा नाशिक त्रिंबकवर अंमल होता. पण पत्र त्याविषयी नसून फक्त क्षेत्रोपाध्यायपणाविषयी आहे. (श्री राजा शिवछत्रपती, भाग १, पृ. १०१२-१३.)

पत्रात 'श्री' नंतर मोकळी जागा सोडली आहे तिथे पत्राच्या माथ्यावरील 'श्रीत्रिंबक' हा शब्द वाचावयाचा आहे. पत्रात ''कसबे वाडी'' असा जो उल्लेख आहे तो कोणत्या गावाचा? त्रिंबक किल्ल्याच्या पायथ्याशी असलेल्या ज्या गावाला सध्या त्रिंबक म्हणतात त्यालाच पूर्वी वाडी म्हणत असतील काय? तूर्त तरी हे प्रश्न अनुत्तरित आहेत.

लेखांक १७

फसली १०५९ इ. स. १६४९-५०

श्री

त्रंबकराज

वेदमूर्ती राजश्री भिकंभट ढेरगे त्रिंबक(क)र
क्षेत्र मुा त्रिंबक गोसावी यासी

।। दाा

सकलतीर्थस्वरूप [मोकळी जागा] राजश्री बजाजी नयेक दंडवत सुाा सन

१०५९ तुम्हास तीर्थपौरोहितपन क्षेत्र त्रिंबक येथील दिधले असे तुम्ही आपले पूर्वापूर्व असा जो कोन्ही आपल्या वेंशामधे येईल तो तुमचे पूजण करील तुमचे विद्यमाणे तीर्थी विधी करील अन्यथा करील त्यास शपथ असे तुम्हास आपन स्रावण मासीचा अभिशेक यास येकपरियंत श्री [मोकळी जागा] करणेयास्तव तुम्हास वरशासन होन १० दाहा केले असेत [डावीकडे समासात चौकोनी देवनागरी शिक्का] तुम्ही प्रतिवरसी येऊन घेणे लिहिले सहि विनंती [मोर्तब]

टीप

शेवटची ''लिहिले सहि विनंती'' हे शब्द देवनागरीत आणि ओबडधोबड अक्षरात आहेत. ते लिहिणाऱ्या व्यक्तीला लिहिण्याचा काही सराव नाही. रीतीनुसार ती अक्षरे खाशाची, म्हणजे इथे बजाजी नाईक याच्या हातची, असली पाहिजेत.

मुख्य शिक्का देवनागरीत असला तरी अक्षरे स्पष्ट कोरलेली नसल्यामुळे वाचन करता येत नाही; मोर्तबदेखील वाचता येत नाही. पत्र शिवाजी महाराजांचा मेहुणा बजाजी निंबाळकर याचे आहे असे मानता येईल. पत्र बजाजी निंबाळकराचे आहे असा शेरा पत्राच्या पाठीवर कोणीतरी अलिकडच्या पन्नास-शंभर वर्षात मारला आहे. पण शिक्का व हस्ताक्षर यांची इतर कागदपत्रांवरून रुजुवात केल्याशिवाय पत्र बजाजी निंबाळकराचे आहे असे खात्रीलायकपणे म्हणता येणार नाही.

शुहूर सन मूळ पत्रावर आकड्यात आहे म्हणून तो फसली मानला आहे. पण अशा स्वरूपाच्या पत्रावर सुहूर सन अक्षरांऐवजी आकड्यात असावा याचे आश्चर्य वाटते आणि पत्राच्या खरेपणाविषयी संशय वाटू लागतो. फसली सन सामान्यतः महसुली कागदपत्रांवर असतो.

पत्रात सकलतीर्थस्वरूप या शब्दानंतर मोकळी जागा सोडली आहे तिथे वेदमूर्ती राजश्री भिकंभट ढेरगे इत्यादी मजकूर वाचावयाचा आहे आणि ''श्री'' नंतर मोकळी जागा सोडली आहे तिथे वर लिहिलेला त्रंबकराज हा शब्द वाचावयाचा आहे.

⌘⌘⌘

प्रांत पुणे

लेखांक १८

२६ रबिलाखर सु. १०४७ — १ जून १६४६

श्री

नकल

महजर शके १५६८ व्ययेनांम संवछरे बे तारीख २६ माहे रबिलाखर बेहजूर हाजिर मज्यालसी बाा

काजी आबदुला बिन काजी	माा हजिरत राा दादाजी कोंडदेव सुभेदार
महमू(द) हाकिम शरा व काजी	नामजाद किले कोंढाणा व
सदर बिन काजी इसमाइल नेब	नामजादहाये नारो सुंदर
काजी प्राा पुणे	मजमदार प्रांत पुणे
गोमाजी बेलदार हवालदार प्राां पुणे	म्हक पाटील झांबरा मोकदम
मालोजी नरसिंगराव व विठोजी	प्राां पुणे
नाईक सितोले दे(श)मुख प्राा पुणे	रतन पाटील राम पाां
तिमाजी व मालजी धुमाळ मौजे वीर	मोकदम मौजे बाणेर
XXX मौजे कोढीत खुर्द	होन पाटील बिन XXX पाा मोकदम
	मौजे भाव XXX

सुाा सन सबा अर्बैन अलफ कारणे महजर केला ऐसा जे नागोजी बिन धोंडजी पाा पातगुडा व बाजी बिन दत पाटील पातगुडा हे दोघेजण मौजे माहूरचे मोकदमीबदल भांडत साहेबापासी आले साहेबी दोघांचे बोल मनास आणिता नागोजी बिन धोंडजीने सांगितले जे मौजे मजकूरची सारी मोकदमी आपली मिरास पिढी दर पिढी आपली वडील खात आले आपण खात असता कारकीर्द हैबतखान दाद पाा तिपगुडा मोकदम मौजे सोलसी प्राा वाई तो मौजे मजकुरीची मोकदमी आपली म्हणून उभा राहिला त्यावर आपण तुटला आपणास खावयास नाही व पाठ राखावयास कोणी नाही याबदल आपला गोत्रज बाजीचा आजा तुक पाा पातगुडा मोकदम मौजे वायेगाव प्राां वांई त्यापासी आपण जाऊन त्यासी आपण बोलिलो जे मौजे माहूरची मोकदमी सारी आपली मिरास आहे ती आपण खात असता हाली दाद पाटील तिपगुडा मोकदमीस समंध नसता लाइणीच

मोकदमी आपली म्हणून उभा राहिला आहे ऐसियास आपण तुटला आहो आपणास खावयास नाही आपली पाठ राखावयासी कोणी नाही तर तू आपला गोत्रज आहेस तुज आपण आपली मोकदमी सारी आहे त्याची निमे मोकदमी मिरास करून येणे प्रा देत नांगर येकच आपण करीन कागदीपत्रीवर येकेठाई आधी नांव वडीलपण आपले मागून नांव तुझे लुगडी व पाने दिवाणातील व हर येके ठाईची वर हर येके मानपान तुला आपली मागून तुझी हाक काली व पांढरी निमे आपण खाईन निमे तू खाणे येणे प्रो आपण तुज सारी मोकदमी मिरास करून देतो तर तू आपणाबराबर चाल आपण व तू दोघे येक होऊन दाद पाटलासी व्यव्हार सांगून त्यास दूर करू म्हणौन बाजीचा आजा तुकोजीस बोलला सदरहू प्रा सारी मोकदमी पैा निमे मोकदमी तुकोजीस बराबर घेऊन गावास आलो त्याजवर दाद पाटील तिपगुडा ठाणा उभा राहून ठाणा आपणास तलब करून नेविले ठाणा आपले दाद पाटिलास बले मनास आणोन दाद पाा लास दिव्या दिल्हे ठाणाहून मौजे माारास पाठऊन पांढरीवरी दाद पाटिललाकडोन दिव्य करिविले दाद पाटिले दिव्य केले दिव्यास दाद पाटील खोटा जाला त्यास दूर करून आपली मोकदमी आपणास दिल्हे त्यावरी निमे मोकदमी निमे प्रा तुकोजी पाा आपला मुतालिक मौजे माारी येऊन खाऊ लागला त्यास प्रा आजपावेतो चालत आले आहे आता तुकोजी पाटिलाचा नातू बाजी म्हणतो जे तुज व आपणास येके ठाई पडना तरी दो ठाई गाव वाटून दोन तरफा करून येक तरफ आपणास दे निमे गावची संचणी उगवणी आपण करीन असे म्हणतो म्हणऊन नागोजीने सांगितले त्यावर बाजी बिन दताजी तुकोजी पाटीललाचा नातू यासी पुसता तो बोलला जे आपणास नागोजीस पडना तर आपणा दोठाई गाव वाटून देणे आपण निमे गावाची संचणी उगवणी करून असे बोलला ऐसे हरदोजणाचे बोल मनास आणौन दोघा निवाडा केला बिा

नागोजी बिन धोंडजी पाा याचे	बाजी बिन दताजी पाा यासी
कागदीपत्री व हर येक ठाई नाव आधी	कागदीपत्री व हरयेक ठाई नाव
लुगडी टिलाविडा दिवाणातील व हरयेक	मागून टिलाविडा दिवाणातील
ठाई आधी याची वाजंतर व वोवालणी	हरयेक ठाई व लुगडी मागून
आधी याची सिमगायाची होलीची	होलीची पोली सिमगियाचे
पोली सिमगियाचे खेलियासनी आधी	खेलियानी बाजीचे घरीहून
नागोजीचे घरीहून आणावी व नवरात्रीचा	आणावी नवरात्राचा घट मागून
घट आधी नागोजीचे घरास आणावा	देवली बाजी पाा लाचे घरास नेवे

दिवाणातील पाने न लुगडी नागोजीस व बाजीस दिल्हेयावरी मग चवगुलिया यास द्यावी चवगुलियामागे कुलकर्णी यास द्यावी इतकियासी लुगडी व पाने जालियावर मग नागोजीचे बापाभावास द्यावी पाने यामागून बाजीच्या भावास द्यावी दोन तरफा केलिया आहेत त्यास आपलाले तरफेची लावणी उगवणी करावी नांगर आपलाले तरफेस संचणी व पटीसटीस किर्दा व दिवाणात कतबा व हरयेक कागद जाला तर येथे नागोजीचा येकच नांगर करावा हरयेक पड पडे ते दोन ठाई देणे अडानी जर आले तर त्यापासी जे सइल ते दोघाजनी वाटून घ्यावे पांढरीवर सेव येईल ते दोघाजनी वाटून घ्यावी बाहेरून तेली तेल घेऊन येईल ते दोघाजनी वाटून घ्यावे गावातील तेलियाचा घाना आहे त्यास मोकदमीचा हाक दर रोज नवटके तेल आहे ते दोहो ठाई वाटून घ्यावे खोबरयाची वाटी आपलाले तरफेची घ्यावी आडाणियाची खोबरेयाची वाटी येईल ती दोहा ठाई वाटून घ्यावी मोकदमीचा राबता माहार आहे त्याची राबनूक दोहा ठाई घ्यावी येणेप्रा निवाडा केला आहे. त्याप्रा आपलाले लेकराचे लेकरी खाऊन आपली तरफ माहामूर करावी निवाडा केलिया आमलास जो हिला हरकत करील त्याणे दिवाणात होन पाचसे व सिरे पाच द्यावी हा महजर सई

टीप

दादाजी कोंडदेवाचे पद या महजरात ''सुभेदार नामजाद किले कोंढाणा व नामजादहाये'' असे दिले आहे. नामजादहायेच्या जागी माहालानिहाये अशी दुरुस्ती केली पाहिजे. (श्री राजा शिवछत्रपती भाग १, पृ. ६०८.) नकलकारांकडून अशा चुका होतात. महजराच्या हाजिर मजालसीत ''काजी अबदुला बिन काजी महमूद हाकिम शरा व काजी सदर बिन काजी इस्माईल नेब काजी प्राां पुणे'' अशी नावे आहेत. इतर काही महजरांच्या हाजिर मजालसींमध्येही ती नावे आहेत. (उदा. शि. च. सा., खंड १, लेखांक २७; राजवाडे, खंड १७, लेखांक १०; खंड १८, लेखांक ८-१०.) त्यावरून १६४२ मध्ये काजी सदर बिन काजी इस्माईल हा पुणे परगण्याचा नेब काजी (नायब काजी) होता आणि निदान १६४२ ते १६५७ या काळात काजी अबदुला बिन काजी महमूद पुणे परगण्याचा हाकिम शरा होता असे दिसून येते. या महजराच्या हाजिर मजालसीत ''गोमाजी बेलदार हवालदार प्राां पुणे'' असे एक नाव आहे. इथे मात्र मोठीच चूक झाली असावी असे वाटते. या सुमाराला सिदी अंबर पुणे परगण्याचा हवालदार होता. (शि. च. सा., खंड १, लेखांक ३०; खंड २, लेखांक १५१.) महजराच्या हाजिर मजालसीत ''म्हक पाटील झांबरा मोकदम प्राां पुणे'' असे एक नाव आहे. त्यातील प्राां ही कसबे ऐवजी झालेली चूक

आहे हे उघड आहे. ५ जुलै १६३८ या तारखेच्या एका महजराच्या हाजिर मजालसीत म्हाकोजी बिन तुक पाटेलू झांबिरा मोकदम कसबे पुणा'' असे एक नाव आहे आणि २६ एप्रिल १६५१ या तारखेच्या एका महजरात "म्हाकोजी पाा मोकदम काा पुणे'' असे एक नाव आहे. म्हक हे म्हाकोजी या नावाचेच लघुरूप आहे. (शि. च. सा., खंड ११, लेखांक ६६; राजवाडे, खंड १८, लेखांक १०.) इथे छापलेल्या महजराच्या तारखेला म्हणजे १ जून १६४६ रोजी म्हक उर्फ म्हाकोजी झांबरे हा खरोखरच पुणे कसब्याचा मोकदम होता असे त्या महजरांवरून दिसून येते. एकंदरीत या महजराची हाजिर मजालस तपासली तर तिच्यातील काही नावांना प्रत्यंतर पुरावा मिळतो आणि काही ठिकाणी नकलकाराने चुका केल्या आहेत असे दिसून येते. मात्र महजर बनावट आहे असे म्हणण्यास काही सबळ कारण दिसत नाही.

माहूर हे गाव पुणे परगण्याच्या निरथडी तरफेत होते. (श्री राजा शिवछत्रपती, भाग २, पृ. ७९८.) आता ते पुणे जिल्ह्याच्या पुरंदर तालुक्यात आहे.

लेखांक १९

फसली ११०० इ. स. १६९०-९१

[दोन फार्सी शिक्के]

तुमार जमाबंदी बजागीर बहादूरखान पनी ताा कर्यात मावल प्राा पुणे साा जुनर सुभे खुदिस्ते बुनियादी सुाा हजार ११०० जमाबंदी मुसकस कर्दे कमरेजखान [मोकळी जागा] इाा अवल साल ताा आखर साल व सायेर कुलबाब कुलकानू देहे मौजे अगलंबे ताा माा देह १ मोा जमाबंदी रुपये २००
मोा दोनिसे रुाा रास

टीप

'तुमार जमाबंदी' च्या अर्थाकरिता लेखांक ६४ ची टीप पहा.

लेखांक १७

२१ सव्वाल, फसली ११०२ २७ जून १६९२

[फार्सी शिक्का]

[तीन ओळी फार्सी]

दाा बोा कमलाजी गाढवा मेहतर सिंपी सेाा सिवापूर काा पुणे सुाा सन सन हजार ११०२ कारणे लेहून दिधिला यैसा जे बिजमानती बालाजी लखम ब मेहतर काा माा यासी आपणे हाजिर जमा असो हाजिर करून हाजिर करू न सको तरी (त्या)ची निसबतीचा (जबा) ब करून हे लिहीले सही

तेरीख २१ माहे सौवाल

टीप

मेहतर हा शब्द संस्कृत महत्तर किंवा फार्सी मिह्‌तर या शब्दापासून आला असला पाहिजे. मेहतर म्हणजे मोठा, प्रमुख, पुढारी, म्होरक्या. गावातील प्रत्येक कारागीर जमातीचा एक मेहतर म्हणजे प्रमुख असे. (इथे मेहतर शब्दाचा अर्थ सफाई कामगार असा नाही.) उदा. कुंभारांचा मेहतर (शि. च. सा., खंड १, लेखांक ३५-३६); चांभारांचा मेहतर (राजवाडे, खंड २०, लेखांक १२). इथे छापलेल्या कागदातील कमलाजी गाढवे हा शिवापूर येथील शिंप्यांचा मेहतर आहे. तो पुणे कसब्यातील बालाजी लखम नावाच्या एका मेहतराला हजर ठेवण्याबद्दल जामीन आहे. बालाजी लखम हा कोणत्या जातीचा मेहतर ते या पत्रात नमूद नाही. पण तो पुणे कसब्यातील शिंप्यांचाच मेहतर असावा असे वाटते.

लेखांक २१

५ जमादिलावल, जुलूस ४३ १९ ऑक्टोबर १६९९

श्री शंकर

[वाटोळा फार्सी शिक्का]

तसतीक माहियाने राजश्री अंताजी गणेश नौकर सरकार सन हजार ११०९ कारणे तसदी लेहोन दिधली जे तुम्हास प्राा पुणे येथील जागिरीची अमिनी सेखदारी दिधली असे तुम्हास माहियाना रुपये १५० दीडसे केले असती माहे दर माहे घेत जाणे मजुरा असती तेरीख ५ जमादिलोवल सन ४३ जलूसवाला रुजू

टीप

तसदीक या अरबी शब्दाचा अर्थ होतो प्रमाणपत्र. इथे छापलेल्या पत्रात पहिलाच शब्द तसतीक असा आहे; तो तसदीकचा अपभ्रंश आहे. याच पत्रात पुढे तो शब्द तसदी असा आला आहे; तिथे क हे अक्षर लिहायचे राहिले आहे. हे नेमणुकीचे पत्र (ॲपॉइंटमेंट लेटर) आहे.

हे पत्र देणारा कोणी हिंदू उमराव आहे. फार्सी शिक्क्यात त्याच्या व त्याच्या वडिलांच्या नावात 'जी' आहे एवढे नक्की, पण सर्व अक्षरे लागत नाहीत. पत्राच्या शेवटचा जुलूस औरंगजेबाचा आहे. त्यावरून आणि अमिनी व सेखदारी या शब्दांवरून पत्र देणारा मोगलांच्या नोकरीतला उमराव आहे. अमीन व सेखदार ही मोगल साम्राज्याच्या महसूल खात्यातील अधिकारपदे होती.

लेखांक २२

तारीख नाही

श्री

सोमेस्वरी

राजश्री अंताजीराजे गोसावी

यास विनंती

दाा सौजन्यसागर परोपकारमूर्ती अखंडितळक्ष्मी अळंकृत राजमान्य राजश्री

[मोकळी जागा] प्रति स्नेहांकित निलो कृष्ण आशीर्वादु विशेश तुमचा अभिशेक प्रति वरुशी श्रावणमासी माहास्थल श्री [मोकळी जागा] असतो तैसाच ये वरुशीही वेदमूर्ती भाऊभटास सांगितला आहे तर यास सनद कारकून पा पुणे यास पाठवणे की मौजे पासिने हे वरस अभिशेक सांगितला आहे त्या रुपये पाच देणे येणेप्रमाणे प्रति वरुशी देत जाणे हे त्या दानपत्रही करुनु पाठवणे येणे करुनु कल्याण आहे बहुत लिहिणे तर धर्मपरायेण असा हा आशीर्वादु

टीप

पत्रावर तारीख नाही, पण आशीर्वादु या रूपावरून आणि 'रु' सारख्या काही अक्षरांच्या वळणावरून, पत्र १७ व्या शतकातील किंवा तत्पूर्वीचे असावे असे वाटते. पत्रात वेदमूर्ती भाऊभट याचा उल्लेख आहे आणि तो पुण्याच्या परिसरात राहणारा आहे. शिवकाळात ढेरे घराण्यात भाऊभट या नावाचा वेदमूर्ती होता. त्याला इसवी सन १६६४ मध्ये मिळालेली दानपत्रे शि.च.सा., खंड ५ मध्ये पृष्ठ १५१-५२ वर छापलेली आहेत. ते दान खेळूजीराजे (किंवा खेळोजीराजे) याने दिले आहे. त्यांपैकी एक दानपत्र भानजी नामदेऊ शेखदार याला लिहिलेले आहे. दुसऱ्या एका दानपत्रात "हे जमीन आपली जागीर" असे खेळोजीने म्हटले आहे. शेखदार हे मोगल शासनयंत्रणेतील पद आहे आणि जागीर हा शब्दही जास्त करून मोगल शासनयंत्रणेत वापरला जाई. (आदिलशाहीत जागीरऐवजी मोकासा हा शब्द रूढ होता.) अर्थ हा की, दान देणारा खेळोजी मोगल उमराव आहे.

शिवशाहीत कोणी अंताजीराजे असल्याचे आढळत नाही; आदिलशाहीतही नाही. मग हा अंताजीराजे पण मोगल उमराव असेल काय? शायिस्ताखानाचे जे सैन्य शिवाजी महाराजांवर चालून आले त्यातील अनेक उमरावांची नावे शिवभारतात दिली आहेत. त्यांत त्र्यंबक, अनंत व दत्तात्रय हे तीन खंडागळे आहेत. (शिवभारत, अध्याय २५, श्लोक ५०.) अनंत या नावाचे अंताजी असे रूप होऊ शकेल. या तीन खंडागळ्यांचे एकमेकांशी काय नाते होते ते तिथे नमूद केलेले नसले तरी ते एका भावकीतील असतील असे मानून चालणे गैर होणार नाही.

इथे जे पत्र छापले आहे त्यात "राजमान्य राजश्री" या शब्दांनंतर जी जागा मोकळी सोडली आहे तिथे "राजश्री अंताजीराजे गोसावी यास विनंती" हे वर लिहिलेले शब्द वाचायचे आहेत आणि "माहास्थळ श्री" या शब्दानंतर जी जागा मोकळी सोडली आहे तिथे "सोमेस्वरी" हा पत्राच्या माथ्यावर लिहिलेला शब्द वाचायचा आहे. प्रश्न असा आहे की : ज्या अंताजीराजे याला हे पत्र पाठविले आहे तो अंताजी खंडागळे असू

शकेल का? एका फार्सी कागदावरून या प्रश्नाचे उत्तर मिळण्यास थोडी मदत होते. तो फार्सी कागद म्हणजे २० जिल्हेज, जुलूस सन ३ (= १७ ऑगस्ट १६६०) या तारखेचे स्मरण-टिपण (याददाश्त) आहे. ''सीवा''च्या मुलखात जहागीर मिळेल अशा अटीवर अंताजी खंडागळे याला तीन हजारी मनसब देण्याची शिफारस १ सव्वाल, जुलूस सन ३ (= ३१ मे १६६०) या तारखेच्या दख्खनच्या वाक्यात नमूद असल्याची नोंद त्या स्मरण-टिपणात आहे. (सिलेक्टेड डॉक्युमेंट्स ऑफ औरंगझेब्स रेन, पृ. १३. मूळ कागदातच शिवाजी महाराजांचा उल्लेख ''सीवा'' असा आहे. त्यांचे शत्रू तसा त्यांचा उल्लेख करीत.) अंताजी खंडागळे याला मनसब देताना जहागीर शिवाजी महाराजांच्या मोगलांनी व्यापलेल्या मुलखात मिळेल अशी अट घातलेली होती. ती जहागीर पुण्याच्या परिसरात दिली असणे शक्य आहे.

इसवी सन १६६७ मध्ये पुणे येथे झालेल्या एका महजरनाम्याच्या हाजिर मजालसीत ''त्रिंबकजीराजे फौजदार'' असे एक नाव आहे. (शि. च. सा., खंड ८, लेखांक ५८.) हा त्रिंबकजीराजे म्हणजे शिवभारतातला त्र्यंबक खंडागळे असू शकेल. इसवी सन १६६४ मध्येदेखील पुण्यावर त्रिंबकराऊ या मोगली उमरावाचा अधिकार होता असे त्याने पुणे परगण्याच्या कारकुनांना पाठविलेल्या पत्रावरून सिद्ध होते. (शि. च. सा., खंड ५, पृष्ठ १५०.) हा त्रिंबकराऊ आणि त्रिंबकजीराजे फौजदार हेदेखील एक असू शकतील. हे तर्क जर स्वीकारले तर १६६४ ते १६६७ या काळात पुण्यावर त्रिंबकजीराजे खंडागळे या मोगली उमरावाचा अंमल होता असे म्हणता येईल. एका 'बिरादरीतील' (भावकीतील) उमरावांना जवळ जवळ जहागिरी देण्याची मोगली प्रथा होती. (श्री राजा शिवछत्रपती, भाग १, पृ. २२८, २५४.) त्या प्रथेनुसार खंडागळे मंडळींना पुण्याच्या परिसरात जहागिरी दिल्या असणे शक्य आहे. भाऊभटाला दरवर्षी पाच रुपये द्यावेत अशी सनद अंताजीराजे याने पुणे परगण्याच्या कारकुनांना द्यावी अशी विनंती इथे छापलेल्या पत्रात केली आहे. अंताजीराजे याचा पुण्याच्या कारकुनांवर अधिकार चालत होता असेच त्यावरून स्पष्ट होते.

या विवेचनाचा सारांश असा सांगता येईल की, या पत्रातील भाऊभट हा जवळजवळ नक्कीच शिवकालीन भाऊभट ढेरे आहे आणि अंताजीराजे हा बहुधा अंताजीराजे खंडागळे आहे. हा तर्क बरोबर असेल तर पत्र इ. स. १६६० ते १६७० या दरम्यानचे असले पाहिजे. निलो कृष्ण कोण ते मात्र तूर्त तरी सांगता येत नाही.

मौजे पासिने म्हणजे सध्याचे पाषाण आता पुणे शहरातच सामील आहे. तिथे सोमेश्वराचे देऊळ अद्यापही आहे.

⌘⌘⌘

चांबळीचे नीलकंठराव

लेखांक २३

श्री

२ रजब, सु. १०९२ ८ जुलै १६८१

राजश्री विनायक उमाजी देशाधिकारी
व देशळेखक पाा पुणे गोसावी यासी

दाा अखंडित लक्षुमी अलंकृत राजमान्ये [मोकळी जागा] सेवक नीलकंठ मोरेस्वर प्रधान नमस्कार सुाा इसने समानेन अळफ राा शंकराजी निळकंठराऊ याचा इनाम मौजे चांबली ताा कऱ्हेपठार येथे आहे यैसियास दर हर साळ जसे चाळत अळ असळ तेणे प्रमाणे ताा साळ गुाा जैसे चालिळे असळ तेणेप्रमाणे साळ माारीही चाळवणे येक जरा नवी जिकीर होऊ न देणे राा छ २ माहे रजबु आज्ञाप्रमाण [**लेखन सीमासमु ल्लसति** असा मोर्तब]

[पाठीवर शिक्का] **श्री ।। शंभुनर**
पतिहर्षनिदानमोरे
श्वरसुत नीळकंठ
मुख्य प्रधान

[पाठीवर शेरा] सुरू सुद

टीप

महादाजी नीलकंठराव मृत्यू पावल्यावर त्याच्या मुलांकडून शिवाजी महाराजांनी पुरंदर किल्ल्याचा ताबा स्वतःकडे घेतला ही हकीकत सुप्रसिद्ध आहे. या महादाजी नीलकंठरावाला निळोपंत, शंकराजी, विसाजी व त्रिंबक असे चार पुत्र होते. त्यांपैकी शंकराजी नीलकंठराव याला असलेल्या इनामाविषयीचे हे पत्र आहे. शिवाजी महाराजांच्या कारकीर्दीपासूनच त्याच्याकडे चांबळी या गावी इनाम जमीन होती. (शि. च. सा., खंड १, लेखांक ६२-६४, ७३-७५; खंड ३, लेखांक ४००-४०२.)

लेखांक २४

२८ जमादिलावल सु. ११०१ ३० ऑक्टोबर १७००

अखंडित लक्ष्मी अलंकृत राजमान्य राजश्री बालाजी
विस्वनाथ नामजाद सरसुभा पुणे गोसावी यांसी

शेवक निळकंठ मोरेस्वर प्रधान नमस्कार सुा इहिदे मया अलफ राजश्री नीलकंठराऊ पुरंधरकर यांचा इनाम मौजे चांबली कऱ्हेपठार कास टका येक आहे त्यास तुम्ही तिजाईचा तगादा लाऊन रा गणेश शंकर निळकंठ(राऊ) याजपासून साडेसा रुपये घेतले पुढे तिशा रुपयाचा रोखा केला आहे म्हणून वर्तमान विदित जाले येशास लोकांचे चालवणे अग(त्य) लागते गुदस्ताही तिजाई घेतली नाही कोणे गोस्टीचा उपसर्ग लागो दिल्हा नाही हे कलले असोन हाली तीनशा रुपयाचा रोखा तुम्ही काये म्हणून केला याउपरी रोखा असेली तो मना करणे साडेसा रुपये घेतले ते फिराऊन देणे मागती बोभाट येऊ न देणे सालाबादप्रमाणे चालवणे नवी कानू न करणे छ २८ जमादिलोवल आज्ञाप्रमाण [**लेखन सीमासमु ल्लसति** असा मोर्तब]

टीप

शंकराजी नारायण सचीव याने बाळाजी विश्वनाथाला पाठविलेले याच आशयाचे पत्र शि.च.सा., खंड १ मध्ये लेखांक ७५ म्हणून छापले आहे. त्या पत्राची तारीख आहे २० जमादिलावल, सु. इहिदे मया अलफ (२२ ऑक्टोबर १७००). दोन्ही पत्रांचा मजकूर जवळजवळ सारखाच आहे.

नीलकंठराव हा किताब आहे. इथे त्याचे नाव दिलेले नाही. हा नीलकंठराव शिवाजी महाराजांनी ज्याच्याकडून पुरंदर किल्ला ताब्यात घेतला त्याचा वंशज आहे.

⌘⌘⌘

चिंचवडचे देव

लेखांक २५

कार्तिक शु. ११, शके १६००   १६ ऑक्टोबर १६७८

श्री गणेशाये नमः
श्री देवस्थल

श्री सके १६०० कालयुक्त नाम संवछरे कार्तिक सुध ११ येकादसी बुधवार ते दिवसी हाजिर मजालसी स्थल मौजे चिंचवड ता हवेली पा पुणा

राा नारो कृस्ण अजहती देसमुख व राा राघोपंत अजहती देसमुख पा पुणा

रुजू

मोकदम

दस पाटील
मोकदम मौजे ताथोडे
कोंडाजी
[नांगराचे चिन्ह]

अंत पाटील
मोकदम मौजे आकुर्डी
[नांगराचे चिन्ह]

कोंडाजी भोईर
मौजे चिंचवड

XX नागोजी XXX
[नांगराचे चिन्ह]

या विदमाने नेमउतर केले जे बिता

कालोजी माली फर्जंद
माऊ माली निाा XX
माऊजी माली   बहीर माली
निमे XX   सित माली
राजजी फर्जंद   जेनू फर्जंद
माऊ माली   माऊ माली

बिराजी बाबाजी बुलवर्णी मौजे माा याणे नेमउतर केले जे आपणासी माली हिसेबा (ब)दल भांडत श्री स्थल चिंचवड तेथे आलो जे माली याचा व तुझा हिसेबाचा निवाडा केला की राा राघो बलाल केला त्यास माली राजी नाही मग श्री व हजिर मजालसने तह दिधला जे जाबिता डोईवरी घेउनु आंघोली करून दुर्वा माली त्या हाती देऊन यैसा श्री ने व पाचाजणी हजिर मजालसीने तह दिधला

समस्त भाऊबंद व चुलते व भाऊ यांचे
बैतीची xxx क्रिया केली व समस्त क्रिया
केली की विसाजी बाबाजी कुलकर्णी मौजे
मा। यासी हिसेबाचे लिगाड होते याबदल
भांडत श्री स्थल देव चिंचवडास आलो
याउपरी सभा व सदरहू जणी विचार मनास
आणून हरदोजणांची उतरे मनास आणून
कारकीर्दी राघो बलाल त्याणे निवाडा
केला आहे बा। जाबिता निर्गम लेहिले
त्याचा xxx मनास आणिता
त्या हिसेबास कबूल न असो त्यावरी श्री
व हाजिर मजालसीने तह दिधला की हा
कागद आंघोल करुनु विसाजीने दुर्वा ना।
हाती घ्यावा त्यास आपण कबूल असो
यासी क्रियेची दसरथ व पंचरथ मु। केली
असे [नांगराचे चिन्ह]

यासी मु। दाहा रोज पाच रोज सदरहू xxx क्रिया लागली म्हणिजे तो देवाचा आन्याई तो गोताचा खोटा व दिवाणचा अन्याई हे लिहिले सही जो खोटा होईल त्याणे नि। जाबु करावा हे लिहिले सही

टीप

यात ज्या राघो बल्लाळाचा उल्लेख आहे तो राघो बल्लाळ अत्रे असला पाहिजे. दसरथ पंचरथ म्हणजे दश रात्री पंच रात्री !

लेखांक २६

सु. ११०० इ. स. १६९९-१७००

देव

राजश्री बालाजी विस्वनाथ सरसुबेदार
व कारकून वर्तमान व भावी सुब
प्रांत पुणे गोसावी यांसी

दाा अखंडित लक्ष्मी अलंकृत राजमान्य सेवक [मोकळी जागा] रामचंद्र नीलकंठ अमात्य नमस्कार सुाा मया अलफ श्री [मोकळी जागा] स्वामी वास्तव्य चिंचवड यांस इनाम नूतन मौजे रावेत ताा हवेली प्रांत मजकूरपैकी जमीन चावर १ येक राजश्री [मोकळी जागा] छत्रपती स्वामीने देऊन सनद सादर केली आहे त्याप्रमाणे सदरहू इनाम कुल बाब कुल कानू (हाली) पटी व पेस्तरपटीसहित चाल xxx केली असे तरी उतरोतर यास व याचे xxx द चालवीत जाणे नवीन पत्राचा (आक्षेप करीत न) व जाणे पत्राची प्रती लिहोन (घेऊन मुख्य) पत्र परतून भोगवटियास दे(णे) निदेश समक्ष [**लेखन सीमासमु ल्लसती** असा मोर्तब]

[पाठीवर डावीकडे शिक्का] **श्रीरामचंद्र चरण नील कंठ सानंद**

लेखांक २७

१० मुहर्रम, सु. ११०० २८ जून १६९९

श्री

देव

राजश्री बालाजी विस्वनाथ सरसुबेदार व
कारकून वर्तमान व भावी सुबा प्रांत पुणे
गोसावी यांसी

अखंडित लक्ष्मी अलंकृत राजमान्य [मोकळी जागा] सेवक रामचंद्र नीलकंठ

अमात्य नमस्कार सुाा सन मया व अलफ श्री [मोकळी जागा] स्वामी वास्तव्य मौजे चिंचवड यासी चिंचवडाआसपास गाव प्रांत मजकूरचे आहेत त्या गावीहून दरसाल पन्नास हजार गवत सिस्त करून देवविली आहे येविशी राजश्री [मोकळी जागा] कैलासवासी छत्रपती स्वामीची सनद प्रांत मजकुरास सादर आहे त्याप्रमाणे सालाबाद चालत आहे तेणे प्रमाणे चालवावयाची आज्ञा केली असे तरी सदरहू पन्नास हजार गवताची सिस्त गावगना चिंचवडाआसपास आहे तेथे करून देऊन चालवीत जाणे वरकड इनाम आहे तैसेच इनाम दाखल हेही असे दरहरसाल ताजा सनदेचा उजूर न करणे या पत्राची प्रती लेहून घेऊन असल पत्र परतून श्री [मोकळी जागा] स्वामीजवली देणे जाणिजे छ १० मोहरम निदेश समक्ष [**लेखन सीमासमु ल्लसती** असा मोर्तब]
[पाठीवर डावीकडे शिक्का] **श्रीरामच द्र चरणनील कंठसोनदेव शरण**

बार सुरू सुद बार

टीप

या बाबतीतील शिवाजी महाराजांची २९ नोव्हेंबर १६५८ ची सनद शि. च. सा., खंड १४ मध्ये लेखांक १७ म्हणून छापली आहे. तिचा शेवटचा काही भाग फाटून गेला आहे.

लेखांक २८

१५ जमादिलाखर, सु. १०९९ ९ डिसेंबर १६९९

अखंडित लक्ष्मी अलंकृत राजमान्य राजश्री नरहरी
XXX सरसुभेदार व कारकून प्राा पुणे गोसावी यासी

सेवक रामचंद्र नीलकंठ अमात्य नमस्कार सुाा (ति)सा तिसैन अलफ मौजे बाणेरे ताा हवेली प्राा माार हा गाव राजश्री तिमाजी रघुनाथ याजकडे इनाम आहेत माारनुलेनी श्री [मोकळी जागा] देव चिंचवड यासी दिला अ(से) तेणेप्रमाणे चालत असता राजश्री [मोकळी जागा] छत्रपतीस्वामीने राजश्री भुजबलराव सेना

हसहजारी पास णमायचे बेगमीस दिला आहे म्हणून हुजूर विदित जाहले त्यावरून त्याकडून दूर करून पेसजी राजश्री xxx ची आज्ञा केली आहे तरी तुम्ही त्याकडेस चालवणे xxx याकडे न देणे छ १५ जमादिलाखर निदेश समक्ष [**लेखन सीमासमु ल्लसती** असा मोर्तब]

सुरू सुद

पैा छ २५ जमादिलाखर

टीप

बाणेरे (सध्याचे बाणेर) हे गाव आता पुणे शहरातच अंतर्भूत झाले आहे.

लेखांक २९

१० रजब, सु. ११०१ १० डिसेंबर १७००

श्री
राजाराम
चरणी दृढ भा
व सेनापति ध
नाजी जाध
वराव

आज्ञापत्र समस्त सेनाधुरंधर विस्वासनिधी राजमान्य राजश्री जयसिंग जाधवराऊ सेनापती ताा मोकदमानी मौजे बाणेरे ताा हवेली पाा पुणे सुाा इहिदे मया अलफ मौजे मजकूर पेशजीपासून श्री स्वामी चिंचवड यास इनाम होता त्यास चंजीचे मसलतीकरिता राा भुजबलरायाकडे दिल्हा त्यास हाली भुजबलरायाकडून दूर करून पेशजी प्राा श्री [मोकळी जागा] कडे करार केला असे तर श्रीचे आज्ञेत वर्तोन की मजकुरी आजी ताा जो वसूल जमा असेल तो हक मजकूर आकारपैकी जे बाकी राहिली असेल तेकडे देणे श्री खेरीज दुसरीकडे

येक रुका न देणे प्रतिवर्षी नूतन पत्राची अपेक्षा येकंदर न करणे जाणिजे छ १०
रजब मोर्तबसुद [मोर्तब] **विलसति**
लेखनाव
धिर्मुद्रा

टीप

पत्र धनाजी जाधवराव याचे आहे. त्याला जयसिंग अशी पदवी होती. पत्रातील वाक्यरचना काही ठिकाणी सदोष आहे.

चिंचवड देवस्थानास इनाम असलेले बाणेरे हे गाव ''चंजीचे मसलतीकरिता'' भुजबलरायास दिले होते असे पत्रात म्हटले आहे. राजाराम महाराज जिंजी (चंदी) येथे कठीण परिस्थितीत असताना लोकांना राजी ठेवण्याकरिता जो जशी मागेल तशी इनामांची व वतनांची पत्रे करून देत होते. त्यांच्या १६ मार्च १६९९ या तारखेच्या एका पत्रात पुढील उल्लेख आहे: '' चंदीच्या प्रसंगे व मसलतेच्या प्रसगे समजाविसानिमित्य वतनाचे कागद ज्याणे जैसे मागितले त्यास तैसे दिल्हे''. (राजवाडे, खंड २१, लेखांक ९.) राजाराम महाराजांनी जिंजीच्या प्रसंगी करून दिलेली अशी अनेक पत्रे प्रकाशित झाली आहेत. (उदा. शि. च. सा., खंड २, लेखांक २२५; खंड ६, लेखांक ११६.)

भुजबलराय कोण ते ठाऊक नाही. बाणेरे म्हणजेच आता पुणे शहरात सामील असलेले बाणेर.

लेखांक ३०

२६ रजब, सु. ११०१ २६ डिसेंबर १७००

श्री

राजमान्ये राजश्री गोविंद हरी दिा राजश्री जाधवराऊ यास शंकराजी नारायेण नमस्कार सुा इहिदे मया अलफ मौजे बाणेरे व मौजे माण हे गौ श्री [मोकळी जागा]चे इनामाचे त्यास मधे भुजबलरायाकडे दिल्हे होते त्यास सांप्रत राजश्री जाधवरायानी भुजबलरायाकडून दूर करून श्री चे श्रीस इनाम दिल्हे आहेत त्यांसी पत्रेही गावगना सादर जाली आहेत तर तुम्ही येकंदर त्या गावीचा वसूल न घेणे

सगदा जाधवरायाच्या जे तेरिखेपावेतो असतील तोवर तुम्हा उसूल घेतला (तो घे)तला ह्हह्ह खंडिले आहे मना करणे याउपरी श्रीच्या गावास उपसर्ग येकंदर आपले तर्फेने लागो न देणे छ २६ र(जब) [मोर्तब] **भातिअ यंलेखना वधि**

सुरू सुद

टीप

गोविंद हरी हा जाधवरायाच्या दिमतीतील (दिा, दिंमत) म्हणजे नोकरीतील मनुष्य आहे. माण हे गाव पुणे जिल्ह्याच्या मुळशी तालुक्यात आहे आणि बाणेरे (आता बाणेर) पुणे शहरातच सामील आहे.

⌘⌘⌘

कोतूळचे देशपांडे

लेखांक ३१

१५ जिल्काद, सु. १०७९ २० डिसेंबर १६७८

[तीन ओळी फार्सी मजकूर व फार्सी शिक्का]

बाा पातशाही हरकारे गुमास्ते
जिवाजी हरी ठाणे पाा मजकूर
बेाा येसाजी जनार्दन
गुमास्ते खुपेनवीस ठाणे पाा मजकूर

येकोजीराजे फौजदार
व जहागिरदार साहेब

पातशाही बकसी
व वाकानिवीस
गुमास्ते नरसिंगराऊ

ठाणा पाा माा

[फार्सी शिक्का]

महजरनामा हाजिर मजालसी पाा कोतूल साा जुनर सुाा तिसा सबैन अलफ सन हजार १०८८ मुकाम कसबे मजकूर बितारिख छ १५ माहे जिलकादी

सेख अबदुल गनी गुमास्ते फौजदार	गुमास्ते वाकेनवीस व हरकारे पाा मजकूर
[फार्सी शिक्का]	नरसिंगराऊ जिवाजी हरी हरकारे
गोपाळ पंडित सेखदार	वाकेनवीस बिहुजूर सही
[फार्सी शिक्का]	जिवाजी जनार्दन कारकून रुजू

देसमुख पाा मजकूर		मोकदम गावगणा	
सेख फते महमद उरुफ	बाबाजी देसमुख	सुलतानजी पाटील	सटियाजी जाधव
आनंदराऊ देसमुख	बिरादर नानाजी	मोकदम मौजे	मोकदम
	देसमुख	नाच्याडऊ	मौजे भोवाळवाडी
		[नांगर चिन्ह]	[नांगर चिन्ह]

महजरनामा यैसा जे अनाजी विठल देसपांडिया पाा मजकूर याने छ १९ रजबि शेर कचेरीस बाबाजी अनंतास दौही दिधली कीं वतन आपले आहे निमे वतनास तू जोरावारीने दखल करितोस हाली तुज द्वाही आहे की अमल करिसील म्हणौउन द्वाही दिधली यावरी दुसरे रोजी बाबाजी अनंत याणें अनाजी विठल यास द्वाही दिधली कीं तुजही द्वाही दिधली आहे जे अमल अमल करिसील यैसिया दौहिया दिधली आहे त्यावरून हरदोजणाचे कतबे घेतले कीं खोटा होईल तो गुन्हेगार व जोवरी मुनसफी होये तोंवरी येथून जो गैरहाजिर होईल तो वतनावेगला यैसे हरदोजणी मुचालके दिधले व जमानही दिधले त्यावरी येकबालपन्हा [मोकळी जागा] साहेबी हरदोजणाची मुनसफी सेख अबदुल गनी व सेखदार पाा मजकूर व गुमास्ते वाकेनवीस व हरकार यांसी सोपिली त्यावरून हाजिर मजालसी हरदोजणाचे कतबे घेतले कीं माफिक सनद असनात खोटा होईल तो गुन्हेगार येणेप्रमाणे कतबे लेहुनु सनदा तलब केलिया कीं आपुलिया सनदा असनात जाहीर करणें त्यावरी बाबाजी अनंत म्हणौ लागला कीं आपली सनद हाजिर नाही आपणास वाईदा तीं रोजाचा देणे यावरी वाइदेकतबा बाबाजी अनंत लेहोनु दिधले कीं छ १० जिलकादीस सनद असनातनसी रुजू होऊन आपण हाजिर न होऊ तरी गुन्हेगार यैसा कतबा लेहोनु दिधला आणि नफर

गनगूर गैरहाजिर जाला त्यावरी आणिक वाइदियाखेरीज रोज ५ ता छ १५ जिलकादी बाबाजी मजकुराची वाट पाहिली हाजिर न जाला त्यावरी अनाजी विठल हाजिर होता त्याणे अर्ज केला की जाले हकीकतीचा सुरत मजालसी आपणास करुनु देणे त्यावरी जाले हकीकतीचा सुरत महजर करून दिधला असे हा महजरनामा सही [फार्सी मोर्तब]

[पाठीवर बंदाच्या जोडावर तीन फार्सी शिक्के]

टीप

कोतूळ हे गाव अहमदनगर जिल्ह्याच्या अकोले तालुक्यात आहे. 'येकबालपन्हा' नंतर मोकळी जागा सोडली आहे तिथे 'येकोजीराजे फौजदार व जहागिरदार साहेब' हा वर लिहिलेला मजकूर वाचायचा आहे. हा येकोजीराजे कोण ते ठाऊक नाही. तो शिवाजी महाराजांचा धाकटा सावत्रभाऊ एकोजी असणे शक्य नाही. कागद मोगलाईतला आहे आणि तो एकोजी कधी मोगलांच्या नोकरीत नव्हता.

नाच्याडऊ (आता नाचणठाव) आणि भोवालवाडी (आता भोळेवाडी) ही गावे अहमदनगर जिल्ह्याच्या अकोले तालुक्यात आहेत.

येसाजी जनार्दन याचे पद 'गुमास्ते खुपेनवीस' म्हणजे खुपेनविसाचा गुमास्ता असे सांगितले आहे. खुपेनवीस हा खुफियानवीस (म्हणजे गुप्त वृत्तान्तलेखक) या शब्दाचा अपभ्रंश आहे. बादशाहाला गुप्तपणे बातम्या कळविणे हे खुफियानविसाचे काम असे. पण हा खुफियानवीस इथे गुप्त राहिलेला दिसत नाही.

लेखांक ३२

चैत्र शु. १, शके १६१४ — ८ मार्च १६९२

सके १६१४ अंगिरानाम सवछरे चैत्र सुध १ वार मंगलवार ते दिवसी आबाजी अनाजी देसपांडिये पाा कोतुले व कुलकर्नी काा माा सन ११०१ यासी कोंडाजी नानाजी देसमुख पाा माार व मोकदम काा माार ताा निमे लेहोण दिधले यैसं जे काा मजकुरी आपले तर्फेचं गतकुलाचंनी [?] खावंदी घरसेत पाव्या २ दोन येकूण इमिम [?] कास रुके .।. बारा आहे त्यासी कोन्ही मिरासदार नाही त्याकरिता ते सेत दोन्ही पाव्यास तुम्हास आपण मिरास करून दिधल्या असत

विहीर खानोन बागाईत करने अगर जिरातीखाले वाहोण दिवाणचा सारा देत जाणे तुम्हास लेकराचे लेकरी मिरास करूण दिधले असे याचा सर्का आपला तुम्ही दिधला तो पावला सेताची हदहदूद पूर्वेस नाला खालत विठारी सेत दक्षेनेस खराटी सेत पछेमेस कोल्हेदरा व पिपले सेत उतरेस पेढारी याचे माले येनेप्रमाणे हदहदूद असे सुखे किर्दी करून सेतात वोबले पडले आहेत ते बांधोन माअना करने सेत तुमचं असे यास आपला कोन्ही वारिसदार अगर आपण बेइमानी करून तर आपल्या कुळस्वामीची व पूर्वजाची आन असे हे लिहिले सही
तेरीख २९ माहे जमादिलाखर

गोही

अबदुल सलाम उरुफ	भिकाजी देसमुख देसाई	वेंकाजी गो XX
आनंदराऊ	पा मार	देसमुख XX
देसमुख पा कोतुल व	[फार्सी शिक्का]	पा मार व हि XX
मो का मार ता	बि राघो कृस्ण माहाजन	मोकदमी का मार
निमे [फार्सी शिक्का]	का मार	[नांगराचे चिन्ह]
बिंबाजी देशमुख प्रा	धर्माजी अडवटा मुजेरी	वेल्होजी अडवटा
मजकूर	का मार	मुजेरी का मार
[देवनागरी शिक्का]	[नांगराचे चिन्ह]	[नांगराचे चिन्ह]
येमाजी बुरका	गोज्यावा वा मालवा	
मुजेरी का मार	माहार मेहत्रा का	
[नांगराचे चिन्ह]	मार नि [दोराचे चिन्ह]	
रंभाजी बुरका		
मुजेरी का मा		
[नांगराचे चिन्ह]		

[डावीकडे कोनाड्यात मधे नांगर व भोवती ‘कोंडाजी देशमुष पा कोतु’ असा मजकूर असलेला वाटोळा शिक्का]

टीप

पाव हे जमिनीचे एक परिमाण आहे. (मोल्सवर्थ.) या पत्रातील पाव्या हे त्या पावचे अनेकवचन असावे.

⌘⌘⌘

वाईचे देशपांडे

लेखांक ३३

श्री

२४ सफर, सु. १०६२ ९ ऑक्टोबर १६६१

नकल

राजश्री सोनजी बिन लखमोजी तक्षिम पहिली तुलबाजी बिन मानाजी तक्षिम दुसरी चांगोजी बिन संताजी तक्षिम तिसरी तारगावकर नाहावी को। वाई गोसावी यांसी

श्रे॥ भवानजी बिन नरसोजी व कुसाजी बिन जोगोजी तक्षिम पहिली को॥ वाई सु॥ इसने सितैना व अलफ आमचा व तुमचा आमिशाबदल कजिया होऊन सरकारात सातारियाचे मुकामी फिर्याद आलो त्यास हुजूर आज्ञा जाहाली की तुमचे वडीलवडील ज्याप्रमाणे पांढर वगैरे जे आनभवीत होता त्याप्रमाणे चालवणे त्याजवरून आपण कबूल केले त्यास ज्याप्रमाणे आमचे व तुमचे वडील पांढर व काली व क्षौर व सुनता व मुंडन वगैरे आमिशाचा भोगवटा ज्याप्रमाणे चालत आला आहे त्याप्रमाणे चालू येविशई सरकारात कागेद लेहून दिल्हा आहे याप्रमाणे वर्तू अंतर करणार नाही हे लेहून दिले सही तेरीख छ २४ माहे सफर

गोही

१ बहिरजी नलवडे वाईकर

निशाणी आरसा
[आरसा चिन्ह]

बिकलम त्रिंबकराव माहाबलेश्वरकर

टीप

हे पत्र नक्कल आहे, अस्सल नाही. ही नक्कल अठराव्या शतकात केलेली असावी असे अक्षराच्या वळणावरून वाटते. ‘‘सरकारात सातारियाचे [म्हणजे साताऱ्याचे] मुकामी फिर्याद आलो’’ असा पत्रात उल्लेख आहे आणि पत्राची तारीख तर ९ ऑक्टोबर

१६६१ अशी आहे. सदर उल्लेख त्या तारखेशी सुसंगत नाही. शाहू महाराजांनी सातारा येथे राजधानी केल्यावर बऱ्याच काळाने कोणीतरी हे बनावट पत्र केलेले असावे.

लेखांक ३४

भाद्रपद शु. ३, सु. १०८१ — १७ ऑगस्ट १६८०

माहाराज राजाधिराज राजश्री [मोकळी जागा] छत्रपती स्वामी स्वामीचे सेवेसी

सेवक दादजी कांकडे शेनासहस्त्री सेवेसी विज्ञापना भाद्रप(द) शुध त्रितिया भोमवासरे परियेंत स्वामीचे कृपादृष्टी करून शेनाचे वर्तमान येथास्तित असे सुा इहिदे समानिन अलफ वर्तमान माा अवधूत तिमाजी देशकुलकर्णी पाा वांई यांसी पूर्वी माहाराज श्री [मोकळी जागा] कैलासवासी स्वामी इही खंड बांधला आहे खंडपैकी होनु १०० येकशे पातशाही सुभा जमा जाहले स्वामीने कृपाळू होउनु यांचे खंडपैकी मजुरा द्यावया आज्ञा केली पाहिजे सेवेसी स्रुत होये हे विनंती

टीप

पत्रावर शिक्के नाहीत, पण पत्र अस्सलच आहे; छत्रपतींना पाठविलेल्या पत्रांवर शिक्के असणार नाहीत. सेवेसी स्रुत होये हे विनंती हा मजकूर इतर मजकुरापेक्षा लहान व वेगळ्या हस्ताक्षरात आहे. ते दादजी काकडे याचे हस्ताक्षर असू शकेल.

शिवाजी महाराजांच्या उपस्थितीत कऱ्हाड परगण्यातील पाली (खंडोबाची पाली) येथे १ फेब्रुवारी १६७६ रोजी झालेल्या महजराच्या हाजिर मजालसीत दादजी काकडे आहे. (शिवछत्रपतींची पत्रे, पृ. २५८. महजर प्रथम रामदास आणि रामदासी या मासिकाच्या वर्ष ६, अंक ६३-६४ मध्ये, श्री सांप्रदायिक विविध विषय, खंड ३ या सदरात छापण्यात आला. त्यावरून तो 'शिवछत्रपतींची पत्रे' मध्ये पुनर्मुद्रित केला आहे.) सभासद बखरीत शेवटी शेवटी शिवाजी महाराजांच्या सेनाधिकाऱ्यांची यादी दिली आहे. तिच्यात रामजी काकडे असे एक नाव असून त्यातील रामजीऐवजी बाबाजी किंवा दादाजी असे पाठभेदही आहेत. (सभासद बखर, पृ. ९८.) जेधे शकावलीत शक १६०४ खाली पुढील नोंद आहे : "चैत्र मासी कर्णाटकात श्रीरंगपटणकरात व हरजी

माहाडिक व जैतजी कांटकर दादजी काकडे त्रिचनापलीस मदतीस गेले होते तेथे भांडण जाले दोन हजार घोडी पाडाव केली श्रीरंगपटणकराचा सरदार कुमार यास पाडाव केला.'' (शिवचरित्र प्रदीप, पृ. ३१-३२.) श्रीरंगपट्टण ही म्हैसूरच्या राज्याची, आणि त्रिचनापल्ली ही मदुरेच्या राज्याची, राजधानी होती. शिवचरित्र प्रदीपात बादजी असे छापले आहे तिथे दादजी अशी दुरुस्ती वरील अवतरणात केली आहे. म्हैसूरचा राजा चिकदेवराय याची स्तुती करण्याकरिता लिहिलेल्या चिकदेवराजबिन्नपम् आणि अप्रतिमवीरचरितम् या कानडी काव्यांमध्ये शिवाजीने म्हैसूरवर स्वारी केली तेव्हा चिकदेवरायाने त्याचा पराभव केला आणि दादजी काकडे याचा शिरच्छेद केला असे सांगितले आहे. (शिवचरित्र-वृत्तसंग्रह, खंड १, पृ. २८-२९, ३१.) पण दादजी काकडे निदान चैत्र, शके १६०४ पर्यंत (२९ मार्च ते २७ एप्रिल १६८२) हयात होता असे जेधे शकावलीतील या नोंदीवरून स्पष्ट होते. तो शिवाजी महाराजांच्या निधनानंतर हयात होता असे इथे छापलेल्या पत्रावरून सिद्ध होते. म्हैसूरकरांविरुद्ध झालेल्या युद्धात दादजी काकडे धारातीर्थी पडलाच असेल तरी ती घटना शिवाजी महाराजांच्या हयातीत घडली असणे शक्य नाही.

वाईच्या देशकुलकर्णात अनेक भागीदार होते. त्यांत ''अवधूतराऊ'' म्हणून एकजण होता. तोच इथे छापलेल्या पत्रातील अवधूत तिमाजी असला पाहिजे. अवधूतराऊ, देशकुलकर्णी, पाा वाई, याच्यावर जो खंड लावला होता त्यांपैकी एक हजार होन त्याने १६७७ मध्येच भरले होते असे अनाजी दत्तो याच्या २९ जून १६७७ या तारखेच्या दोन पत्रांवरून दिसून येते. (शि. च. सा., खंड ५, लेखांक ७७२; खंड ८, लेखांक ६७.) त्याच्यावर हा खंड खुद्द शिवाजी महाराजांनी लावला होता असे इथे छापलेल्या पत्रावरून दिसून येते; खंडाची एकंदर रक्कम किती होती आणि हा खंड कसला होता ते मात्र समजत नाही. कदाचित हा खंड मिरासपटी (ऊर्फ सिंहासनपटी) म्हणून लावला असेल. वाई परगण्याचा आदिलशाही सुभेदार सैद सुलतान याला शिवाजी महाराजांनी पाठविलेल्या एका बिनतारखेच्या पत्रात एका अवधूतरायाचा उल्लेख वेगळ्या संदर्भात आला आहे. (शिवछत्रपतींची पत्रे, पृ. २००-२०१.) तो अवधूतराय म्हणजे अवधूत तिमाजीच असावा.

छत्रपतींना आलेले पत्र क्वचितच मिळते. ते स्वाभाविकच आहे. रायगडावरचा दप्तरखानाच जर नष्ट झाला तर तिथे आलेली पत्रे कोठून मिळणार? हे छत्रपतींना आलेले पत्र आहे हे त्याचे एक वैशिष्ट्य आहे.

लेखांक ३५

मोहरम, सु. १०८५ २८ नोव्हेंबर १६८४ ते २७ डिसेंबर १६८४

अखंडित लक्ष्मी अलंकृत राजमान्य राजश्री
अंताजी संभदेऊ सुबेदार व कारकून प्रा वाई गो

श्नेहपूर्वक कवी कलश छंदोगामात्य असिर्वाद सुहूर सन खमस समानीन अलफ निळो बापूजी देशकुलकर्णी प्रा मजकूर हुजूर येउनु विदित केले कीं पा मजकुरीच्या देशकुलकर्णाचा कारभार सालाबाद आपण व शंकराजी संभदेऊ ऐसे उभयेता करीत होतो ऐसियासी गतवर्षी शंकराजी संभदेऊ यासी देवाज्ञा जाली त्यांचे लेक व आपण ऐसे कारभार करीत असतो ऐसे असता शंकराजी संभदेऊ यांचे घराणियांतील लुमाजी भास्कर त्याचा हा भाऊ याने हुजूर येउनु गैरवाका सांगितला की कारभार आपण करावा म्हणून ताकीद घेउनु गेला तरी लुमाजीच्या वडिलांनी कधी कारभार केला नाही आपण शंकराजी संभदेऊ ऐसे उभयेता वडिलांपासोन कारभार करीत होतो म्हणून तपसिलें विदित केळें तरी सालाबाद ता सालगुदस्तां निलो बापूजी व शंकराजी संभदेऊ कारभार करीत आले असता कारभारासी त्यास काये गरज आहे जेणेप्रमाणे पहिलेपासून चालत आले असे त्याचप्रमाणे यांस कारभार कामकाज xxx सहसा न करणे जाणिजे xxx मोहरम पा हुजूर [मोर्तब - **राजते ले खनावधि**] सुरू सुद

टीप

अंताजी संभदेव, सुभेदार प्रा वाई, याला संभाजी महाराजांनी पाठविलेले २१ नोव्हेंबर १६८५ या तारखेचे पत्र शि. च. सा., खंड २ मध्ये लेखांक २७२ म्हणून छापले आहे. तेच शि. च. सा. खंड ५ मध्ये लेखांक ९४५ म्हणून परत छापले आहे. (लेखांक ९४५ मध्ये काही चुका आहेत.) अंताजी संभदेव शक १६०७ मध्ये (इ. स. १६८५-८६) वाई परगण्याचा सुभेदार होता असे वाई परगण्याच्या यादीनाम्यांमध्येही नमूद आहे. (शि. च. सा., खंड ६, पृ. ६९.)

लेखांक ३८

चैत्र शु. ५, शके १६१२ — १९ मार्च १६९०

तालीक

माहाजर बतेरिख छ २५ माहे जमादिलाखर बेहुजूर हाजिर मजालसी पाा वांई सुाा सन हजार १०९९ तिसैन अलफ

देसाई व देसकुलकर्णी पाा मजकूर

दताजी केशवजी नाईक	शामजी लिंगोजी गिरमाजी
देशमुख पाा मजकूर	झुंगो (देस) कुलकर्णी
[देवनागरी शिक्का]	पाा माा

मोकदम व सेटी महाजन काा वाई

जमाल पटेल बिन	रामसेटी बिन गोपाळ	जान सेटी
अमद पटेल	सेटी सेटिया व जिवाजी चौधरी व भान	सेटिया पेठ
काा वांई	सेटी पाटणा व तुकोजी माहाजन	कालवट
	काा वांई	
	[तागडी चिन्ह]	

गंगाजी पाा मौजे चांदक	तुकोजी पाा पाथगुडा व बहिरोजी
[नांगर चिन्ह]	बाबाजी कुलकर्णी
तुलाजी पटेल व सबाजी पटेल	मौजे कविंठे
मौजे निंब	
[नांगर चिन्ह]	

हे मुख करून समस्त पाा वांई स्वस्तिश्री शके १६१२ प्रमोद नाम सेवछरे चैत्र सुध पंचमी बुधवार त दिनी बहिरोजी बिन जाऊजी आडफला हाली वस्त मोकाम मौजे सोलसी साा वाघोली पाा मजकूर यासी लेहून दिल्हा माहाजर यैसा जे तुवा गोतापासी येउनु जाहीर केले की मौजे आरफल येथील पटेलगी आपली मिरास वडिलवडिलापासून भोगवटा चालिला असोन दरम्याने कोंडाजी अवटी रया मौजे मजकूर याचे वडील कारकिर्दी अफजलखान याचे मुदतीस आपले वडील हरजी पटेल पटेलगी करीत असता कोंडाजी अवटी रयेतावा करीत होता मग कारबार

समध कुसूर लागोन कलागत जाहली कोंडाजी मजकुराचे वडिलानी आपले वडील हरजी पटेल मारिला त्यावरी पटेलगी कोंडाजी मााचे वडिलानी खादली मग आपले वडील तो जागा सोडून मौजे सोलसीमधे कुणबावा करून राहिले मग कितेयेक रोजानी आपले वडील बालोजी व मलजी बलावोन मौजे मजकुरास दावा करू लागले मग कितेयेक रोजानी बैल पाभारीचे बाहिर होते ते आपले वडिलानी हाकिले हे वर्तमान गावात कोंडाजीने ऐकिले त्यास धावणे काढून त्यास पिटले पिटिता आपले वडील मलजी पाा धरिला ते मुकाम निंबालकराचे वडगाऊ त्यास कैद करून करडे निंबोणेयास नेला तेथे नेऊन तेथील हकिमास सांगोन बंदिखाना ठेविला मग वाजपुसी करिता कोण आणून बंदिखाना ठेविला म्हणौऊन कोंडाजीस पुसिले त्यास कोंडाजी बोलिला जे हा चोर आपले गावी चोरीस सापडला होता म्हणऊन साहेबापासी आणिला मग आपले वडील मलजी बोलिला जे आपण मौजे आरफल येथील आपले पटेलगी आहे आणि कोंडाजी माराने मारा करून आपली पटेलगी बलेच खातो आणि आपण मौजे मजकुरास दावा करावयास गेलो होतो त्यास सापडिलो आता साहेब धणी आहेती जे करणे ते वाजीफुसी करून बंदिखाना ठेवणे यैसे आपले वडील बोलिला मग मुनसुफीने पाहाता कोंडाजीने ठाणे मजकुरास येऊन मानुले कान्हो त्रिमल हवालदार याची पाठी करून मलजी पटेल हा चोरवाटा पाडितो याची गर्दन मारावी यैसे कागद घेऊन करडे निंबोणेयास आला दिवाणात जाऊन जे कागद होते ते दिवाणात दिल्हे त्यावरी हरदोजणाचे मुनसुफी मनास आणिता मलजी पाा गोताचे विदमाने खरा जाहाला त्यावरी कोंडाजी पलोन गेला मग त्यानी आपले मलजी पटेलास तगादा लाविला की कोंडाजीने आम्हापासी कबुलाती केली जे मलजी पाटील हा चोर त्याची गर्दन मारावी आणि आपण होन २०० दोनिसे साहेबास द्यावे यैसे कबुलाती केली होती तरी तू पटेलगीस खरा जाहालास आमचे सदरहू पैके देणे म्हणोउनु तगादा लाविला मग मलजीचे वडील भाऊ आबाजी बंदिखाना ठेविला मग आपण रजा घेऊन गावास येऊन भावाबंदापासी कर्जवाम करून सदरहू पैके घेऊन जाऊन आबाजी मजकूर सोडून आणिला मग गोतमुखे आपले वडिलाचे पटेलगी खरी जाहली परंतु बलेचे xxx खात आला यैसियासी आपण उभा राहून सदरहू पटेलगीचा अहवाल जाहीर केला आणि कतबा xxx की मौजे मजकुरीचे पटेलगीचा वाद ढवलियासी करून आपण खरा जाहालो तरी सेरणी होन १०० येकशेहे देईन खोटा जाहालो तरी गुन्हेगारी होन २०० दोनिशे देईन यैसा कतबा लेहून देउनु होन ५० पनास दिवाणात दिल्हे आणि बोलिलो की खरा जाहालो तरी सेर्णीमधे मजुरा द्यावे अगर खोटा जाहालो तरी सदरहू गुन्हेगारी बेरिजेत

पावले येरो बोलोन ढवलियास तलबा केली अखेर ढवलियानी येऊन वाद सांगावा तो सांगितला नाही तलबेस आले नाहीत गैरहजर होउनु XXX म्हणौउनु तकसिर केली यैसियास हाली साहेबापासी येऊनु अर्ज केला की ढवले तो आपणासी पटेगीचे वादास उभे राहत नाहीत तरी साहेबी हमशाही पाटील सिवझाडे व बारा बलुते यांची साक्षे मनास आणून आपले पटेलगी आपले दुमाले केले पाहिजे म्हणौउनु अर्ज केला त्यावरून तुज हुकूम केला की हमशाही गावीचे मोकदम सिवझडे व बारा बलुते यांची साक्षी देणे म्हणजे तुझे पटेलगी तुझा दुमाला करून म्हणौउनु फर्माविले त्यावरून तुवा हमशाही मोकदम सिवझडे व बारा बलुते हुजूर घेऊन आलास बितपसील

मोकदम व बारा बलुते मौजे निंब	मोकदम व बारा बलुते मौजे गोवे
मोकदम व बारा बलुते मौजे वडूथ	मोकदम मौजे सिवथर बिा बारा बलुते
बाबाजी पाा व अणाजी पटेल मौजे मजकूर	मोकदम व बारा बलुते मौजे मालगाऊ
मोकदम व बारा बलुते मौजे वनगल	मोकदम व बारा बलुते मौजे सोनगाऊ
मोकदम व बारा बलुते मौजे पाटखल	मोकदम व बारा बलुते मौजे सोलसी
मोकदम व बारा बलुते मौजे आरोले	मोकदम व बारा बलुते मौजे बोरखल

सदरहू अकरा गावीचे मोकदम बिा बारा बलुते मोकाम गोलेवाडी साा मुऱ्हे पाा मजकूर घेउनु आलियावरी त्यांचा माथा श्रीकृस्णीचे उदक व माभलेस्वराचा बेल माथा घालून साक्ष विचारिली त्यास त्यानी आपले बेतालीस स्मरोन साक्षी दिल्हे जे मौजे मजकुराचे पटेलगी पूरवीपासून आडफला याची होये यैसे आपले वडील सांगत आले यैसियास दरम्याने ढवले मोकदमी खात आले ते आपणास ठाउके नाहीत यैसी साक्षी दिल्हे हाली साहेब सदर आहेत बरहक मनास आणून ज्याचे वतन असेल त्याचे दुमाले केले पाहिजे मग आम्ही बरहक मनास आणिता तुझे पटेलगी होये परंतु ढगाईने ढवले खात होते XX तुझे पटेलगी तुझे दुमाले केले असे गाव मजरा पडिला आहे ढवले हाजिर नाहीत गावीचे लावणी संचणी जाहाली पाहिजे त्यावरून मौजे मजकुरीचे पटेलगी महजर करून दिल्हा असे लावणी संचणी करून पटेलगीचे हक व इनाम पानमान व तसरिफा खाऊन दिवाणकाम करणे पेस्तर कोणास हिला हरकत करावयास निसबत नाही

टीप

महजराची तारीख अगदी सुरुवातीस छ २५ माहे जमादिलाखर सुाा सन हजार १०९९ तिसैन अलफ अशी दिली आहे आणि हाजिर मजालसीनंतर शके १६१२ प्रमोद नाम

संवत्सर चैत्र शुद्ध पंचमी बुधवार अशी दिली आहे. शके १६१२ ला प्रमोद संवत्सर होते आणि त्या वर्षीच्या चैत्र शुद्ध पंचमीस बुधवार होता. सुा सन हजार १०९९ हा फसली वर्षाचा आकडा आहे आणि तिसैन अलफ (=१०९०) हा सुहूर वर्षाचा आकडा आहे. ते दोन्ही सन चैत्र शुद्ध ५, शक १६१२ शी जुळतात. पण त्या तिथीस मुसलमानी महिन्याची तारीख होती ३ जमदिलाखर आणि महजरात तर दिली आहे २५ जमादिलखर. कोणत्याही हिंदू महिन्याच्या शुद्ध पंचमीस मुसलमानी तारीख ३ किंवा ४ येणार हे जंत्री चाळल्यास सहज लक्षात येईल. महजरातील मुसलमानी तारखेचा आकडा सपशेल चुकला असला तरी महजराच्या खरेपणाविषयी संशय घेण्यास अन्य काही कारण दिसत नाही.

लेखांक ३७

पौष शु. ११, शके १६१२ — ३० डिसेंबर १६९०

९ रबिलाखर, सु. १०९१

श्री

तालीक

श्री रुद्रेस्वरसंनिध कृष्णातीर

स्वस्तिश्री शके १६१२ प्रमोदनाम संवछरे पुश सुध येकादसी भोमवासरे तदिनी बापूजी गोपाल देसकुलकर्णी पा वाई याची गावकुलकर्ण सा मुऱ्हे आहेत यैसियासी त्याचे पुत्र वडील लिंगोजीपंत त्याधाकटे शंकराजीपंत त्याधाकटे निलोपंत यैसे त्रिवर्ग यांची वाटणी बापूजीपंत असता जाहाली होती त्या वाटणीचे कागद धामधुमेकरिता गेले त्रिवर्गात वाटणीचे गुमान उपजले यास्तव लिंगोजीपंताचे पुत्र रुद्राजी लिंगोजी व शंकराजीपंत व निलोपंत यैसे त्रिवर्ग राजेश्री रघुनाथ माहादेऊ देसकुलकर्णी पा सिरवल व राजश्री विसाजी सूर्याराऊ रोहिडकर मोकाम काा दह्याट सा मुऱ्हे पा मजकूर यापासी येऊन वर्तमान सांगितले त्यावरून तेहीं मनास आणून गावकुलकर्णाचे तीन तकसिमा बराबेरी करून तीन लाखे लिहिले त्यासी त्रिवर्ग म्हणो लागले की हे लाखे देवापुढे ठेऊन कुमारीचे हाते देवणे

त्यास जो लाखा देव देईल तो घेऊन त्यावरून श्री [मोकळी जागा] स्तल मौजे नानगणे तेथे जाऊन तीन लाखे लिहिले होते त्यासी लाखोटे करून तिन्ही लाखे देवा पुढे ठेविले कुमारीकडून आधी लाखाटा उचलविला जो रुद्राजी लिंगोजीचे हाती दिल्हा त्यामागे दुसरा लाखा शंकराजीपंताचे पुत्र गंगाजीपंताचे हाती दिल्हा त्यामाघे निलोपंताचे हाती लाखा दिल्हा रुद्राजीपंती व गंगाजी शंकराने व निलोपंतानी आपलाले लाखाटे फोडून पाहिले रुद्राजीपंताचे लाखियावरी गंगाजीपंती व निलोपंती रुजू बिकलम केले गंगाजी पंताचे लाखियावरी रुद्राजीपंती व निलोपंती रुजू बिकलम केले निलोपंताचे लाखियावरी रुद्राजीपंतानी व गंगाजीपंतानी रुजू बिकलम केले सदरहू लाखियाप्रमाणे वाटणीचे पत्र करून दिल्हे बितपसील

रुद्राजी लिंगोजी

	नख्त	गला
कोंडवली बुा	१५	।।।
मालपूर	१५	।।।
गोवे	१०	।।
चांदवडी	१०	।।
गोलीवडी	१०	।।
जांबली	१३।४	।।३।१
येक तकसीम निमे पैकी तिसरी तकसीम		
	७३।४	३।।३।१

शंकराजी बापूजी

	नख्त	गला
वाकोले	२५	१।
कोंढवले	१५	।।।
बोरगाऊ बुा	२०	१
गुळुंब	१०	।।
जांबली निमे	३।४	३।१
रुद्राजी लिंगोजी बाकी निमे पैकी तिसरी तकसीम		
	७३।४	३।।३।१

निलो बापूजी

लग

	नख्त	गला
मुगाव	२०	१
दसवाडी	१०	।।
दह्याट	१०	।।
वैगाऊ	१०	।।
नानगणे	१०	।।
जोर निमे	१०	।।

उंबरजकर		
हक मौजे		
जांबली निमे	३।४	३।१
रुद्रोजी लिंगोजी		
हक निमे पैकी		
तिसरी ता|		
	७३।४	३॥३।१

येणेप्रमाणे वाटणी जाहली याखेरीज मौजे अभेपुरी व मौजे धावडी दोही गावीचे कुलकर्ण समाईक देखील बापभाऊ आहेती ते वरसली प्रा| येथाविभागे खात जाणे सदरहू वाटणीचे गावी खतबा व मामुरा ज्याचे त्याने पाहून घेणे र्वितीसमध्ये जे काही पडेल ते येथाविभागे देणे येणे प्रा| निर्व्हा केला असे हे लेकराचे लेकरी खाऊन सुखे असावे यासी हिला हरकती करून हे केले मोडील तो गोताचे अन्याई दिवाणचे गुन्हीगार यासी शफत गाईब्राह्मणाचे आण असे सुहूर सन इहिदे तिसैन अलफ छ ९ माहे रबिलाखर

गोही

रघुनाथ महादेऊ
देशकुलकर्णी पा| सिरवल

विसाजी सूर्याराऊ रोहिडकर
पत्र प्रमाणे साक्ष

टीप

हे पत्र यापूर्वी लेखनप्रशस्ती या पुस्तकात लेखांक २३ म्हणून छायाचित्रासह छापले आहे.

वाटण्यांपैकी प्रत्येकाच्या वाटणीला धान्य (गला) ३॥३।१ म्हणजे साडेतीन खंडी सव्वातीन मण एक पायली एवढे आले. रोख रक्कम (नख्त) कोणत्या चलनातली ते सांगितलेले नाही; पण कुलकर्णाची रक्कम किती असणार? त्यावरून ती टक्यांमध्ये असावी असे वाटते.

'श्री'नंतर मोकळी जागा सोडली आहे तिथे वर लिहिलेला 'श्री रुद्रेस्वरसंनिध कृष्णातीर' हा मजकूर वाचायचा आहे.

लेखांक १८

१५ जिल्काद, सु. १०९५ — २९ जून १६९४

श्री

बिाा दताजी
केसवजी नाईक
देसाई पाा माा
सिका असे

समापत्र बतेरीख १५ माहे जिलकाद
सुाा सन खमस तिसैन अलफ येणेप्रमाणे भाऊ बैसोन समापत्र

शामजी लिंगोजी व जिवाजी शंकर
सिवराम अनंत बावजी अनंत

रुद्राजी चंदो
गिरमाजी झुंगो
निरंजन अवधूत

रुद्राजी लिंगोजी व शामजी लिंगोजी शंकराजी बापूजी व निलो बापूजी बिाा देसकुलकर्णी पाा वाई व गाव कुलकर्णी कसबा देखील खूम व काा बावधण व साा मुरे प्राा माार हे मिरासी पुरातन वतन वडीलवडिलापासून अजी ताा खात असता चिंतो केशवभट व केशवभट बिन बालंभट व रामभट बिन वीरेस्वरभट थिटा हे वतनावरी उभे राहिले यासी वाद सांगोन झाडावे यामुले अवघे सदरहू भावानी सामेल होउन वादास येकाची पाठी येकाने राखावी वादामुले वतनास टका पडेल तो आपले तकसिमे प्राा त्याने द्यावा यास हेगैई करून मदती करीना आपले तकसिमेचा टका देईना त्यास तकसिमेस समंध नाही वाईस मोगलाचे ठाणे आहे तेथे एक भाऊ चाकरीस दिल्हा आहे त्यास देसमुखीचा मुतालीक असावा म्हणून राा दताजी केसवजी नाईक देसमुख यानी गोलेवाडीस बोलाऊन सांगितले जे आमचा मुतालीक वाईस बैसवणे मग दुसरा धंदा करणे त्यावरून आपले काम येकीकडे ठेऊन आधी देसाई याचे कार्ये सदरहू नीट करून द्यावे यैसे मान्य केले यासी अवघे मान्य असो यामुले बरे वाईट ते अवघियानी सोसावे यास हिला हरकत करील तो तकसिमेस तुटला हे समापत्र सही देऊभट प्रभुणे

टीप

हे पत्र लेखनप्रशस्ती या पुस्तकात पत्र क्र. १५ म्हणून छापले आहे.

या समापत्रातील व्यक्तींचे उल्लेख शि. च. सा., खंड ५, लेखांक ९२७; राजवाडे, खंड २०, लेखांक १५९, इत्यादी कागदपत्रांमध्ये येतात. वाईच्या या देशपांड्यांचा म्हणजे अंधळीकर देशपांड्यांचा वतनाविषयी थिट्यांशी वाद होता.त्यासंबंधी अनेक

कागदपत्रे प्रकाशित झाली आहेत. (उदा. शि. च. सा., खंड ५, लेखांक ९२७, ९५८; खंड १४, लेखांक १, ५; राजवाडे, खंड २०, लेखांक १५९.) अधिक माहितीकरिता शि. च. सा., खंड १४, पृ. ७ ते १० पहा.

लेखांक ३९

२२ मुहर्रम, सु. १०९८ ३१ जुलै १६९७
श्रावण वद्य ९, शक १६१९

माहाजर बतेरिख छ २२ माहे मोहरम हुजूर XXX रान मजालसी पा वांई मुा किले वंदनगड सुा सन समान तिसे(न) अलफ

राजमुद्रा

राजश्री अनाजी जनार्दन पंडित
सुभेदार पा मजकूर
[देवनागरी शिक्का - **श्री अनाजी जनार्दन**]

[आठ फूट मोकळी जागा]

माहालानहाये पा मजकूर

राजश्री त्रिंबक महादेव गुा
हवालदार सा हवेली अंबाजी येमदेऊ म(जमू)
[देवनागरी शिक्का] दार सा हवेली प्रा मजकूर

हे मुख्य करून समस्त स्वस्तिश्री नृप शालिवान शके १६१९ ईस्वर नाम संवछरे श्रावण वदी नवमी मंदवासरे तदिनी नरसोजी बिन जानोजी अंबोला मोकदम मौजे धोम सा मुऱ्हे पा मार यासी लेहून दिल्हा माहाजर यैसा जे मौजे मारचे पटेलगीचे गरगशा पटेल मारामधे व बालोजी बिन तानाजी बारुहूकर यामधे लागोन हरदूजण भांडत साहेब सदरेस आले सदर साहेबी हुकूम केला की

तुमचा करीना कैसा आहे तो लेहून देणे त्यावरी उपरवादी नरसोजी बिन जानोजी आंबोला याने तकरीर केली यैसी जे मौजे माारची पटेलगी आपली मिरासी वाडवडील पिढी दर पिढी कारकिर्दी दर कारकिर्दी चालवीत आले आपला पणजा नंद पाटील त्याचा लेक इंद्रोजी पाटील त्याचा लेक जानोजी त्याचे लेक हाली आपण यैसी पिढी दर पिढी पटेलगी चालवीत असता आपला आजा इंद्रोजी पाटील पटेलगी चालवीत असता कारकिर्दी हैबतखान याचे वेळेस वेदाजी मध्वाजी हवालदार पाा मारी होते त्यांचे वेळेस तानाजी बारुहूकर आपली मिरासी म्हणून उभा राहिला हरदूजण साहेब सदरेस गेले सदर साहेबी हरदूजणाच्या तकरिरा मनास आणिल्या त्यास इंद्रोजी पाटिलास दिवाणे हुकूम केला की तुवा दिव्य करणे त्यावरी इंद्रोजी अंबोलियाने दिव्य कबूल केले तानाजी बारुहूकर याने साउली केली इंद्रोजी पाटिलाने दिव्य केले दिव्यास खरा उतरला त्यासी सेरणी घेउनु दिवाणे महजर करून दिल्हा मौजे माारची पटेलगी दुमाले केली तानाजी बारुहूकरास बाहिर घातले त्यावरी इंद्रोजी पाटील याने चालीस वरसे पाटीलगी चालविली अलिकडे आपला बाप जानोजी पाटीलगी चालवीत असता तानाजीचा लेक विठोजी बारुहूकर खाने अजम अफजलखान यांचे कारकिर्दीस उभा राहिला आणि देसमुख देसकुलकर्णी यांसी मुदा घातला की मौजे माारची पटेलगी दोठाई करून निमे अंबोलियास व निमे आपणास देणे त्यास आपला बाप जानोजी बोलिला की त्याचा व आपला पेसजी निवाडा होउनु आपले वडिलांनी दिव्य केले आपणास खरेपणाचे महजर करून दिल्हा त्याप्राा पटेलगी चालवीत असता काये बदल निमे पटेलगी देईन त्यास देसमुख बोलिले की तुझ्या दिव्याचा महजर कोठे आहे तो दाखवणे त्यास आपलिया बापाने महजर पुढे ठेविला त्यावरी तो महजर देसमुखानी आपणांजवली ठेउनु घेतला आणि बोलिले की तुम्हां दोघांची समजावीश करून निमे निमे वांटून देतो हे गोस्टी नाइकेस तरी मागती दिव्य करणे त्यावरी आपला बाप जानोजी दिव्यास राजी जाहाला दिव्य केले दिव्यास खरा उतरला मजालसीत टाली पिटली त्यावरी विठोजी बारुहूकर याने राजश्री कृस्णाजी भास्कर हवालदार यास होन सेंभर देऊन रवा खोटा करावा यैसा घरोबा केला त्यावरी हवालदार यांनी मजालसीत येउनु धरबंद करून दुसरियाने टाली पिटली की अंबोला खोटा म्हणून जे मजालसीत अंबोला खरा तेच मजालसीस खोटा जाहाला म्हणून टाली पिटली त्यावरी दिवाणे जानोजी अंबोलियास बोलाउनु हुकूम केला की तुम्हा दोघास निमे निमे वांटून दोघांची समजावीस करितो त्यास जानोजी पाटील बोलिला की आपण दिवी खरा उतरलो यैसे असता खोटे म्हणून तुम्ही टाली पिटली याउपरी आपणास निमे गांव काये

म्हणून देता आपण यास राजी नाही सारा गाऊ आपला आहे आपले पांढरीवरी वाटणी करून बारीवकरास बिना घालून देत नाही त्यावरी दिवाणे जानोजी अंबोलियास बंदिखाना ठेविले चार महिने अदबखाना होता त्यावरी खाने अजम अफजलखान जाविलीवरी स्वारी फर्माउनु वांईस आले कोटांत बंदिवाने होती ती कुल सोडून दिली त्याबराबरी जानोजी पाटीलही बाहिर पडिला बाहिर जाऊन गांवावरी दावे करू लागला जलित केले गांव वसेनासारखा जाहाला त्यावरी रा द्यानतराऊ यांनी भटास मुकासा दिल्हा होता भटांचा बोभाट द्यानतरायांजवली गेला त्यानी राजश्री [मोकळी जागा] छत्रपती साहेबांस लिा की धोम देवस्थान तीर्थाचे गांव पाटिलांच्या कथलियाकरिता खराब पडिला आहे येकजण पाटील तुम्हाकडे व येकजण आम्हाकडे आहे तरी आपल्याकडे आहे तो धोमास पाठवणे आम्हाकडे आहे तोही पाठउनु देउनु गोत बैसोन बरहक मनास आणितील ज्याची पटेलगी होईल त्यास देऊन म्हणून लिहिले त्यावरून आपला बाप जानोजी अंबोला व विठोजी बारुहूकर यैसे हरदोजण धोमास आले तमाम देसक देसाई देसकुलकर्णी व मुऱ्हे समतेचे चालिसा गांवीचे पाटील श्री संनिध श्रीच्या देवलांत धर्मशाळेस बैसोन दरदूजणाच्या तकरिरा मनास आणिल्या इतकियामधे गांवातून गाये हुंबरत आली श्रीच्या पारावरी चढोन पाच प्रदक्षणा केल्या आणि पाराखालती उतरोन देवाच्या समोर नंदीपासी उभी राहिली तेथून गोत बैसले होते तेथे गाये सिरली आणि आपला बाप जानोजी आंबेला याजवली जाउनु हगिली मुतिली आणि जानोजी अंबोलियास चाटू लागली तेव्हा गोताने चर्चा केली की हे काही गाये नव्हे याची माये पांढरी गाईच्या रूपे येऊनी चाटिती यैसें गोत बोलिले त्यावरी विठोजी बारुहूकर याचे सोइरे गोते मजालसीत होते त्यांस अगोधर विठोजी बारुहूकर याने संचिले होते ते क्रियेस उभे राहिले बिताा

विठल सेट पाटणा काा वांई	सोमाजी फणसा पाटील
बाजी पाटील थोरवा मौजे व्याहाली	मौजे पांडोंगणवाडी
कान्होजी आडाला पाटील मौजे अकोसी	चांगोजी वाडकर पाटील मौजे चिखली

येणेप्राा पांचजण उभे राहून बोलिले की पेशजी हरदूजणाचे निवाडा जाला ते समई आंबोली रवा काढिला तेव्हां अंबोला खोटा जाला हे आपणास दखल आहे येविशी आम्ही श्रीकृस्णेमधे सिरोन क्रिया करितो पंधरा दिवसात क्रियेस लाधलो तरी बारुहूकर खोटा अंबोला खरा क्रियेस खरे उतरलो तरी बारुहूकर खरा अंबोला खोटा यैसें बोलोन श्रीकृस्णेमधे सिरोन क्रिया केली दसरात्री पंचरात्री लेहून घेतल्या त्यावरी क्रियेमधे त्यांचे घरी खूनखराबी जाली बिताा

बाजी पाटील थोरवा मौजे व्याहाली क्रिया लागोन पंधरा दिवसात मेला चांगोजी वाडकर पाटील मौजे चिखली यास क्रिया लागोनु क्रियेचे पंधरा दिवसांत घोडी गाभुडोन सिंगरू पडिले व माणसे सापाने खादली	सोमजी फणसा पाटील मौजे पांडोगणवाडी याचा नातू क्रियेमधे क्रिया लागोन पंधरा दिवसात मेला विठोजी पाटणा काा वांई याचे बैल क्रियेमधे पंधरा रोजात बैल मेला कानोजी अडाला मौजे आकोसी याचे बैल क्रियेमधे आईताचे मेला

येणेप्राा पांचाजणाचे घरी खून होउनु क्रिया लागली पंधरा दिवस जाहाले आपण देसकांजवली गेलो आपणांस महजर करून देऊन पटेलगीवरी बैसवणे म्हणून जानोजी अंबोला बोलिला त्यावरी देसकांनी मनास न आणिता बारुहूकर खोटा त्यासच हाती धरिले आपण खरा जाहालो असता आपणावरी जुलूम केला वतनास लागो नेदीत मग जानोजी अंबोला याने देसकाचे घरी पांच बोंबा मारून परागंदा होउनु गेला त्यावरी आपले चुलता रामाजी अंबोला व त्याचे जावई रहिमतपूरच्या पाटिलाचा लेक ठेका यैसे दोघेजण श्रीदेवाचे दर्शनास मौजे माारास आले तों देवाचे देवली बालोजी बारुहूकर येऊनु रामाजी अंबोला यास जिवे मारिले व त्याचे जावाई रहिमतपूरकर जखमी करून वाईस आणिला दिवाणास सांगोन उझर्डाचे वाटेस फांसी देविला यैसे दोनी खून केले त्यावरी वांईचे कोट राजश्री [मोकळी जागा] कैलासवासी छत्रपती साहेबांस कबज जाहाला राा येसाजी मल्हार सुबेदार यांसी वांईचा सुभा सांगितला राजश्री छत्रपती साहेब पनाला होते तेथे जाउनु सुबेदारांस पत्रे आणिली की अंबोलियांची बरहक मुनसिफी करणे कदीम असेल त्यास हाती धरणे त्यास सुबेदारांनी आजिचे उद्यावरी घालुनु मनास आणिले नाही त्यावरी साल दर साल देसमुख देसकुलकर्णी याजवली येउनु उभा राहात असतो परंतु आपली दाही देत नाहीत यैसियास बारुहूकराचे बैतीचे पांचाजणानी क्रिया केली त्यास क्रिया लागली यैसे असता बारुहूकराने जोरावारीने महजर करून घेतला आहे दसरात्री पंचरात्रीत पाचाजणास क्रिया लागली आहे हे सिवजडे गोत व बारा बलुते यांच्या मुखे खरे करून देईन खरा जाहालो तरी पटेलगी खाईन खोटा जाहालो तरी पटेलगीस समध नाही दिवाणीचे गुन्हेगार व गोताचा अन्यांई म्हणून तकरीर लेहून दिली त्यावरी पश्चमवादी बालोजी बिन तानाजी बारुहूकर याने केली तकरीर यैसी जे मौजे माारची पटेलगी आपली मिरासी आपला बाप तानाजी बारुहूकर याचे वेळेस इंद्रोजी अंबोला आपली पटेलगी म्हणून उभा राहिला त्यावरी त्याचा आमचा कथला होउनु हरदूजण भांडत वांईस आलो राा वेदाजी पंडित हवालदार होते. त्यांजवली आपला बाप

तानाजी बोलिला की अंबोला आपली पटेलगी म्हणतो तरी अंबोलियाच्या वडिलांची थडी गावात घरठाणे कोठे आहेती ते दाखविले म्हणिजे खरे नाहीतरी यासी आम्हासी कथला काये आहे त्यास इंद्रोजी अंबोला बोलिला जे आपण गर्भअंध आहे आपणास काही दखल नाही आपण रवा काढीन यैसे बोलिला त्यास आपला बाप काही राजी जाहला नाही आपले बापास बंदिखाना देउनु इंद्रोजी अंबोलियापासुनु रवा घेतला रवा खोटा जाहाला दिवाणे आंबोलियाचे पाठी राखोन अंबोलियाचे दुमाले पटेलगी केली आपला बाप तानाजी बाहिर पडिला चंदररायाजवली जाउनु दावे करू लागला मग इंद्रोजी अंबोला गांव टाकून पलोन गेला तानाजी पाटील गावांत येउनु पटेलगी चालऊ लागला त्यावरी कारकिर्दी खान अजम अफजलखान यांचे वेलेस इंद्रोजीचे लेक जानोजी अंबोला गावावरी येउनु दावे करू लागला ते वेळेस रा शामजी सिवदेऊ हवालदार माहाली होते त्याने जानोजीस कौल देउनु आणिला जानोजीस दिव्य करणे म्हणून हुकूम केला त्यास जानोजी अंबोला दिव्यास गैरराजी जाला आणि बोलिला जे बारुहूकरापासून दिव्य करवणे दिव्यांस बारुहूकर खरा जाहला तरी आपणास वृतीस समध नाही यैसे लेहून दिल्हे आपला भाऊ विठोजी बारुहूकर याने रवा काढिला रवियास खरा उतरला त्याचे महजर आपणास दिल्हावरी जानोजी अंबोला मागती बाहेर पडिला दावे करूं लागला मागती दिवाणे जानोजीस कौल देउनु आणिले अंबोले दिव्यास राजी जाहाले जानोजीचे भाऊ मानकोजी अंबोला याचे हात धाउनु पिसवी घातली विठोजी बारुहूकर आपला भाऊ व मानकोजी अंबोला दोघे बंदिखाना ठेविले रात्री जाहली तेव्हां मानकोजी अंबोला बोलिला जे आपला हात जळजलितो पिसवी काढणे त्यास राखणदार यानी सदरेस नेले पिसवीचे मणदोरा पाहिला तो सइल असोन काये बदल हात जळजलितो त्यास मजालसी बोलिले की हा खोटा आहे त्यावरी दुसरे दिवसी सकाली तेल तूप ताउनु रवा टाकिला त्यास माणकोजी बोलिला जे आपण खोटा आपणास रवा काढवत नाही म्हणून बोलिला दिवाणे रवा राहविला मग अंबोलियाने दताजी पाटील वऱ्हा मौजे येकसर यास जमान देउनु बाहेर पडिला गावांवरी दावे करू लागला इतकियांत रा कृस्णाजी भास्कर माहालास हवालदार आले तेही अंबोलियास कौल देउनु आणिला आणि बोलिले जे तुवा खोटा काये बदल दावे करितोस त्यास अंबोला बोलिला जे दिव्यास राजी आहे दिव्य करीन म्हणून बोलिला त्यावरून दिवाणे अंबोलियास रवा दिल्हा रवा खोटा जाहाला अंबोलियास बंदिखाना ठेउनु आपणास महजर करून दिल्हा जानोजी अंबोला बंदिखाना होता तो इतकियांत खाने अजम अफजलखान वांईस आले ते वख्ती बंदिवान सोडिले

तेव्हा आंबोलाही सुटला बाहिर जाउनु दावे करू लागला ते पेज्जेस खाने गजग शर्जाखान याचे ठाणे वाईस आले आपण जाउनु त्यास विचारिले की आंबोला खोटा जाहाला असता गावावरी दावे करितो यास काये करावें म्हणून विचारिले त्यास दिवाणे हुकूम केला की अंबोला दावे करावयास गांवास येईल तेव्हा मारून गर्देस मेळवणे म्हणून हुकूम केला तों इतकियांत आंबोले दावियास आले तेथे त्यांत व आपणांत जुंज जाहाले जुंझी येक आंबोला पाडाऊ जाहाला व येक पडिला तो धरून ठाणियास नेला दिवाणे मुनसफी करून त्यास फांसी दिल्हे आपणास कौल देउनु गावांवरी ठेविले त्यावरी मरूभट गिजरे गावांत होते त्यानी राजश्री द्यानतराऊ विज्यापुरी होते त्यांस लिहिले की पाटिलांच्या कथलियाकरिता गांव खराब पडिला आहे त्यावरून राजश्री छत्रपती साहेबांस त्यांनी पत्रे पाठविली की पाटिलांचे बरहक मुनसिफी करणे त्यावरी आपला चुलता नरसोजी पाा हुजूर रायेगडास राा साहेबांजवली गेला जानोजी अंबोला याचे व आपले कुल कागदपत्र मनास आणिले त्यावरी राा मोरोपंत पेसवे व राा निलोपंत मजमूदार श्री माभलेस्वरी होते त्यांजवली पाठविले त्यानी मनास आणून अंबोला खोटा केला आणि देसमुखांकडे गोळेवाडीस पाठविले जे बोरुहूकरांस महजर करून देणे त्यास हरदूजण गोलेवाडीस आले जानोजी अंबोला बोलिला जे आपण दिव्यामुळे खोटा जाहालो परंतु गोतमुळे मुनसिफी जाहाली नाही आपणास गोतात पाठवणे त्यावरी थळ खांब यानजीक माहादेऊ माणदेस या थलास पाठविले तेथे खोटा जाहाला थळपत्र द्यावे तो जानोजी अंबोला बोलिला की आपण या थलास राजी नाही उडतराचे थलास राजी आहे मग उडतराचे थली आलो तेथे रवा नेमिला रवा करावा तों पलोन गेला सांगोन पाठविले की थळपत्र द्याल तरी आपण गावा जालीन आपली आई मरती म्हणून आपण न पुसता गेलो यैसे लेहून पाठविले त्यावरी गोताने येकवीस दिवस वाट पाहिली येकविसावे दिवसी थळ खांब यास कागद लेहून दिल्हा जे आंबोला गैरहाजिर बारुहूकर हाजिर त्यावरून आपला चुलता थलास गेला थलीहून थळपत्र करून घेतले ते पत्र घेउनु गोळेवाडीस आलों जाला करीना देसाई यांजवली सांगितला थळपत्रें दाखविली मग देसमुखानी हुजूर राजश्री [मोकळी जागा] छत्रपती साहेबास बखेर लेहून दिली जे अंबोला खोटा बारुहूकर खरा त्यावरी साहेबी मनास आणून राजश्री पंताजी गोपीनाथ व देसमुख देसकुलकर्णी यांस आज्ञापत्रें दिली की बारुहूकरास महजर करून देणे ते कागद घेऊन गोळेवाडीस आलो देसमुख व हमशाही पाटील मौजे माारास येऊन तमाम गोत मेळउनु महजर करून दिल्हा त्यास वाघोजी तुपा बोलिला जे पंधरा दिवस महजर याजवली न देणे त्यास अनाजी सणस बोलिला जे जैसे दाहाजण

पाटील तैसा तूं अकरावा पाटील तुज या कथलियाविण काये गरज आहे त्यास वाघोजी तुपा बोलिला जे आपण आंबोलियाचा पाठीराखा त्यावरी पंधरा दिवस पावेतो देसमुखांजवली माहाजर होता पंधरा दिवस जाहालियाउपरी देसमुखांनी सिका करून महजर आपणाजवली दिल्हा राा पंताजी गोपीनाथ असेगावी होते त्यास महजर नेउनु दाखविला तीही मनास आणून राजश्री [मोकळी जागा] साहेबांचे आज्ञापत्राप्राा सिका करून दिल्हा त्यावरी बिलाकुसूर मौजे मााराची पटेलगी खातो हाली नरसोजी अंबोला येउनु उभा राहिला आहे तरी याचे आपला करीना ये जातीचा आहे मौजे माारचे पटेलगी आपली मिरासी अंबोला खोटा गोतमुखे खरे करून देईन खरे करू न सके तरी दिवाणीचे गुन्हेगार म्हणून तकरीर लेहून दिली येणे प्राा हरदू वादियांनी तकरिरा लेहून सदरेस किले साताराचे मुकामी सुभा दिल्ह्या त्या मनास आणून हरदू वादियास जमान मागितले की गोतमुखे निवाडा होईल त्यास साधले अर्थी वर्तवावे तुटले अर्थी निवारावें यैसे जमान मागितले त्यानी जमान दिल्हे बिताा

नरसोजी बिन जानोजी अंबोला	बाळोजी बिन तानाजी बोरुहूकर	
अग्रवादी यास जमान जनाजी	पश्चमवादी यासी जमान मोकदम	
मांडरा मोकदम मौजे वेल्हेरी	मौजे असेगाऊ बाा	
साा मुऱ्हे पाा माार बाा जमान	संभाजी पाा व	कान्होजी पाटील
कतबा	संकराजी (पा)टील	व दादजी पाा सिदे
	सिंदे	

बाा जमान कतबा

येणेप्रमाणे जमान कतबे देउनु दोघा वादियास उभे करून सदर साहेबी नरसोजी बिन जानोजी आंबोला यासी विचारिले की तुझा व बोरुहूकराचा निवाडा पेसजी धोमी श्रीकृस्णातीरी होउनु बोरुहूकरास महजर पटेलगीचा करून दिल्हा ते वख्ती गोत मिलाळे होते ज्यानी श्रीत सिरोन गोही दिली त्यास दसरात्री पंचरात्रीमधे क्रिया लागली त्याची खूनखराबी जाहाली म्हणून लेहून तुंवा दिल्हे आहे तरी हे गोस्टी गोतमुखे व गावीचे बलुते व सिवजडे पाटील यांच्या मुखे खरी करून देणे यास खोटा जाहालास तरी तुज वृतीस समध नाही खरा जाहालास तरी बोरुहूकरास दूर करून तुझे हवाला पटेलगी करून हे गोस्टीस राजी आहेस की नाही त्यास नरसोजी पटेल अंबोला बोलिला की आपण हे गोस्टीस राजी आहे याप्रमाणे बालोजी बोरुहूकरासही विचारले पाहिजे त्यावरून बालोजी बोरुहूकरास याचप्रमाणे विचारिले की पेसजी निवाडियास ज्यांनी गोही नदीत उभे राहून दिल्हे त्यांस दसरात्री पंचरात्रीत क्रिया लागली बोरुहूकर खोटा जाहाला असता पटेलगी खातो

म्हणून नरसोजी आंबोलियाने लेहून दिले आहे तरी ते गोस्टीचे साक्षी बाा बलुत्यांची व सिवजडे यांची पाहून त्यास तूं खरा जाहालास तरी आंबोलियास पटेलगीसी निसबत नाही खोटा जाहालास तरी वतनावेघले तुज करून पटेलगी अंबोलियास देउनु ये गोस्टीस तू राजी आहेस की नाही म्हणून विचारिले त्यास बाळोजी बोरुहूकर बोलिला की आपण खरा जाहालो तरी पटेलगी खातो ज्यानी गोही दिल्हे त्यास काही क्रिया लागली नाही येसे साक्षीनसी खरे करून देईन खरे न करावे तरी आपणास मौजे माारचे पटेलगीस निसबत नाही म्हणून दोघा वादियानी सदरेस बोलोन राजीनामे व कतबे दिल्हे बिताा

नरसोजी बिन जानोजी आंबोला
अग्रवादी याने लेहून दिल्हा कतबा
यैसा जे बाळोजी बोरुहूकर यामधे
व आपणामधे मौजे मााराचे पटेलगीचे
गरगशा होउनु तकरिरा दिल्हे त्यास
आखेर निवाडियास गोहीदारांनी
क्रिया करून श्रीत उभे राहून गोही
दिली त्यास दसरात्री पंचरात्रीत
क्रिया लागोन खून जाहाले म्हणून
आपण तकरीर लेहून दिली त्या प्राा
गांवीचे बलुते व सिवजडे यांची
साक्षीनसी खरे करून देईन खरा
जालो तरी पटेलगी खाईन खोटा
जालो तरी वतनावेघळे करावे
आणि आपली गर्दन मारावी म्हणून
कतबा दिल्हा

बालोजी बिन तानाजी
बोरुहूकर पश्चमवादी याने
लेहून दिल्हा कतबा यैसाजे
नरसोजी अंबोलियाने कतबा
दिल्हा की आखेर निवाडा
जाला ते वख्ती ज्यानी गोही
दिली त्यास दसरात्रीत
पंचरात्रीत क्रिया लागोन
खून जाले हे खरे करून देईन
तरी पटेलगी खाईन खोटा जाहालो
तरी आपली गर्दन मारावी
वतनावेघळे करावे म्हणून
अंबोलियाने कतबा दिल्हा
तरी XXX ही साक्षीने खून क्रियेमधे
जाले येसे साक्षीनसी खरे
जाले तरी आपणास पटेलगीसी
निसबत नाही आपली गर्दन
मारावी म्हणून कतबा लेहून
दिल्हा बाा कतबा

येणे प्राा हरदू वादियांचे कतबे लेहून घेउनु सदरहू करीना राजश्री पंतसचिव स्वामीचे सेवेस विदित केला त्यांनी मनास आणून हुजूरून आज्ञा केली की श्री धूतपाद तीर्थी गोत मेळऊन गांवीचे बलुते व सिवजडे यांस श्रीत उभे करून पेसजी निवाडियाची साक्षी मनास आणून खरा खोटा होईल त्या प्राा हुजूर लेहून पाठवणे म्हणून आज्ञा करून दोघे वादी सुभा पाठविले सुभाहून राा कृस्णाजी

जाधव देसरक्षक व देसाई व देसकुलकर्णी पाा मौार यांसी मुनसिफीबदल धोमास पाठविले त्यांस वांईत मोगलाचे ठाणे आहेत तेथील हाकिमानी आपले तरफेने खाने अजम बुऱ्हानखान गोरी सेखदार निवाडियास पाठविले त्यानी व राा कृस्णाजी जाधव देसरक्षक यानी तमाम गोत व सिवजडे मोकदम व गावीचे बारा बलुते मेळउनु श्री सिधेस्वरदेव व श्री नृसिंहदेव सनिध कृस्णातीरी मजालसी करून बैसोन दोघा वादियांच्या तकरिरा व राजीनामे व कतबे सदरहू गोतास वाचून दाखविलेवरी गोत नदीतीरी आंबियाच्या झाडाखाली बैसोन दोघे वादी जवली उभे करून विचार केला की आशाढ मास आहे तों पावेतो मुनसिफी मनास आणो नये श्रावणमासी यैसेंच गोत मेळउनु मुनसिफी धर्मता करावी तोवरी दोघे वादियांचे राजीनामे लेहून घ्यावे की श्रावणमासी उभे राहावे यैसा विचार करून दोघा वादियास सांगितले की आशाढ महिना जाहलियावरी आम्ही समस्त गोत मिलोन श्रावण मासी मुनसिफी मनास आणून येव्हडा महिना दिवाणास अर्ज करून मागोनु घेउनु म्हणून हरदू वादियांस विचारिता अकस्मात गोस्टी होउनु आली की ज्या झाडाखाली गोत बैसले होते तेथे दोघे वादी होते तो आंबियाचे झाड कडाडले थोर शब्द जाहाला आणि झाडाचे ढपले मोडोन बालोजी व बालोजीचे बापभाऊ बोरुहूकर झाडाखाले होते त्यांच्या अंगावरी पडिले अवघे गोत भयाभीत होउनु चर्चा केली की मुनसिफीस दिसगती लाऊ नये देवाचे मनास येत नाही इतके गोत मिलाले आणि मुनसिफी राहावयाची तजवीज केली याकरिता देवाने झाडांत संचरोन साक्षी दाखवली याउपरी अतांच बैसोन धर्मता मुनसिफी करून भाग वारावा यैसी तजवीज करून हरदू वादियास गोताने विचारिले की तुमची मुनसिफी देवह्नह्न मांडिली यास कोणाच्याने असत्य करवत नाही ये वेळेस आम्ही गोत मुनसिफीस आलो पुढे श्रावणमासी आम्हीच येउनु मुनसिफी करावी त्यास देवाने साक्षात्कार दाखविला याउपेरी आमच्याने मुनसिफी राहवत नाही तरी सत्यपूर्वक सिवजडे व बलुते मौजे मौार नदीत उभे राहून पेसजी क्रियेच्या निवाडियाची साक्ष देतील त्याप्राा वर्तावे यैसे राजी असाल तरी राजीनामा दोघे वादी लेहून देणे म्हणून हरदूजणास गोताने विचारिले त्यावरी हरदूजणानी राजी होउनु राजीनामे गोताचे साक्षीनसी लेहून दिल्हे की पेसजीच्या क्रियेच्या निवाडियाची गोही गुदरेल त्याप्राा खरा होईल त्याने पटेलगी खाणे खोटा होईल त्याने पाटीलगीवेघळे होणे यैसे राजीनामे दिल्हेवरी नदीचे पाइरीवरी गोमुखाजवळी श्रीचा अंगारा बेल तुळसी धुपाटणे भरून ठेउनु गोही विचारिली की पहिले पटेलगीचा निवाडा बरुहूकराचे आंबोलियाचे जाहाला त्यास दसरात्रीत पंचरात्रीत गोहीदाराचे खून जाहाले की नाहीत हे सत्यपूर्वक ज्यास ठाऊक असेल ते माथा

श्रीचा अंगारा व बेल तुळसी घेउनु नदीत उभे राहून सत्य सांगणे म्हणून विचारिले त्यास त्यानी सत्य माथा घेउनु श्रीत उभे राहून साक्षी दिल्हे छ २९ जिलकाद बुधवार आशाढ सुध प्रतिपदा तदिनी साक्षी दिल्हे बितपसील

दसरात्रीपंचरात्री लेहून घेउनु क्रिया केली
पंधरा दिवसांत खताखानत श्री करील
त्याचे नेम करून इा छ मा ता छ १४
जिल्हेज य रोज पंधरा नेम करून साक्षी
दिल्हे बितपसील

हबाजी बिन रामजी वडखला मोकदम मौजे पांडोगणवाडी याने साक्ष दिली यैसी जे पेसजी निवाडियास सोमाजी फणसा याने बोरुहूकराची गोही दिली त्यास त्याचे नातू नाव लिंगा आठवे रोजी क्रियेमधे घोडीने लाथ मारिली सोमाजी फणसा याचे नातू मेला हे सत्य

तुक माहाला बिन होन माहाला हजाम मौजे माार याने दिली साक्ष यैसी जे मौजे धोमीची पाटीलगी आंबोलियाची मिरासी खरी हे सत्य

बजा बिन राघा चांभार मौजे माार याने दिली साक्षी यैसी जे मौजे माारची ५टेलगी कदीम मिरासी आंबोलियाची हे सत्य

कृस्णाजी बिन वाकोजी गुरव मौजे मजकूर याने दिल्ही गोही यैसी जे मौजे मजकुरीची कदीम पटेलगी आंबोलियाची हे सत्य

बेाा मालजी बिन सूर्याजी फणसा पाा मौजे पांडोगणवाडी याने दिल्ही साक्ष यैसी जे पेसजी निवाडियास सोमाजी फणसा याने बोरहूकराची गोही

जाना बिन हिरनाक माहार मौजे व्याहाली याने दिली साक्ष यैसी जे क्रिया जाहाली मानोजी आपले गावीचा पाटील बाजी थोरवा बारावे रोजी क्रियेमधे क्रिया लागोन मेला हे सत्य

गंग वरटा बिन कोंड वरटा धोबी मौजे माार यानी दिली साक्षी यैसी जे मौजे माारची कदीम पाटीलगी आंबोलियाची हे सत्य

विठल जोसी बिन रंग जोसी मौजे माार याने दिली साक्षी यैसी जे मौजे माारची कदीम पाटील आंबोला हे सत्य

तुक धरणा बिन जान धरणा गुरव मौजे मजकूर याने दिली गोही यैसी जे कदीम पाटीलगी आंबोला त्याची चाकरी केली त्यावरी तानाजी बोरुहूकर पाटीलगी करू लागला कदीम पाटील आंबोला हे सत्य

नरसनाक बिन येलनाक माहार व तराल मौजे माार याने साक्षे दिल्ही यैसी जे मौजे मजकुरीची कदीम पटेलगी आंबोला याची त्यावरी तानाजी बोरहूकर पटेलगी करू लागला मग हरदोजणाचा कथला होऊन पेशजी

दिल्ही त्यास क्रिया जाहलियावरी सा महिणियानी त्याचा नातू मेला हे सत्य

पटेल मजकूर क्रिया करून घरास गेला तो रात्री बैलानी उडविला श्रीने आपणास साक्षे दाखविली म्हणौनु दुसरे रोजी भयाभीत होऊन गोताजवली अर्ज केला की आपणास नकलत आपण लटकी साक्षे दिल्ही याहीकरिता सोमाजीचा नातू क्रियेत सावे रोजी मेला हे सत्य आपला अन्याय क्षमा करणे म्हणू(न) सांगितले

क्रियेमुले निवाडा जाहला त्यास बोरहूकरचे बैतीचे जेनी गोही दिल्ही त्यास दसत्री पंचत्री क्रिया लागोन त्याचे खून जाहाले मौजे मजकुरीची कदीम पटेलगी मिरास आंबोलियाची हे सत्य

सिवजडे पाटील व बाजे यास गोही विचारिता त्यानी श्रीचे तीरी बैसोनु सत्य घेउनु साक्षी दिल्हे बिताा

नागोजी बिन खेमाजी बिन धाऊजी माली चौगला मौजे मजकूर याने दिल्ही गोही यैसी जे मौजे माारचे कदीम पाटील आंबोला हे सत्य

नरसोजी बिन लखमोजी धोड पाटील मौजे मुगाऊ यानी दिली साक्षी यैसी जे बाजी थोरवा मोकदम मौजे व्याहाली यास पेसजी लटकी गोही बोरुहूकराची दिली म्हणोन क्रिया लागोन मेला हे सत्य कदीम पाटिलगी धोमीची आंबोलियाची हे सत्य

हबाजी बिन रामजी पाटील वडखला मौजे पांडोगणवाडी याने दिली साक्षी यैसी जे मौजे मजकूरची पाटिलगी आंबोलियाची मिरासी कदीम म्हणून आपले वडिलांनी सांगितले आहे हे सत्य

बाजी बिन रायाजी सणस मोकदम मौजे असरे व चिचवले याने दिली

गोंदजी बिन अकोजी तेली मौजे माार याने दिली गोही यैसी जे मौजे माारचे कदीम पाटील आंबोला हे सत्य

गोरखोजी बिन सूर्याजी पाटील व राजजी बिन रुद्राजी पाटील मांडरे मौजे अभेपुरी यानी दिली गोही यैसी जे मौजे माारची कदीम पाटीलकी आंबोलियाची हे सत्य

सर्जाराऊ जेधे मोकदम मौजे वेलंग यानी दिली साक्षी यैसी जे मौजे माारची कदीम पाटीलगी मिरासी अंबोलियाची हे सत्य

कृस्णाजी बिन केरोजी व वऱ्धा पाटील मौजे येकसर याने दिली गोही यैसी जे धोमीची कदीम पाटीलगी मिरासी आंबोलियाची हे सत्य

संभाजी बिन पिलाजी पाटील व सिधोजी बिन अनाजी पाटील मौजे पसर्णी यानी दिली गोही यैसी जे मौजे

गोही यैसी जे मौजे धोमीचे कदीम पाटील आंबोला हे सत्य

रामजी बिन संभाजी पाटील सिंदा मौजे असेगाव याने दिली गोही यैसी जे मौजे धोमीची कदीम पाटीलगी आंबोलियाची हे सत्य

चांदजी बिन धारोजी अडाला मोकदम मौजे अकोसी याने दिली गोही यैसी जे मौजे धोमीची कदीम पाटीलगी आंबोलियाची हे सत्य

जानोजी बिन कृस्णाजी पाटील कडू मौजे नांदगणे याने दिली गोही यैसी जे मौजे धोमीची कदीम पाटीलगी आंबोलियाची पेसजी ज्यानी बोरुहूकराचे बैतीच्या क्रिया केलिया त्यास क्रिया लागोन त्याची घरे बुडाली पटेलगी आंबोलियाची खरी हे सत्य

कालोजी बिन सोनजी पाटील जबानी भिकाजी कोंढालकर पाटील मौजे कोंढाले याने दिली साक्षी यैसी जे मौजे धोमीचे कदीम पाटीलगी आंबोलियाची हे सत्य

सुभानजी बिन बावजी पाटील धणगर मौजे सिंधनाथवाडी याने दिली गोही यैसी जे मौजे धोमीचे कदीम पाटील आंबोला यैसे आपले वडिलानी सांगितले आहे हे सत्य

गोंदजी बिन हरजी पाटील गाढवा मौजे बोपर्डी याने दिली साक्षी यैसी जे मौजे धोमीचे कदीम पाटील आंबोला हे सत्य

संदसेटी बिन गोपाल सेटी व माग धोमीची पाटीलगी कदीम आंबोलियाची हे सत्य

संताजी बिन सूर्याजी पाटील पिसाळ मौजे गोवे याने दिली गोही यैसी जे मौजे धोमीची कदीम पाटीलगी आंबोलियाची हे सत्य

गोंदजी बिन जावजी पाटील वऱ्हा मौजे अवरंगपूर उरुफ मौजे कुसगाऊ याने दिली गोही यैसी जे मौजे धोमीची कदीम पटेलगी आंबोलियाची हे सत्य

सूर्याजी दुर्गोजी पाटील मांडरा मोकदम मौजे वेल्हे याने दिली गोही यैसी जे मौजे धोमीचे कदीम पाटील आंबोला हे सत्य

दाऊद पाटील बिन जैदी पाटील मोकदम का। वांई याने दिली साक्षी यैसी जे मौजे धोमीची कदीम पाटीलगी आंबोलियाची यैसे आपले वाडवडिलानी सांगितले आहे हे सत्य

बाजी बिन कृस्णाजी पाटील वाडकर मौजे मालदेपूर याने दिली गोही यैसी जे मौजे धोमीची कदीम पाटिलगी आंबोलियाची हे सत्य

बापूजी बिन दादजी पाटील मौजे वासिविली याने दिल्ही गोही यैसी जे मौजे धोमीचे कदीम पाटील आंबोला हे सत्य

माणको तुकाजी कुलकर्णी मौजे धोम याने दिली गोही यैसी जे मौजे मजकूरची कदीम पाटीलगी आंबोलियाची हे सत्य

जाना बिन बिरनाक महार मौजे

सेटी बिन सभ सेटी सेटिये व भान सेटी बिन विठल सेटी पाटणे का वाई यानी दिल्ही साक्ष यैसी जे मौजे धोमीची पटेलगी कदीम आंबोलियाची खरी त्यास अलिकडे तानाजी बोरुहूकर पटेलगी करू लागला परंतु मिरासी आंबोलियाची हे सत्य

व्याहाली याने दिल्ही गोही यैसी जे मौजे धोमीचे कदीम पाटीलगी आंबोलियाची हे सत्य

सदरहूप्रमाणे गोताची गोही गुदरली याउपरी बालोजी बिन तानाजी बोरुहूकर खोटा जाहाला नरसोजी बिन जानोजी आंबोला याची पाटीलगी मौजे धोमीची खरी जाहली म्हणून समस्त गोताने टाली पिटिली त्यावरी दुसरे रोजी मलजी फणसा पाटील मौजे पांडोगणवाडी याने येउनु समस्त गोताजवली सांगितले की रात्री आपण निद्रा केली होती तेथे आणिक सात पाच जण निजलो होतो त्यामधे आपणास बैलाने येउनु सात पाचदा उडिविले बहुत दिणबुसी जाहालो त्यावरी सकाली आपलिया मनात विचार करून पाहिला तो काली आपण श्री कृस्णेत उभे राहून साक्ष दिली की पेसजी निवाडियाचे क्रियेस सोमाजी फणसा याचा नातू क्रिया जाहलियावरी सा महिनियांनी मेला म्हणून गोही दिल्ही यैसियास ते वेलेस आपणास यादी नव्हती नकलत लटकी गोही दिली याकरिता रात्री आपणास श्रीकृस्णेने परचित दाखउनु बैलाकरवे सात पाच वेला उडविले यैसियास अता यादी करिता सोमाजी फणसा याचा नातू क्रियेचे सावे दिवसी मेला हे सत्य आहे तुम्ही गोत कासी आहा आपण माहातारे माणूस नकलत बोलिलो त्यास हाली सत्याची गोस्टी होती ते आठवण करून सांगितली म्हणून गोताजवली येउनु जाहीर केले मग गोताने खाने अजम बुऱ्हानखान गोरी सेखदार ठाणे वांई व रा कृस्णाजी जाधव देशरक्षक पा मजकूर यांस हे वर्तमान सांगोन मलजी फणसा याचा गुन्हा मागोन घेतला त्यावरी गोत रजा घेउनु गांवास गेले मग दोघे वादियांस दिवाणे पुढे घालून वांईस आणिले दसरात्री पंचरात्री जाहलियावरी सदरहू गोहीदारांची नेमउतरे लेहून घेतली होती त्यास बोलाउनु खताखानत मनास आणिता अवघे गोहीदारांची मुले माणसे साबूत आहेती खताख्यानत कोणास जाहली नाही त्यामधे मलजी फणसा पाटील मौजे पांडोगणवाडी याने पहिले दिवसी गोही दिल्ही होती की पेसजीच्या निवाडियास क्रिया जाहाली याउपरी सा महिनियानी सोमाजी फणसा याचा नातू मेला यैसे श्री कृस्णेत उभे राहून गोही दिली होती त्यावरी त्याने लटकी गोही दिली म्हणून रात्री त्यास परचित श्रीने दाखविली तो गुन्हा दिवाणे व गोताने माफ केला परंतु श्रीकृस्णेने त्यास ख्यानत

दाखविली त्याचा लेक दाहावे दिवसी मेला लटकी गोही दिली म्हणून क्रिया लागली वरकड गोहीदार खरे उतरले ते मनास आणून त्यास निरोप दिल्हा त्यावरून बालोजी बिन तानाजी बोरुहूकर वृतीस तुटला नरसोजी बिन जानोजी आंबोला गोत मुखे व श्रीकृस्णानदीने खरा केला पटेलगी आंबोलियाची मिरासी यैसे तहकीक होउनु साक्षपत्र बराबरी माा कृस्णाजी जाधव देशरक्षक होउनु सुभा किले वंदनगडास आले राजश्री अनाजी जनार्दन सुबेदार प्राामाार यानी मनास आणून सदरहू साक्षपत्रा प्राा दोघा वादियांस विचारीले की हे मुनसिफी गोतमुखे निवडोन आली येणे प्राा हुजूर राजश्री [मोकळी जागा] पंतसचिव स्वामीचे सेवेस लेहून पाठवावी तेथून आज्ञा आलियावरी नरसोजी बिन जानोजी आंबोलियास पटेलगीचे महजर करून द्यावा त्यावरी बालोजी बिन तानाजी बोरुहूकर याने दिकत घेतली की आपणावरी जुलूम जाहाला आहे आपला साक्षी मानाजी सेटिया काा वांई हा आहे त्यास साहेबी हुजूर आणवावे ज्या प्राा धोमी गोताने साक्षी दिल्हे त्याच प्राा मानसेटीनेही साक्ष दिल्ही तरी आपण सहजच खोटा जाहालो आपणास पटेलगीसी समंध नाही म्हणून कतबा लेहून दिल्हा त्यावरून मानसेट सेटियास तलब करून सुभा आणिले त्यावरी सत्य घालून विचारिले त्याने साक्षी दिली की सदरहू गोताने साक्षी दिली आहे तेच खरी आहे बालोजी बोरुहूकरास वृतीस समध नाही म्हणून साक्ष दिल्ही त्यावरून बालोजी बिन तानाजी बोरुहूकर खोटा जाहाला मग साक्षपत्राचे तालिका व सुभांची बखेर तपसीलवार मुनसिफी लेहून हुजूर राजश्री पंतसचिव स्वामीचे सेवेस लेहून पाठविले हुजुरून मनास आणून आज्ञापत्र सादर जाहाले की सदरहू निवाडियाप्राा नरसोजी बिन जानोजी आंबोला खरा जाहाला त्यास मौजे माारचे पटेलगीचे महजर हरखी घेउनु करून देणे बालोजी बोरुहूकर खोटा जाहाला त्यापासून गुन्हेगारी घेणे म्हणून आज्ञापत्र सुभा सादर जाहाले त्याप्राा नरसोजी बिन जानोजी अंबोला खरा जाहाला त्यास महजर करून दिल्हा असे याचे दुमाले मौजे माारची पटेलगी करून हरखी रुपये [मोकळी जागा] सिरी ठेविले बालोजी बिन तानाजी बोरुहूकर खोटा जाहाला त्यास पटेलगीचे दूर करून त्याचे सिरी गुन्हेगारी रुपये [मोकळी जागा] ठेविले येणेप्राा निवाडा जाहाला असे नरसोजी बिन जानोजी आंबोला अग्रवादी याची पाटीलगी खरी पाटीलगीचे उत्पंन हक लाजिमा व सेवधार व पटी पछोडी व गाउडमोट व इनाम पाळक व उकाला बाजार मौजे माार व बाजे हक बाा सालाबाद प्राा लेकराचे लेकरी खाउनु पाटीलगी चालउनु असावे बालोजी बिन तानाजी बोरुहूकर व त्याचे बापभाऊ बोरुहूकर कुल अवघे खोटे त्यांस मौजे माारचे पटेलगीस अर्थेअर्थ समध नाही त्यांजवली महजर व बाजे कागदपत्र

पेसजी मौजे माारचे पटेलगीचे करून घेतले असतील ते कुल बातिल मसमू नाहीत रद असेती पेस्तर कोणी बोरुहूकर हिला हरकत करील तरी दिवाणीचा गुन्हेगार व गोताचा अन्यांई नरसोजी बिन जानोजी आंबोला याची मिरासी पाटीलगी मौजे माारची गोतमुखे खरी होउनु त्याचे हवाला केली असे सदरहू निवाडा चौकसीने हरदू वादियाची कोसिस न करिता हकहिसाबी धर्मता केला असे याप्राा पुढे सुरलीत नरसोजी बिन जानोजी अंबोला याने लेकराचे लेकरी पटेलगी खाउनु दिवाण नफरी करून सुखरूप असावे यास पेस्तर जो कोणी इस्किल करील त्यास हिंदूस श्री वाराणसीत गोहत्या ब्रह्महत्या केल्याचे शफत आहे व मुसलमानास मकेत सोर मारिल्या (चे सौगं)द असेती हा महजर सही [देवनागरी मोर्तब]

टीप

या महजरात श्रीकृष्णेची क्रिया नावाचे दिव्य झाल्याचे सांगितले आहे. श्रीकृष्णेची क्रिया किंवा श्रीकृष्णेचे दिव्य हे दिव्य इतरही काही कागदपत्रांमध्ये आले आहे. (उदा. 'वतनपत्रे, निवाडपत्रे, वगैरे' मधील पत्र क्र. २; राजवाडे, खंड २०, लेखांक २८३.) कृष्णा नदीत उभे राहून आपले म्हणणे सांगायचे आणि त्यानंतर पंधरा दिवसात ते निवेदन करणाऱ्याकडे काही दुर्घटना घडली तर तो खोटे बोलला होता असे मानायचे आणि पंधरा दिवसात दुर्घटना घडली नाही तर तो खरे बोलला होता असे मानयचे असे या दिव्याचे स्वरूप असे. पंधरा दिवस अशा अर्थी "दशरात्री पंचरात्री" असा शब्दप्रयोग करण्याचा रिवाज होता. दुर्घटनांमध्ये मृत्यू, आग लागणे, अपघाताने इजा होणे, चोरी होणे, इत्यादींचा समावेश होई.

हकीकतीच्या ओघात महजरात ज्या व्यक्तींचे उल्लेख आहेत त्यांपैकी छत्रपती साहेब (म्हणजे शिवाजी महाराज), मोरोपंत पेशवे, निळोपंत मजमूदार, पंताजी गोपीनाथ, अफजलखान, चंदरराय (चंद्रराव) या काही व्यक्ती प्रसिद्धच आहेत. बाकीच्या व्यक्तींपैकी बऱ्याच जणांचा उल्लेख वेगळ्या संदर्भात इतरत्र आलेला आहे. हाजिर मजालसीत ज्याचे नाव सर्वांत वर आहे तो अनाजी जनार्दन वाई परगण्याचा सुभेदार होता. (राजवाडे, खंड २०, लेखांक १६७, २८८; शि. च. सा., खंड ६, पृ. ७०.). "हैबतखान याचे वेळेस वेदाजी मध्वाजी हवालदार पाा मारी होते" असा उल्लेख महजरात आहे. त्यातील हैबतखान याला वाई परगणा मुकासा होता असे राजवाडे, खंड २०, लेखांक ६५ (इ. स. १६०४) व ६८ आणि वाईचे यादीनामे (शि. च. सा., खंड ६, पृ. ६५) यावरून दिसून येते. वेदाजी मध्वाजी याचा उल्लेख मात्र अन्यत्र मिळाला नाही. कृष्णाजी भास्कर

हा अफजलखानातर्फे वाई परगण्याचा हवालदार होता. (अफजलखानाचे पत्र, भा.इ.सं. मंडळाचे त्रैमासिक, वर्ष ७, पृ. १०४.) तो खानातर्फे शिवाजी महाराजांकडे वकील म्हणून आला होता हे प्रसिद्धच आहे. दियानतराव ("द्यानतराऊ") या आदिलशाही मुत्सद्याचे उल्लेखही अनेक कागदपत्रांमध्ये मिळतात. (उदा. राजवाडे, खंड ८, लेखांक १, २; शि. च. सा. खंड ६, पृ. ६८.) कृष्णाजी भास्कराच्याही आधी शामजी शिवदेव हा अफजलखानातर्फे वाई परगण्याचा हवालदार होता. या महजरातील उल्लेखालाही इतर कागदपत्रांचा दुजोरा आहे. (शि.च.सा., खंड ६, पृ. ६७, १२०.) येसाजी मल्हार हा शिवाजी महाराजांतर्फे वाई परगण्याचा सुभेदार होता हा उल्लेख अनेक कागदपत्रांमध्ये आहे. (उदा. राजवाडे, खंड २०, लेखांक १५२ ते १५८.) महजरात शर्जाखानाचा उल्लेख आहे तोही ठीक आहे. अफजलखानाच्या वधानंतर, लगेच नाही, पण दोन वर्षांनी, शर्जाखानाला वाई परगण्याचा मुकासा मिळाला आणि तो बरीच वर्षे त्याच्याकडे होता. (राजवाडे, खंड २०, लेखांक ११०-११, १२२-२३, १२५.) साक्षीदारांमध्ये एका ठिकाणी "सर्जाराऊ जेधे मोकदम मौजे वेलंग" याच्या साक्षीचा उल्लेख आहे. शिवाजी महाराजांचे अनुयायी व रोहिडखोऱ्याच्या भोर तरफेचे देशमुख कान्होजी जेधे यांच्याकडे वाई परगण्यातील वेलंग या गावची मोकदमी उर्फ पाटीलकी होती. (उदा. शि. च. सा., खंड २, लेखांक २०६, २३३.) त्यांचा थोरला मुलगा बाजी याला शिवाजी महाराजांनी सर्जाराव असा किताब दिला होता. त्याच्या मृत्यूची तारीख कुठे दिलेली नाही, पण तो शिवाजी महाराजांनंतर बरीच वर्षे, राजाराम महाराजांच्या कारकीर्दीतही, हयात होता. (उदा. शि. च. सा., खंड २, पृ. २३६.) महजरात ज्याची साक्ष घातली आहे तो सर्जाराव म्हणजे हा बाजी सर्जाराव असू शकेल. (त्याचा मुलगा मताजी हादेखील सर्जाराव हा किताब लावत असे.)

महजरात वाई येथील ठाण्यातला "बुऱ्हानखान गोरी सेखदार" याचा उल्लेख आहे. वाई येथे कोणी बुऱ्हान किंवा बुऱ्हानखान निदान इसवी सन १५९७-९८ पासून सरगुऱ्हो किंवा हवालदार अशा एखाद्या पदावर असल्याचे कागदपत्रांमध्ये आढळते. (उदा. शि. च. सा., खंड ५, पृ. ८७, इ. स. १५९७-९८; पृ. १६३, इ. स. १६५४; पृ. २१७, इ. स. १६८८; राजवाडे, खंड २०, लेखांक ८४, इ. स. १६४०; लेखांक १०९, इ. स. १६६१.) एकच इसम एवढा दीर्घ काळ अधिकारपदावर हयात राहणे शक्य नाही. मूळ बुऱ्हानचे वंशजही स्वतःला बुऱ्हानखान म्हणवत असले पाहिजेत. कृष्णाजी जाधव देशरक्षक याचा उल्लेख महजरात तीनदा आला आहे. त्याचा मात्र काही छडा लागला नाही. राजाराम महाराजांच्या कारकीर्दीत प्रतिनिधी, शाहू महाराजांच्या कारकीर्दीत राजाज्ञा, अशी काही नवीन पदे मराठेशाहीत निर्माण झाली. पण देशरक्षक हे पद केव्हा निर्माण झाले ते समजू शकले नाही आणि इतरही त्याचा उल्लेख कुठे मिळाला नाही.

महजरात ज्या गावांची नावे आली आहेत ती सर्व गावे वाई परगण्यातील आहेत असे अनेक कागदपत्रांवरून दिसून येते. (उदा. राजवाडे, खंड १५, लेखांक १५३ ते १५६; खंड २०, लेखांक १७५.) आता ती सर्व गावे सातारा जिल्ह्यात मोडतात. त्यांपैकी सिद्धनाथवाडी हे गाव आता वाईमध्येच सामील झाले आहे. (महाराष्ट्रातील खेड्यांची व शहरांची वर्णक्रमी, पृ. २४८.) पांडोगणवाडी अशा नावाचे गाव सध्या नाही; ते जवळपासच्या एखाद्या मोठ्या गावात समाविष्ट झाले असेल.

महजरात काही गावांच्या पाटलांची आडनावे नमूद आहेत. त्यांपैकी अनेक आडनावांना इतर कागदपत्रांतून दुजोरा मिळतो. उदा. चिखली, अभेपुरी, व्याहाली, सिदनाथवाडी, आसरे या गावांच्या पाटलांची आडनावे अनुक्रमे वाडकर, मांडरे, थोरवे, धनगर व सणस अशी होती हे राजवाडे, खंड २०, लेखांक १७६ वरून दिसून येते.

लेखांक ४०

४ जमादिलावल, सु. १०९९ — २९ ऑक्टोबर १६९८

श्री

मा। अनाम देसमुख व देसपांडे व सेटे माहाजन व (मोकद)मानी प्रा। वाई यासी कोनेर जगनाथ न्यायाधीश आसीर्वा(द) [डावीकडे समासात वाटोळा देवनागरी शिक्का] सुहूर सन तिसा तिसैन अलफ विठल जोतिसी बिन रंग (जोतिसी) येजुरवेदी अर्गवादी व आपदेभट बिन बालंभट आडकर रुगवेदी उतरवादी या उभयतामध्ये मौजे धोम सा। मुरे प्रा। मजकूर येथे श्री [मोकळी जागा] गंगातीर क्षेत्रीचे उपाधेपणानिमित्य गर्गशा लागला आहे याकरिता हरदूजणाचा निवाडियाचा xxx हुजूर पडिला आहे याची रास्ती मनसुफी करून जो खरा होईल त्यास उपाधेपण द्यावे लागते राजश्री [मोकळी जागा] स्वामी उगीच येकाची वृती येकास देत नाही पूर्वोतर ज्याची वृती खरी असे ती त्याची त्यासच देताती याकरिता हरदूजणाचा करीना व कागदपत्र हुजूर मनास आणिता त्यावरून रास्ती निवाडा होत नाही xxx (दे)सकास हुजूर बोलाऊन आणून पूर्वोतर करीना मनास आणून नि(वाडा) करावा तरी राजश्री [मोकळी जागा] स्वामी कर्नाटक प्रांते स्वारीस चालिले आ(हे)त समागमे आम्हास जावे लागते यानिमित्ये तुम्हा देसकावरी ह(र)दूजणाची मनसुफी धर्मता रास्ती निवाडा करावयासी टाकिली आहे येशास हरदूजणानी आपलाले करिने हुजूर लेहून दिले आहेत

विठल जोतिसी अर्गवादी याणे
आपला करीना लेहून दिल्हा आहे
की मौजे मजकुरीचे देखील श्री
गंगातीर क्षेत्र जोतिस व उपाधेपण
वृती पूर्वापार आपली आहे येशास
श्री [मोकळी जागा] गंगातीर क्षेत्री भले
भले ब्राह्मण येताती त्यास रुग्ववेदी
ब्राम्हण पाहिजे यानिमित्य आपला
वडील नाग जोतिसी याणे
आपदेभट आडकर याचा वडील
नरसीभट रुग्ववेदी आगांतुक
क्षेत्री आला होता भला देखोन त्यास
क्षेत्री उपाधेपणावरी मुतालीक
ठेविला त्याणे मुतालीकपणेच
आपले वडिलासी वर्तणूक केली
त्याअलिकडे त्याचे संततीपासून क्षेत्रीचे
उपाधेपणानिमित्ये कथला होत आला
परंतु मौजे मजकुरी गावीचे जोतिस
व उपाधेपणा आपले वडील
व आपण पूर्वापार आजीवरी
अनभवीत आहे व श्री गंगातीर क्षेत्री
जोतिस XXX अनभवीत आहो यात
कोणाचा कधी कथला जाला नाही
आपली वृती आपणच अनभवीत आहे
यैसे असता श्री [मोकळी जागा]
गंगातीर क्षेत्रीचेही उपाधेपण पूर्वापार
आपलेच आहे अलिकडे क्षेत्रीचे
उपाधेपणासी आमचा लोप करून
आडकर नूतन आपले वृतीसी जडले
आहेत.

आपदेभट आडकर उतरवादी
याणे आपला करीना लेहून दिल्हा
आहे की मौजे मजकुरी गावीचे देखील
श्री गंगातीर क्षेत्रीचे उपाधेपण
पूर्वापार वडीलवडिलापासून
वृती आपली आहे व जोतिसप(ण)
विठल जोसी येजुरवेदी याचे आहे
उपाधेपणासी जोसी यासी
समध नाही व जोतिसपणासी
आपणास समध नाही यैसे
असता आपला XXX आ(ड)कर
व विठल जोतिसी याचा बाप
रंग जोतिसी या उभयतापासून
क्षेत्रीचे उपाधेपणाचा कथला
लागला परंतु गावीचे देखील
उपाधेपणा आपला बाप स्व
अनभवीत होता परंतु परस्पर कलह
बहुत वाढला यानिमित्ये गोतानी
आपले बापाची व रंगभट जोसी
याची समजावीस करून कथला
तोडिला की मौजे मजकुरी
गावात उपाधेपण XXX
वृती जोसी यानी खावी व श्री
गंगातीर क्षेत्री उपाधेपण व गणेशपूजा
हे वृती आम्ही आडकरानी खाणे
आणि परस्पर समाधाने असावे यैसा
निवाडा करून दिल्हा त्याप्रमाणे
श्री गंगातीरी क्षेत्री उपाधेपण व
गणेश पूजन हे वृती आपण
अनभवीत आहे आपले वृतीसी
जोसी यासी समध नाही

याप्रमाणे उभयेतानी आपले करिने तपसिले लेहून दिल्हे आहेत तरी तुम्ही

गोत देसक व वैराट क्षेत्रीचे ब्राम्हण थोर थोर स्मार्थ व वैस्णव व बारा बलुते मौजे धोम प्राा मजकूर यैसे श्री [मोकळी जागा] गंगातीर क्षेत्री देवाचे देवलासनिध अवघे मिलोन गोत सभा करून विठल जोतिसी व आपदेभट आडकर या उभयेताचे राजीनामे लिहून घेऊन दोघाचे करिने तपसिले मनास आणून लेहून घेणे आणि कागदपत्र वृतीसंमधे उभयेताजवल जे असतील ते मनास आणून धर्मता रास्ती मनसुफी तुम्ही आपले बेतालीस स्मरोन कोणाची रयात न करिता गोही साक्ष शफता घालून विचारणे आणि दोघाचा निवाडा करणे त्याप्रमाणे जो खरा होईल त्यास महजर करून देऊन बखेर तपसिले हुजूर लेहून पाठवणे त्यावरून मनास आणून ज्याची वृती खरी होईल त्याची वृती त्यास देऊन तोवरी श्री [मोकळी जागा] गंगातीरक्षेत्रीचे उपाधेपणाची कमावीस अमानत दिवाण निसबतीचा भट देऊन उपाधेपण चालवणे जोसी यास व आडकरास दखल होऊ नेदणे व मौजे धोम येथील गावातील ही उपाधेपणाची कमावीस अमानत चालवणे जोसी यासी दखल होऊ नेदणे रा छ ४ जमादिलोवल पाा हुजूर [मोर्तब]

राजते
लेखना
वधि

[पाठीमागे जोडावर **राजते लेखना वधि** हा मोर्तब उमटविला आहे]

टीप

“राजश्री स्वामी कर्नाटक प्रांते स्वारीस चालिले आहेत समागमे आम्हास जावे लागते” या वाक्याचा अर्थ कसा लावायचा असा प्रश्न आहे. राजश्री स्वामी म्हणजे इथे छत्रपती राजाराम महाराज.

गदाधर प्रल्हाद शकावलीत (शिवचरित्र प्रदीप, पृ. ६६) पुढील नोंदी आहेत:

(१) शके १६१९ : “फालगुन वदि ७ भौमवासरी [२२ फेब्रुवारी १६९८] राजाराम खेलणियासी आले धनाजी जाधव येलुरास जाऊन घेऊन आले त्यावर बेदारबख्तास पातशाई नामजाद केले.” येलुरास म्हणजे वेलोरला. बेदारबख्त हा औरंगजेबाचा नातू होता.

(२) शके १६२० : “मार्गसीर मासी [राजाराम] चंजीकडे गेला खलणियाहून गेले त्याच्या पाठीवरी बेदारबख्त गेला.” शक १६२० मधील मार्गशीर्ष २३ नोव्हेंबर १६९८ ला सुरू होऊन २२ डिसेंबर १६९८ ला संपला. चंजी किंवा चंदी म्हणजे जिंजी.

(३) शके १६२० : “फालगुनमासी राजाराम मागती चंदीहून प्रांतीहून फिरोन खिळणियास

आला गदकाजवळी शाहाजादियास लडाई दिल्ही.'' शके १६२० मधील फाल्गुन २० फेब्रुवारी १६९९ ला सुरू होऊन २१ मार्च १६९९ ला संपला.

राजाराम महाराज २२ फेब्रुवारी १६९८ रोजी खेळण्यावर म्हणजे विशाळगडावर पोचले, त्यानंतर नोव्हेंबर-डिसेंबर १६९८ मध्ये ते पुन्हा जिंजीच्या रोखाने निघाले, बादशाहाने त्यांच्याविरुद्ध नेमलेला बेदारबख्त त्यांच्या पाठीवर होता, फेब्रुवारी-मार्च १६९९ मध्ये ते परत खेळण्यावर आले, आणि त्यांच्या या प्रवासात त्यांची गदगजवळ शाहजादा बेदारबख्त याच्याशी लढाई झाली, असा या नोंदींचा अर्थ होतो. तो अर्थ इथे छापलेल्या पत्रातील ''राजश्री स्वामी कर्नाटक प्रांते स्वारीस चालिले आहेत.'' या वाक्याशी सुसंगत आहे. चालिले आहेत म्हणजे जाणार आहेत असा अर्थ घेतला पाहिजे.

शकावलीतील नोंदी मआसिर-इ-आलमगीरीमधील नोंदींशी विसंगत आहेत. त्या ग्रंथात ५ जमादिलावल, जुलूस ४३ (=१९ ऑक्टोबर १६९९) य तारखेखालील नोंदींमध्ये पुढील अर्थाची एक नोंद आहे : ''राजाराम वऱ्हाडकडे गेला आहे अशी पक्की बातमी आल्यामुळे बेदारबख्त याने आपली मुर्तजाबाद येथील छावणी सोडून त्याच्या पाठलागावर जावे असा बादशाहाचा हुकूम झाला.'' (मआसिर-इ-आलमगीरीचे जदुनाथ सरकार यांनी केलेले इंग्रजी भाषांतर, पृ. २४८.) यासंबंधीची मआसिर-इ-आलमगीरीतील पुढील नोंद अशी आहे : ''नीरा नदीच्या पलीकडे बेदारबख्त याची राजारामाशी निकराची लढाई झाली अशी बातमी ४ जमादिलाखर रोजी बादशाहास समजली.'' (जदुनाथ सरकार यांनी केलेले इंग्रजी भाषांतर, पृ. २४९-५०. ४ जमादिलाखर, जुलूस ४३=१७ नोव्हेंबर १६९९.) त्याच ग्रंथातील यासंबंधीची तिसरी नोंद पुढीलप्रमाणे आहे : ''राजाराम वऱ्हाडकडे पळाला होता तो निराश होऊन स्वगृही परतला आणि तिथे मरण पावला अशी बातमी २५ रमजान रोजी आली.'' (जदुनाथ सरकार यांनी केलेले इंग्रजी भाषांतर, पृ. २५४. २५ रमजान, जुलूस ४३ = ६ मार्च १७००.)

मोगल दरबारच्या अखबारांमधून या विषयावर अधिक प्रकाश पडतो.

२५ ऑक्टोबर १६९९ चा अखबार : ''यार अली बेग याच्या हेरांकडून पुढीलप्रमाणे कळले - राम (राजाराम) याने रामचंद्र (रामचंद्रपंत अमात्य) व निलो पंडित यांना साताऱ्यात सोडले. तो स्वतः साताऱ्यावरून चार कोस पुढे आला. तेथे निगूनबख्त (बंडखोर गोंड राजा) याजकडून आलेली दोन माणसे त्याला भेटली. ते रामाला (राजारामाला) म्हणाले, 'तुम्ही त्या प्रातांतून इकडे या म्हणजे देवगडला (नागपूरजवळ) ठाण मांडता येईल, यावर धना जाधव व दादो मल्हार हे सरदार म्हणाले, 'बादशाह स्वारीवर निघाले आहेत. स्वतःचे हित हवे असेल तर तुम्ही (राजाराम) जिंजीकडे जावे. रामाने (राजारामाने) ते मान्य केले नाही. त्याची इच्छा सुरत बंदर, वऱ्हाड व सुभे

हैदराबाद या मार्गाने जिंजीकडे जाण्याची आहे.'' (मोगल दरबारची बातमीपत्रे, १६८५ ते १७००.)

४ नोव्हेंबर १६९९ : ''आज्ञा करण्यात आली की बेदारबख्ताने रामाचा (राजारामाचा) पाठलाग करावा.''

६ नोव्हेंबर १६९९ : ''बादशाहांनी फजाईलखान याला सांगितले, खान बहादुर नुस्रतजंग याला लिहा की : राम (राजाराम) वऱ्हाडच्या बाजूने गेला आहे. तुम्ही त्वरित त्याच्या पाठलागावर जावे आणि शहाजादा बेदारबख्त याला मिळावे.''

१६ नोव्हेंबर १६९९ : ''शहाजादा बेदारबख्त परंड्याला पोचला. राम (राजाराम) परंड्याच्या पलीकडे सहा कोसांवर होता. त्याने आपले धनाजी जाधव आदि सरदार यांना शहाजादा बेदारबख्त याजविरुद्ध लढण्यासाठी पाठविले .... युद्ध झाले .... गनिमाचा पराजय होऊन ते अहमदनगरकडे निघून गेले. शहाजादा त्यांचा पाठलाग करीत आहे.''

२६ डिसेंबर १६९९ : ''हरकाऱ्यांच्या तोंडून कळले की, (राजा)रामा हा बादशाही छावणीपासून पंधरा कोसांवर येऊन थांबला आहे. खेळण्याच्या दिशेने जाण्याचा त्याचा बेत आहे.'' बादशाहाची छावणी या वेळी साताऱ्यापाशी होती. (९ डिसेंबर १६९९ ते २८ एप्रिल १७०० चे अखबार.)

राजाराम महाराज खेळण्याहून वऱ्हाडकडे गेले होते. या मआसिर-इ-आलमगीरीतील माहितीला अखबारांचा दुजोरा आहे. पण राजाराम महाराजांनी (थेट मार्गाने) जिंजीकडे जावे असा सल्ला धनाजी जाधव व दादो मल्हार यांनी दिला होता आणि खुद्द राजाराम महाराजांचा विचार वऱ्हाड व सुभे हैदराबाद या मार्गे जिंजीकडेच जाण्याचा होता असे २५ ऑक्टोबर १६९९ च्या अखबारावरून दिसते. राजाराम महाराज जिंजीकडे जाणार आहेत ही कदाचित त्यांनी मुद्दामच शत्रूची दिशाभूल करण्याकरिता उठविलेली अफवा असेल. कोनेर जगन्नाथ न्यायाधीश याने ''राजश्री स्वामी कर्नाटक प्रांते स्वारीस चालिले आहेत'' ही वाई परगण्याच्या देशमुख देशपांड्यांना पत्रात कळविलेली माहिती ही ती अफवा उठविण्याच्या प्रयत्नाचाच एक भाग असू शकेल. एरवी ''कर्नाटक प्रांते'' असा उल्लेख त्या पत्रात करण्याची काहीच गरज नव्हती.

मआसिर-इ-आलमगीरीतील व अखबारांमधील माहिती चुकीची असणेही असंभाव्य नाही. राजाराम महाराजांनी राजापुरी प्रांताच्या देशाधिकाऱ्याला पाठविलेल्या २५ मार्च १६९९ या तारखेच्या पत्रात, आणि नारो पंडिताला पाठविलेल्या ८ एप्रिल १६९९ च्या पत्रातही, ''सांप्रत स्वामी कर्नाटक प्रांतीहून परतोन या प्रांतास आले'' असा उल्लेख आहे. (पुरंदरे दप्तर, भाग १, लेखांक ३ आणि पंत अमात्य बावडा दप्तर, भाग १, लेखांक ४७.) त्या पत्रांमधील स्वामी म्हणजे राजाराम महाराजच. त्यांचे कर्नाटक

प्रांतीहून हे परत येणे त्यांच्या फाल्गुन शक १६२० मध्ये खेळण्याला येण्याशी सुसंगत आहे. तो उल्लेख त्यांच्या २२ फेब्रुवारी १६९८ला खेळणा येथे झालेल्या आगमनाविषयी आहे असे मानणे, मध्ये एक वर्षाचा काळ उलटला आहे ही गोष्ट विचारात घेता, अवघड वाटते.

राजाराम महाराजांच्या फाल्गुन वद्य १०, गुरुवार, राज्याभिषेक शक २५, बहुधान्य संवत्सर (=१६ मार्च १६९९) या तारखेच्या पत्रात ''राजश्री कोनेर पंडित न्यायाधीश'' असा उल्लेख आहे. (राजवाडे, खंड २१, लेखांक ९ आणि खंड ३, लेखांक १४४. दोन्ही एकाच पत्राच्या नकला आहेत. लेखांक ९ मध्ये राज्याभिषेक शक २५ आहे त्याऐवजी लेखांक १४४ मध्ये राज्याभिषेक शक २६ आहे. राज्याभिषेक शक २६ असल्यास संवत्सर व वार तिथीशी जुळत नाहीत; राज्याभिषेक शक २५ असल्यास जुळतात. म्हणून, राज्याभिषेक शक २६ ही लेखनिकाची किंवा खिळे जुळणीतील चूक असली पाहिजे.) या पत्रातील कोनेर पंडित म्हणजेच कोनेर जगन्नाथ न्यायाधीश असला पाहिजे.

ॐॐॐ

लेखांक ४१

१ रबिलाखर, फसली १११०   ४ सप्टेंबर १७००

अचलाजी

बंदे बादशाह
आलमगीर

[१० ओळी फार्सी मजकूर]

आमिलानी हाल व इस्तकबाल व देसमुखानी व देसपांडियानी व मोकदमानी व रयायानी मौजे धौम परगणे वाई सुा सन हजार १११० अकरासे दाहा दरवजे इनाम मौजे मजकूर तीर सिरी कृस्नावासी ब्राम्हनास दरोबस्त माल व सायेर व कानू कुल असेल ते ब्राम्हनास सालबसाल महसूल देत जाणे व फौजदार पटी वगैर यासी कोन्ही मुजाहिम न होने ब्राम्हण तीरी आनंदरूप राहोत मोर्तबु

टीप

हे पत्र फार्सी-मराठी असे द्वैभाषिक आहे. मराठी भागात महिना व महिन्याची तारीख नाही. फार्सी भागात १ रबिलाखर, जुलूस ४४ (= ४ सप्टेंबर, १७००) अशी तारीख दिलेली आहे.

पत्राच्या माथ्यावर अचलाजी बंदे बादशाह आलमगीर असा शिक्का फार्सी भाषेत व लिपीत आहे. पत्र त्याचेच आहे. शिवाजी महाराजांचा अचलाजी नावाचा एक जावई मोगलांच्या नोकरीत मनसबदार होता. (मआसिरे आलमगीरी, १६ रबिलावल, जुलूस सन २९ खालील नोंद - हिंदी अनुवाद, औरंगजेब नामा, भाग ३, पृ. २९.) पत्र देणारा अचलजी हा बहुधा महाराजांचा जावईच असेल, कारण इतक्या मोठ्या हुद्द्यावरच्या दुसऱ्या कोण्या अचलाजीचा उल्लेख मिळत नाही.

लेखांक ४२

तारीख नाही

श्रीशंकर

राजश्री लक्षुमणपंत स्वामी गोसावी यास

पो शामजी लिंगोजी देशपांडिये पाा वांई नमस्कार विनंती उपरी येथील क्षेम जाणून स्वकीये कुशल लेखन करणे विषेस तुमची आमची भेटी मार्गी जाली फिरोन येता बोरिवात आम्ही होतो परंतु तुम्ही येऊन भेटोन गेला नाही बोरीवकर पाटील ही तुमचा बोभाट सांगत होते की हिसेब अजितागाइत येऊन गावीचा पाहिला नाही तुमची अकल तुम्हास कार्यायास येईल तुमची बुधी थोर नाही हे गोस्टी असे अखेर तुमचे केले तुम्हास कार्यास येईल परंतु भेटी न घेता जावे हे उचित नाही अता तरी अवकास जाला तरी भेट घेऊन जाणे काही विचार आहे कोसवले व जांबलीचा गला व नख्त कुल जमा करून तुमचा यैवज तुम्ही घेणे आमचा यैवज जमा करून तुम्ही आपणापासी ठेवणे

जांबली गला	कोसवले
.।।. कुलकर्ण मुशाहिरा	मुशाहिरा कुलकर्णी
।२।।. हक देशकुलकर्ण	गला नख्त
।।।२।।	दाहा मण .।।.
	टके १०

नख्त १७।।
केणी ५

येाा साडेसतावीस मण गला व पैके सदरहू प्रा जमा करून निमे यैवज तुम्ही घेणे निमे आमचा मानभाग जमा करून आपणापासी ठेवणे पुढे गैरदगा आहे जाणिजे हे बहुत काये लिहिणे लोभ असो दीजे हे विनंती

टीप

पत्रावर तारीख नाही, पण शामजी लिंगोजी इसवी सनाच्या १७ व्या शतकातील आहे म्हणून हे पत्र इथे घेतले आहे.

⌘⌘⌘

सांगोल्याचे देशपांडे

लेखांक ४३

१४ जमादिलाखर, सु. १०४३ ३० ऑगस्ट १६४२

[दोन फार्सी शिक्के]

ताा हुदेदारानी व मोकदमानी देहा(ये) काा सांगोले पाा माण दहिगाऊ सुाा सन सलास अर्बैन अलफ हक देसकुलकरणीं साल हाल पैकी निम देसकुलकरणीं यासी दुंबाला करणे म्हणौउनु राजेश्री [मोकळी जागा] कासी केदा(र) निघावान माजी याचे हाती XXX हून सांगोन पाठविले बाा परवानगी निम हक दुंबाला केळे असे दुंबा(ला) कीजे
मोरतुबु [फार्सी मोर्तब]
तेरिख १४ माहे जमादिलाखर

लेखांक ४४

५ रजब सु. १०५४   १२ मे १६५४

निवाडपत्र बितेरीख ५ रजब सुा सन अर्बा खमसैन अलफ बिहुजूर
माा भिकाजी दतो ठाणदार   तिमाजी कृस्ण मजमूदार

[फार्सी शिक्का]

देसक व गोत

अंबाजी व बहिरजी देसाई   बहिरा नरसिंह देसकुलकर्णी बिाा xxx
[नांगराचे चिन्ह]   सटऊजी व सिदोजी पटेल मौजे वासद
तुलाजी पटेल कसबा   [नांगराचे चिन्ह]
[नांगराचे चिन्ह]   बापूजी नाईकवाडी
सेटी मोकदम व बेनगोडा   [कट्यारीचे चिन्ह]
पुजारी मौजे चिंचोली   विठोजी कुलकर्णी व पिराजी गुराव
[नांगराचे चिन्ह]   मौजे माा
बालाजी पटेल मौजे
लोणविरे [नांगराचे चिन्ह]

या विदमाने केले निवाडा यैसा जे येमाजी पटेल व संताजी बिराजर पटेल
मौजे याकुतपूर या दोघांमधे पटेलगीचा हकलाजिमेबदल भांडन होते संताजी
मजकूर सदरेसी येऊन दाखल जाहला त्यावरून साहेबी हरदोजणासी आणून
जमान घेऊन निवाडा करून देणे म्हणौन गोतावरी मुनसिफी घातली त्यासी दोघे
राजी होऊन नेमउतर लेहून दिल्हे मग गोत धर्मता बैसोन दोघाची विले केली

येमाजी पटेल वडील भाऊ नाव नांगर   सटवोजीने मेट कुडो निमे
पान तश्रिफा व माहाला हकलाजिमा   घेणे वरकडासी काही
माहाल मापे कुडो निमे   निसबती नाही भाऊबंद
                                              असतील त्यास समजाऊन उरले
                                              निमे

येणेप्रमाणे विले केली असे सालाबाद चालावे पेस्तर जो कुसूर करील तो
दिवाणीचा खोटा हे निवाडपत्र सही

टीप

ठाणेदार व देसाई हे कोणत्या परगण्याचे ते मूळ कागदातच नमूद केलेले नाही. त्यात उल्लेखिलेली चिंचोली, लोणविरे, वासद व याकुतपूर (आता एखतपूर) ही गावे सोलापूर जिल्ह्याच्या सांगोला तालुक्यात आहेत आणि हा कागदही सांगोल्याच्या कागदपत्रांमध्येच मिळाला आहे. म्हणून देसाई व ठाणेदार शिवकालीन माण परगण्याच्या सांगोला कर्यातीचे असले पाहिजेत.

लेखांक ४५

२० जिल्काद, सु. १०६६ — २६ मे १६६५/१५ मे १६६६

[फार्सी शिक्का]

सिस्त भेटी पंडित अजम नागोजी पंडित हवालदार का। सांगोले पा। माण दहिगांऊ सु॥ सित सितैन अलफ मोईन होन २०.॥.

मो। वीस होन प्रताप

xx	कसबा	२	जवले
१	वाडेगाऊ	१	कडलास
xx	मेडसिगी	१	सोनद
१	अलेगाऊ	॥	डोंगरगाऊ
१	दहिवाडी	॥	माणेगांऊ
॥	अधलगाऊ	॥	हणमंतगाऊ
॥	चिंचाले	॥	निजामपूर
१	सावे	॥	लोणवीर
॥	बाम्हणी	१	अकोले
॥	चिंचली	॥	वासद
xx	याकुतपूर	॥	कमलापूर
xx	पेठ याकुत	॥	मगेवाडी
xx	सिवणे	॥	सोनलवाडी

xx	अचकदी	॥	मेटxx
xx	वजिराबाद		
१० ॥			१०

तेरीख २० जिलकादी

टीप

कर आकारणीच्या यादीला शिस्त असे एक नाव पूर्वी होते. विशेषतः महसुलाखेरीज इतर ज्या पट्ट्या (कर) संपूर्ण गावाला द्यावे लागत त्यांच्या आकारणीला शिस्त असे म्हणत. ही अशीच 'भेटी' नावाच्या पट्टीची शिस्त आहे.

भेटी म्हणजे वरिष्ठाला भेट म्हणून द्यायचा कर. ही भेट ऐच्छिक नसून सक्तीची असे. गावावर आकारलेल्या 'भेटी'ची वाटणी (तकसीम) सर्व गावकऱ्यांवर येई. इनाम जमिनींवर ती माफ असे. ती माफ असल्याचा उल्लेख इनामांच्या काही खुर्दखतांमध्ये येतो. (उदा. राजवाडे, खंड १५, लेखांक ६९; शि.च.सा., खंड ३, लेखांक ५४४.) बऱ्याच खुर्दखतांमध्ये 'भेटी'चा उल्लेख नसतो; 'कुलबाब कुल कानू' (सर्व कर) या शब्दांमध्ये ती गृहीत असते. 'भेटी' या कराचा उल्लेख एका जुन्या मेस्तकात आहे. (भा. इ. सं. मं. अहवाल, शके १८३३, पृ. १३५.)

इथे जी शिस्त छापली आहे तिच्यात माण दहिगाव परगण्याच्या सांगोले कर्यातीतील गावांवर आकारलेल्या 'भेटी' या कराची गाववार यादी दिली आहे.

यादीतील गावांपैकी आंधळगाव हे गाव सोलापूर जिल्ह्याच्या मंगळवेढा तालुक्यात आहे आणि बाकीची गावे त्या जिल्ह्याच्या सांगोला तालुक्यात आहेत. नावांमध्ये किरकोळ फरक पडले आहेत. उदा. यादीतील याकुतपूर व माणेगाऊ म्हणजे सध्याचे एखतपूर व मानेगाव. यादीतील वजिराबाद, दहिवडी व चिंचोले म्हणजे सध्याची वझिरे, हल दहिवडी व वाणी चिंचोळे असे गृहीत धरले आहे.

༒༒༒

लेखांक ४६

१ सफर, सु. १०६६   ३ ऑगस्ट १६६५
[फार्सी शिक्का]
बिरसानद मोकदमानी मौज निजामपूर [डाव्या कोनाड्यात फार्सी शिक्का]

का सांगोले पा माण दहिगाऊ सुा सित सितैन अलफ अज गुजदी XXX सदरभेटी साल मजकूरपैकी बा बा हुा नरसिंगराऊ बिन शेशाद्री XX गीर श्वार रा मा होन .।।. मो होन प्रताप रास

तेरीख १ माहे सफर

टीप

लेखांक १०१ मध्येही गुजदी हा शब्द आला आहे.

लेखांक ४७

२२ सफर, सु. १०६६ २४ ऑगस्ट १६६५

अहामद अजिमुला मोकासाई मौजे निजामपूर का सांगोले सुा सित सितैन अलफ ता छ २२ माहे सफर येकून होन ११ ।।

रसद ११।-।

छ ११ मोहरम होन ५ बाद पाडा –१ बाकी ४।।।=।

गुा होनाजी पटेल ता अणाजीपंत हुदेदार =।

छ २२ मोहरम गुा होनाजी पटेल ता अणाजीपंत हुदेदार होन ६।≡

उचापती गला गुा हुदेदार व माहालदार .।. ।। येकून =

तूप वजन । येकून ।

टीप

उचापत म्हणजे गावच्या खर्चासाठी घेतलेली कर्जाऊ रक्कम किंवा उधार आणलेल्या वस्तू. (ऐतिहासिक शब्दकोश; भा. इ. सं. मं., त्रैमासिक, वर्ष ५२, पृ. ६१-७०.)

हिशोब होनांमध्ये आहे. पहिल्या आकड्यानंतर उभ्या रेघा आहेत ते धरण आहेत, मग आडव्या रेघा आहेत ते चवल आहेत आणि मग पुन्हा उभ्या रेघा आहेत ते दुवल

आहेत. ४।।।=। म्हणजे ४ होन ३ धरण २ चवल आणि १ दुवल. त्यात ६।≡ म्हणजे ६ होन १ धरण व ३ चवल मिळविले की बेरीज ११।-। म्हणजे ११ होन १ धरण १ चवल व १ दुवल एवढी येते. (कोष्टकाकरिता व आकडे मांडण्याच्या पद्धतीकरिता श्री राजा शिवछत्रपती, भाग २, पृ. ३६५ व त्यातील तळटीप १९६ पहा.)

लेखांक ४८

७ रबिलाखर, सु. १०६६ ७ ऑक्टोबर १६६५

[फार्सी शिक्का]

अज दिवाण ठाणे का। सांगोले पा। माण ताहा लिगोजी मेटकरी का। मा। सु। सित सितैन अलफ मेट गुतगा साल मा। पैकी होनू ६ साहा तुवा आणून दिल्हे ते पावले मजुरा असे मो। सदरहू अदा तनखा होये xxx त्यास पावले मो। [फार्सी मोर्तब]

[पाठीवर] तेरीख ७ माहे रबिलाखर
रबिलाखर

टीप

कबज (पावती) या प्रकारच्या कागदाचे उदाहरण म्हणून हा कागद इथे घेतला आहे. गुतका किंवा गुतगा म्हणजे मक्ता. (ऐतिहासिक शब्दकोश.) शि. च. सा., खंड ६, लेखांक ६९ मध्ये हा शब्द आला आहे.

लेखांक ४९

७ रबिलाखर, सु. १०६६ ७ ऑक्टोबर १६६५

[फार्सी शिक्का]

अज दिवाण ठाणे का। सांगोले पा। माण दहिगाऊ ता। सेटियानी मेटकरी कसबे मजकूर सु। सन सित सितैन अलफ बा। बाब ये साल मा। पैकी बि।

बाबती तबाकू सिस्ती पैकी होन १ = बाा हासिल सिस्ती पैकी होन २

येकून होनु ३ = तीन होनु चवल रास ठाणा जमा जाहले मोर्तब [फार्सी शिक्का]

तेरीख ७ रबिलाखर माहे रबिलाखर

लेखांक ५०

११ जमादिलाखर, सु. १०६६ ९ डिसेंबर १६६५

[तीन फार्सी शिक्के]

सिस्त तकदमा नख्तबाब (पैाा) व निर्ख तफावत खरीफ गला काा सांगोले पाा माण सुाा सित सितैन अलफ येकून होन

४३५ ।।

मो होन च्यारिसे साडेपंचतीस रास

अ(ज)	अज	नख्तबाब	XXX
कसबा	३०	०	३०
जवले	१००	१००	०
मेडसिंगी	९	०	९
दहिवाडी	१५	१०	५
अंधलगाऊ	२५	२५	०
बाम्हणी	७	०	७
सिवणे	११	०	११
याकुतपूर	१३ ।।	०	१३ ।।
अचकदानी	११	०	११
वासद	१५	७	८
आकोले	३५	०	३५
माणेगाऊ	१०	१०	०
लोणविरे	११	६	५
सोनद	२०	८	१२

अलेगाऊ	१३	०	१३
वाडेगाऊ	२०	०	२०
चिंचाले	१	०	१
सावे	२०	१२	८
चिंचोली	११	०	११
सोनलवाडी	१३	०	१३
मंगेवाडी	१५	८	७
कमलापूर	१०	०	१०
निजामपूर	६	०	६
हणमंतगाऊ	५	०	५
डोंगरगाऊ	९	४	५
वजिराबाद	०	०	०
पेठ याकुतपूर	०	०	०
कडलास	०	०	०
	४३५॥	१८९	२४६॥

तेरीख ११ माहे जमादिलाखर

टीप

गावांच्या नावांकरीता लेखांक ४५ ची टीप पहा.

लेखांक ५१

११ सव्वाल सु. १०६६ ७ एप्रिल १६६६

खत वासिल बेा रामाजी कोनेरी मुताली [मोकळी जागा] बाा इनामती दर देहे होन २ मिाा अज तुम्ही मौजे निजामपूर काा सांगोले सुाा सित सितैन अलफ नक्त बाब व साल मजकूर पैकी आपणासी पावले अखवरी मोकदमानी मौजे मजकूर होन येक होन १

रुजु मोकाबिला अमनभाई मुतालिक दू
तेरीख ११ सौवाल

लेखांक ५२

२० सव्वाल, सु. १०६६ १६ एप्रिल १६६६

[फार्सी मोर्तब]

अज दिवाण ठाणे काा सांगोले [डावीकडे कोनाड्यात दोन फार्सी शिक्के] ताा मोकदमानी मौजे निजामपूर काा माा सुाा सन सित सितैन अलफ विलायतीस देसकानी पटी करून दिल्हे असे पैकी तकसीम मौजे माास होन १० ० घातले असे रसद पाठउनु दीजे [फार्सी मोर्तब]
[पाठीवर] तेरीख छ २० सौवाल

लेखांक ५३

२३ सव्वाल, १०६६ १९ एप्रिल १६६६

दाा ताा मोकदमानी मौजे निजामपूर यासी अनाजी कृस्ण हुदेदार मौजे मजकूर मालूम दाद सुाा सन सित सितैन अलफ मौजे मजकुरावरी बाकी होन ३ राहिले असे याबदल हरी पंडित आले आहे या बराबरी पाठऊन दीजे तुम्ही येऊन हिसेब करून जाणे मो

तेरीख छ २३ माहे शौवाल
[डावीकडे समासात शिक्का]

लेखांक ५४

२५ सव्वाल, सु. १०६६ २१ एप्रिल १६६६

[फार्सी शिक्का]

अज दिवाण ठाणा काा सांगोला [डावीकडे कोनाड्यात दोन फार्सी शिक्के]

पाा माण दहिगाऊ ताा मोकदमानी मौजे निजामपूर काा माा सुाा सन सित सितैन अलफ पेसजीचे सिस्ती बाा होन ५ व हाली सिस्ती होन १० येकून रसद होन १५ रसद आणविले असे मिसेली देखताच रसद पाठउनु देणे उजूर केलिया तलब असे मोर्तब शुद [फार्सी शिक्का]

तेरीख २५ माहे शौवाल

लेखांक ५५

२९ सव्वाल, सु. १०६६ २५ एप्रिल १६६६

सैद अबदुल कादि(र) निघावान

दाा ताा मोकदमानी मौजे निजामपूर [डावीकडे फार्सी शिक्का] यासी सैइद अजम [मोकळी जागा] कर्याती सांगोला पाा माण दहिगाव मालूम दाद सुाा सन सित सितैन अलफ मौजे मजकुरावरी मोकासाही याचे पैके बाकी राहिले असे झडती करून घेऊन देणे संताजी मेटकरीवरी होन १ ।≡ ।.। बाकी असे या पासून पैके घेऊन पाठवि(णे) जरी पैके नेदी तरी त्यासी हुजू(र) पाठवणे या पैकेबदल हुजूर ह्लह्लह्ल माहालदार पाठविले असे दरी बाब ताकीद असे मो [फार्सी मोर्तब]

तेरीख छ २९ माहे शौवाल

टीप

सैद अजम या शब्दांनंतर मोकळी जागा सोडली आहे; वर लिहिलेले सैद अबदुल कादिर निघावान हे नाव त्या जागी वाचायचे आहे. निघावान हे पद आहे. त्याविषयी काही माहिती प्रकाशित झालेली नाही.

⌘⌘⌘

तजकरे

भारत इतिहास संशोधक मंडळाच्या शके १८३२ च्या अहवालात इतिहासाचार्य राजवाड्यांनी एक-दोन जुन्या बाडांवरून जुन्या कागदपत्रांची काही माहिती दिली आहे. तिच्यात तचकरेपत्र (तजकरेपत्र) या प्रकाराविषयी दिलेली माहिती पुढीलप्रमाणे आहे: ''महाली कमाविसदारावरी पैका घेतल्याचा मुद्दा शाबीत करून तुफानदार आला, त्याजपासोन निशा सरकारने घेऊन कमाविसदार बोलावून आणोन रुजुवात करविली; सबब पत्र लेहून घेणें तें तचकरेपत्र.'' (भा.इ.सं.मं.अहवाल, शके १८३२, पृ.६६.) मोल्सवर्थच्या कोशातही तजकरा या शब्दाचा अर्थ अफरातफर, आर्थिक गैरव्यवहार असा दिला आहे. तशा अर्थाने तो शब्द पूर्वी मराठीत वापरला जात असेलही; पण तज्करा (किंवा तज्किरा) या मूळ अरबी शब्दाचा अर्थ स्मरण, स्मरणटिपण एवढाच होतो, अफरातफर असा होत नाही. पुढे जे तजकरे छापले आहेत तेही अफरातफरीच्या चौकशीचे टिपण अशा अर्थाचे नसून स्मरणटिपण एवढ्याच अर्थाचे आहेत. त्यांत माण परगण्याच्या सांगोला कर्यातीत मशिदी, जुनारदार (ब्राह्मण), इतर इनामदार अशा निरनिराळ्या सदरांखाली असलेल्या इनामांची टिपणे आहेत. तजकऱ्याची म्हणून काही तारीख नाही; पण प्रत्येक तजकऱ्यात सर्वात अलीकडच्या अशा ज्या वर्षाचा उल्लेख असेल ते वर्ष मथळ्यात तारीख म्हणून इथे छापले आहे.

लेखांक ५६

सु. १०४३ इ.स. १६४२-४३

१६ का सांगुलते तजकरे
पा माण इनामती
बाजे इनामदार

बाबाजी तिर्मळ वैद दरिवख्त कारकीर्द जुंझारराऊ दर साळ सन सलास अरबैन अलफ दर सवाद कसबे मजकूर जमीन चावर १ यासी नख्त दुंबाले केले होन८ पंढरी पंडित तबीब सेा शाहार माहमदापूर बा मौजे XXX जमीन चावर १ यासी दुंबाले नख्त व माहासूल गुतगा हबीबशाह काजी कसबे मा खत घेउनु आला इनामदार मा चे दुंबाले केले नख्त कानूपैकी कारकुनानी सिस्त करून दुंबाले केले होन ८ सिक्षागिरी जांग(म) मोकाम मौजे याकुतपूर दर सवाद मौजे सिवणे का मा मराहमती दरिवख्त कारकीर्द मिरा

होन २५ ताा कारकीर्द येकलासखान इमामखान बाा खुर्दखत पडी जमीन बाग हाली इनाम खेरीज करून गांवीचे बिघे ५ भोगवटा नाही ०
खंडणी करीत असती

लेखांक ५७

सु. १०४५ इ.स. १६४४ - ४५
९ काा सांगुलवे
पाा माण तजकरे
मसिदी इनामती

मसीद मौजे वाडेगाऊ मुला

जमीन चावर १	तेल रोजिना
यासी नख्त दुंबाले होते होन ३।।।	रोसनाई मसीद वजन ।

यासी भोगवटा ताा कारकीर्द खान येकलासखान चालत होते त्यावरी अफ्तामधे मुला नखळ होऊनु गेला सेत बिनाकिर्दी होउनु पडिले होते सन अरबैन अलफ पासून सेत कौल देउनु कुणबियासी लाविले कौलप्रमाणे नख्त व गला खालिसातीखाली जमा होत असे त्यावरी सन खमस अरबैन अलफ कारकिर्दी मिरा इमामखान काजी हैदरशाहाचे निसबत करून मुबादला पडी सेत दिल्हे असे व मसिदीचे रोसनाई तेल चालत असे

टीप

सोलापूर जिल्ह्याच्या सांगोला तालुक्यात वाढेगाव नावाचे गाव आहे. इथे छापलेल्या पत्रातील वाडेगाऊ म्हणजे ते वाढेगाव असले पाहिजे.

नखल होणे म्हणजे निर्वंश होणे. (उदा. शि. च. सा., खंड २, पृ. १३५-३६; खंड ५, पृ. २३१. नकल असाही प्रयोग होतो. उदा. शि. च. सा., खंड २, पृ. २३८, २८४; खंड ८, पृ. ८७.) अरबी-फार्सीत नकल शब्दाचा एक अर्थ कथा असा होतो. मोल्सवर्थच्या

कोशात नकल म्हणजे एखाद्या वंशाचे नष्ट होणे, फक्त कथारूपाने उरणे, असे अर्थ दिले आहेत. अफ्तामधे म्हणजे 'आफत' मध्ये, आपत्तीच्या काळात. आफत म्हणजे आपत्ती, संकट, दुर्दैव.

या कागदात मुल्लाचे नाव लिहायचे राहिले आहे; ते लेखांक ५८ मध्ये आहे

लेखांक ५८

सु. १०४५ इ. स. १६४४-४५

१० का सांगुलवे

पा माण तजकरे

मसिदी इनामती

मसीद मौजे सावे मुला माहामद बिन मुला आहमद जमीन चावर १
यासी दुंबाला नख्त होनु २।।

यासी भोगवटा ता कारकिर्दी खा येकलासखान चाळत होते त्यावरी आफदमुले पडिले होते मुला नखल होउनु गेला सेतही पडिले होते दरिवख्त सेत कुणबियासी लाविले असे खालसाती खाली दस्ती जमा होत असे हाली कारकीर्द मिरा इमानखान सन खमस अरबैन अलफ मधे काजी हैबतशाहाचे निसबत करून मुबादला पडिसेत दिल्हे असे

टीप

सावे हे गाव सोलापूर जिल्ह्याच्या सांगोला तालुक्यात आहे. हा कागद आणि लेखांक ५७ जवळजवळ सारखेच आहेत. हा कागद सावे या गावाविषयी आहे आणि लेखांक ५७ वाडेगाव या गावाविषयी आहे.

लेखांक ५९

सु. १०४६ इ. स. १६४५-४६
७

का। सांगुवला पा। माण मसिदी	तजकरा इनामती

मसीद मौजे जवले मुला वहीद चावर १ ५	रोसनाई मसीद रोजिना तेल वजन ।। चालत असे
जमीन १ यासी नख्त दुंबाला होन ८ हाली इनाम खेरीज करून गावीच खंडणी देत असे बा। दरिवख्त मराहमती कारकीर्द मा। निजाम नजीक धेडवाडा बिघे ५	रोजमरा मुला रोजिना रुके ।. ता। कारकीर्द खान येकलासखान xx देत होते कारकिर्दी जुंझारराऊ कम करार करून देत होते कारकीर्द मिरा इमामखान सन खमस अरबैनसी पुरा दिल्हा सन सितासी पाऊस पाणी नाही म्हणउनु निमे दिल्हे

टीप

जवळे हे गाव सोलापूर जिल्ह्याच्या सांगोला तालुक्यात आहे.

लेखांक ६०

सु. १०४६ इ. स. १६४५-४६

१८ काा सांगुलवे

पाा माण तजक(रे)

जुनारदार इनाम(ती)

चांगण भट सेाा
पंढरपूर दर सवाद मौजे सिवणे
जमीन चावर .।।.
यासी नख्त दुंबाले होन १।.
व माहासूल दुंबाले होते
कारकिर्दी जुंझारराऊ मख्ता
खंडणी खेरीज होन .।।. होत
होते xxx व माहा(सू)ल दुंबाले असे
(म)राहामत कारकिर्द xxx

दुर्गा जोइ(सी) गणेश
जोइ(सी) सेाा शाहार मा(हम)दपूर
दरिव(ख्त) (म)ऱ्हामती कारकिर्दी
(मि)रा इमामखान साल सन
सि(त अर) बैन अलफ दर (सवा)द
मौजे आको(ले) (ज)मीन
चावर १ भोगवटा चाव(र १)
विठळभट बिन xxx न भट
सेाा पंढरपूर अजरामरामत
माा xxx सन तिसा अरबैन
अलफ कारकिर्द जुंझारराऊ दर सवाद
मौजे याकुतपुर सेत इनामती व
बाा नख्त व माहसूल जमीन चावर १

टीप

जुनारदार म्हणजे ब्राह्मण. सिवणे (शिवणे) हे गाव सोलापूर जिल्ह्याच्या सांगोला तालुक्यात आहे. याकुतपूर (आता एखतपूर) त्याच तालुक्यात आहे. उजव्या रकान्यातील एका गावाची आको ही पहिली दोन अक्षरे दिसतात. पुढील एक-दोन अक्षरे फाटून गेली आहेत. सांगोला तालुक्यात अकोले नावाचे गाव आहे. त्यावरून गावाच्या नावातील ले हे अक्षर अनुमानिले आहे. मुहम्मद आदिलशाहाने मुहमदपूर नावाचे शहर वसविले होते. (श्री राजा शिवछत्रपती, भाग १, पृ. ६४८, टीप १९९.) या तजकऱ्यातील माहमदपूर बहुदा तेच असेल. दुर्गा जोशी तिथे राहणारा (सेाा, सेकीन) होता; त्याला इनाम जमीन माण परगण्याच्या सांगोले कर्यातीतील अकोले या गावी होती. त्याचप्रमाणे चांगणभट पंढरपूर येथे राहणारा होता; त्याला इनाम जमीन सांगोले कर्यातीतील शिवणे या गावी होती. विठ्ठलभटही पंढरपूर येथे राहणारा होता आणि त्याला इनाम जमीन सांगोले कर्यातीतील याकुतपूर येथे होती.

लेखांक ६१

तारीख नाही

८ का सांगुलवे
पा माण तजकरे
मसिदी इनामती
मसीद मौजे कडलास मुला

जमीन चावर १	रोसनाई मसीद
यासी नख्त दुंबाला होन	रोजीना तेल व नख्त ॥.
रोजमरा मुला दरमाहे होन १	यासी भोगवटा ता
ता कारकिर्द येकलासखान	कारकीर्द येकलासखान
चालत होते त्यावरी अफ्ता	चालत होते त्यावरी अफ्ता पडिले मुला
करिता मुला गयाल जाहला	गयाल जाहा(ला) मधे भोगवटा
तैइपासुनु भोगवटा तुटळे होते हाली	तुटला होता हाली मुला हाजिर जाहाला
मुला हाजिर जाहाला असे कारकिर्द	xxx
मिरा इमामखान थोडे बहुत दिल्हे	
असे	

टीप

याही कागदात मुल्लाचे नाव लिहायचे राहिले आहे; ते लेखांक ५८ मध्ये आहे. कडलास हे गावाचे नाव आहे.

⌘⌘⌘

आटपाडी

लेखांक ६२

सु. १०२३ इ. स. १६२२-२३

दर बंदगी

दा बा परसोजी व येमाजी पटेल मोकदमानी कसबे आटपाडी पा माण

दहिगाऊ सुाा सन सलास असिरीन अलफ कारणे साहेब सदर गोसावी याचे बंदगीस लेहून दिल्हे जमान कतबा यैसा जे बितस्प बाा पोमाजी गायेकवाड मौजे देऊर यासी आपन जमान असो साहेब नफर मजकुरीचे पाथरीचे पाटीलगी करीत होतो मग तानाजी पटेल उभा राहिला जे पटीलगी आफुले असे मग पोमाजी मजकुरी तानाजीस कागद लेहून दिल्हे जे पटेलगीस व आपणासी निसबत नाही मग नफर मजकूर आपुले जागा खुसीनुद होउनी असावे पटपटवंग न करावे हा कतबा सही

गोत गोही

तुकोजी पाटील
मौजे लोटेवाडी
[नांगर चिन्ह]
गोयाजी व गोंदजी पाटील
मोसखोजी कुळकरणी
मौजे दिघंची रया
[नांगर चिन्ह]
राहाजी पाटील
मौजे मेटली
[नांगर चिन्ह]

तुकोजी कुलकरणी
मौजे लोटेवाडी
सिदोजी पाटील माने
बाळाजी कुळकरर्णी
मौजे विटलापूर
[नांगर चिन्ह]

टीप

हा जमान कतबा (म्हणजे जामीनपत्र) लेखनप्रशस्ती या पुस्तकात पत्र क्र. ३२ म्हणून छायाचित्रासह छापला आहे. तिथे बितस्पनंतर घाा असे छापले आहे आणि तसेच दिसतही आहे. पण त्या अक्षराचे वाचन बाा असे केले तर ते सार्थ होईल. बाा म्हणजे बाबत. मात्रा द्यायची राहिली आहे असे मानले तर वाचन बेाा असे होईल. बेाा म्हणजे बेश्मी.

लेखांक ६३

रबिलावल, सु. १०८९ १५ डिसेंबर १६८८ ते १२ जानेवारी १६८९

मलेस्वर देव

तीर्थस्वरूप माहाराज देवमान्ये राजश्री घनागिरी
बाबा स्वामीचे सेवेसी

दा। सेवक तुबाजी बिन नरसोजी फिरंगोजी बिन रायाजी देसमुख व नागोजी अपाजी व साबाजी नागनाथ देसपांडे व ढगोजी ढेरप्या हावाले पटेलगी देसमुख व बयाजी अकाजी व बालाजी मानकोजी [शिक्का] कुलकरर्णी व तुकोजी अरव मालजी येलकर चेडगले व सकरा सेटे माहाजन का। आटपाडी सु॥ तिसा समानीन अलफ सन हजार १०९८ कारणे लेहून दिले दाणपत्र यैसे जे स्वामी पा। मजकुरासी येऊन द्रिस्टाप करून मठास थळ मागितले यावरी आम्ही समस्त मिलोन रा। [मोकळी जागा] याचे पुराण देउळ होते ते थळ मठास करून दिले असे व अतीत अभ्यगत तडी तापडी फकीर फकिराणा यासी अन उदक पावावयाकारणे अणछोत्र लंगर चालवण्याबदल जमीन धुरंगी चावर .।. XX जमीन माहाकाली चावर १। पैकी ग्रामसमधे इनाम करून दिले असे दिवाणचा तालुक तगादा काही लागो देणार नाही पुडे कोन्ही आमचे वैसीचा होऊन मोडील त्याचे पूर्वज अधोपात्तासी जातील व गोहत्येब्रमत्येचे पातक असे हे लेहून दिले ग्रामदत कुलबाब कुलकानू देखील हकदार इनाम दिला सही हे आपले वडिलांचे इमान XX [शिक्का]

तेरीख [मोकळी जागा] माहे रबिलावल

गोही
नराजी बिन लाहूजी नाईक
व सिदोजी नाईकवाडी
पा। मा।र

लेखांक ६४

१४ जिल्हेज, फसली ११०९ ३ जून १६९९/२३ मे १७००

[फार्सी शिक्का]

अमानतपन्हा शेख
बुलाखी साहेब

[फार्सी शिक्का]

तुमार जमाबंदी वासिलाती खालसा अमीन करोडी सेख कासिम निा [मोकळी जागा] पाा आटपाडी सरकार असदनगर ऊरुफ अकळूज सुभे दारुलजफर बिज्यापूर सुाा ११०९ इाा छ [मोकळी जागा] माहे अवलसाल ताा छ [मोकळी जागा] माहे [मोकळी जागा] अखेर साल देहाये देखील पेठ खवासपूर येकून ३५ बाद वैराण गाऊ २६ बाद इनाम देहाये २

राजेवाडी इनाम काजी	मौजे ब्रह्मपुरी इनाम
पाा माण देहाये १	देसाई देहाये १

बाकी देहाये (बे) चिराख २४ बाकी वसात देहाये ९ येकून
बेरीज रुपये
१२५
यासी वासिलाती बिाा ताा

२० कसबा	३० दिघंची
१० करगणी	१० संगविरे
१५ खरसोडी	१० विटलापूर
१० लोटेवाडी	१० मलेद
१० आवलावी	
६५	०

बाकी नबरद

तेरीख १४ माहे जिलहेज

बिाा

तुबाजी व फिरंगोजी	नागोजी व साबाजी
देसमुख पाा मार	देसपांडे पाा मा

टीप

तूमार या अरबी-फार्सी शब्दाचा हिशेबपत्र असा एक अर्थ होतो. तूमार-इ-वासिलाती म्हणजे वसुलीच्या हिशेबाचे टिपण. तूमार जमाबंदी वासिलाती म्हणजे महसुलाच्या अंदाजाचे पत्रक.

आटपाडी परगण्यात ३५ गावे होती. त्यांपैकी एक गाव काजीला व एक देसायाला इनाम होते आणि २४ गावे वैराण होती. ती २६ गावे वगळली की उरली फक्त नऊ गावे. त्या नऊ गावांमधूनच महसूल मिळणार होता. बरद म्हणजे फळ, उत्पन्न, फायदा, नफा. ती नऊ गावे वगळून बाकी गावे नबरद होती म्हणजे त्यांच्यापासून काही उत्पन्न नव्हते. पस्तीस गावांपैकी २४ गावे वैराण ही गोष्ट तत्कालीन परिस्थितीवर प्रकाश टाकणारी आहे. उजवीकडील रकान्यात दिघंची वगैरे चार गावांच्या वासिलातीची वास्तविक बेरीज ६० येते. मूळ कागदातच तिथे चुकून फक्त ० (शून्य) लिहिले आहे.

निा नंतर मोकळी जागा सोडली आहे तिथे अमानतपन्हा शेख बुलाखी साहेब हे वर लिहिलेले नाव वाचायचे आहे. छ आणि माहे या शब्दांनंतर मोकळ्या जागा सोडल्या आहेत. छ नंतर तारखेचा आकडा आणि माहे नंतर महिना लिहावयास हवा होता. तो तपशील नंतर लिहिण्यासाठी कारकुनाने जागा मोकळी ठेवली आणि नंतर ती तशीच राहिली. शेख कासिम त्या बुलाखीच्या निसबतीचा म्हणजे त्याच्या नोकरीतला आहे.

इथे छापलेली तुमार यापूर्वी लेखनप्रशस्ती या पुस्तकात पत्र क्र. ३७ म्हणून छायाचित्रासह छापली आहे. 'तुमार'च्या आणखी उदाहरणांकरिता पहा - शि. च. सा., खंड २, लेखांक १०१; खंड ४, लेखांक ६९४-९६; राजवाडे, खंड १८, लेखांक ३०, ३४.

⌘⌘⌘

लक्ष्मेश्वरचे देसाई

लेखांक ६५

सु. १०३० इ. स. १६२९-३०

दादसाहेब

[फार्सी शिक्का]

द अजरख्तखाने खुदायेवंद खान आलिशान रफीअळ कदर वळ मकान खा॥

अंकुसखान खुली दयामदौळतहू ताा खानगौडा देसाई पाा ळक्षमेश्वर दामतायेदहू बिदानद की हरची सुाा सन सलासेन अळफ तुंवा अर्दास छ ५ माहे जमादिलोवळ रवाना करुन पाठविली ते छ [मोकळी जागा] माहे हाळ हुजूर पैवस्ता होऊन येकबायेक रोशन जाले लिहिले जे आपला बिराजर भरमणगौडा व आपला हेजीब सुरेराऊ या दोघाबाबे हजरत वली न्यामत [मोकळी जागा] सलामत सालगुदस्ता पाा मजकूर (दु)माळे असता आपण इळतमाश केली त्यावरून हजरत वली न्यामत [मोकळी जागा] साहेबी खातिर मुबारकेसी आणून

भरमणगौडासी बदळ	सुरेराऊ हेजीब यास
सुकासन मौजे सुगनहली	इनाम जमीन दर सवाद
पाा माा अज इस्तकबिल	मौजे हेबाळ जमीन
सन सलासैना पासून	मार पांची ५
मुकासा मऱ्हामत केला	

ये xx मऱ्हामत करून सरफराज केळे दरिबाब हुजुरीळही खुर्दखत पाहिजे साहेबी आपणावरी नजर इनायत करून माहालास हुजुरीळ खुर्दखत सादिर करून पाठवा(वया) रजा होये म्हणून तुवां लिहिलेप्रमाणे xxx बाबे महालास खुर्दखत सादिर करून पाठविले असे ते यैन खुर्दखत माहलास देऊन गांऊ मौजे सुगनहली व हेबाली इनाम जमीन मार पांच यैसे दुंबाला करून घेणे तुवा पाने सुमार ५००० पांच हजार पाठविलीं ते हुजूर पावलीं मोसुद

बार
खासनिवीस

टीप

लक्ष्मेश्वराच्या देसायांकडील कागदपत्रे शि. च. सा., खंड ६ मध्ये प्रकाशित झाली आहेत. त्यांपैकी लेखांक ६०, ६२ व ६५ मध्ये सुगनहळ्ळीच्या इनामाचा उल्लेख आहे. सुकासन म्हणजे सुखासन, पालखी. मार हे जमिनीचे एक परिमाण आहे.

सुगनहळ्ळी हे गाव लक्ष्मेश्वरच्या आग्नेय-पूर्वेस २५ कि.मी. वर आहे. (शि. च. सा., खंड ६, पृ. १४०.) हेब्बाळ हे गाव धारवाड जिल्ह्याच्या नवलगुंद तालुक्यात आहे.

लेखांक ६६

२८ जिल्काद, सु. १०८७   २३ जानेवारी १६७७

मशरुल अनाम तिमाजी वेंकटाद्री हवालदार व जिताजी गोविंद मजमुदार पाा नवलगुंदरा मालूम दाद सुा सन सबा सबैन अलफ दरिविला माा केचणगौडा देसाई पाा लक्षमेस्वर याचे वरात होनु २०० दोनीसेहेचे सादिर अहे त्यास

हलवागली घोडे राऊत   माा अनाम श्रीनिवासपंतास
व हशमास देविले   होनु
आहे होनु १००   १००
                                          मुबादला घेतले असे

येणेप्रमाणे सदरहू त्यास अदा कीजे उजूर न कीजे हे पैकी केचणगौडाचा मुतालिक कोंडली केचणा यासी पावते करून देणे जरूर असे गही न कीजे मोा छ २८ जिलकाद सन १०८७ [फार्सी मोर्तब]

टीप

ही वरात म्हणजे पे ऑर्डर आहे. पत्राच्या शेवटी दिलेल्या तारखेतील सन हिजरी आहे.

नवलगुंदरा हा फार्सी प्रयोग आहे. 'रा' हा मराठी 'ला' सारखा चतुर्थीचा प्रत्यय आहे. ''तिमाजी वेंकटाद्री हवालदार व जिताजी गोविंद मजमुदार पाा नवलगुंदरा'' म्हणजे नवलगुंद परगण्याचे हवालदार तिमाजी वेंकटाद्री व मजमुदार जिताजी गोविंद यांना.''

गही म्हणजे गई, गय. (मोल्सवर्थ.) गही न कीजे म्हणजे दुर्लक्ष करू नका. हलवागली म्हणजे काय ते समजत नाही.

☙☙☙

लेखांक ६७

सु. १०७८ इ. स. १६७७-७८

राजश्री गणेश पंडित

[वाटोळा फार्सी शिक्का] ताा

अज दिवाण ठाणा साा कुंदगोळ मामले बंकापूर तांा मोकदमानी व कुलकर्णी मौजे सवसी साा मजकूर सुाा सन समान सबैन अलफ दरिविला परवाना मशुरुल हजरत मोफरुल रुतबत [मोकळी जागा] सुबेदार माहालानिहाये बतारीख १४ माहे रजब पौा साा माा छ २४ माहे मिनहू तेथे रजा सादिर जे दरिविले म्यान मुलकामधे गनीम सैद सुलतान व बनाजी रटेहली येही सिवाजीचे संगिनाती घेऊन व अपणही मोबलग संगिनाती मिळऊन बंकापूरचे विलायेती व काा अणिगेरा ताा नवलगुंद कबज करून सरकारचे मुलक बांधून घेऊन धुमडी करून हुजूर शाहर पूरनूर विजापूर लग फिर्याद जाहली बादज हजरत [मोकळी जागा] साहेब मोबलग संगिनातीने अम्हास गनिमास दफे करणेबदल पाठविले बादज अम्ही माा गौडा अजम केंचणगौडा देशाई पाा लक्षमेस्वरासी फर्माविले की मोबलग संगिनात मिळऊन गनिमास दफे करणे तुज सरफराज करूं म्हणौन फर्माविले बादज गौडाने आपले जीण जितरुब गाहण घालून मोबलग संगिनाती मिळऊन गनीम सैद सुलतान व रटेहली बनाजी व सिवाजीचे संगिनातीस मारून परागंदा करून आपले नामोश जाहीर केले त्यावरून गौडा मशारनिलेवरी मेहरवान होऊन मौजे संवसी साा कुंदगोळ मामले मजकूर अज रा मराहमत करून इनाम करून कुलबाब कुलकानू देखील तंबाकू बाबहाये मराहमत केले आहे दुंबाला करून देणे अवलाद व अफवाद चालवणे तालीक लिहून घेऊन असल फिरून दीजे म्हणौन तरी मौजे मजकूर बरहुकूम परवाना गौडा अजम केंचण गौडा देशाई पाा लक्षमेस्वरासी कुलबाब कुलकानू देखील तंबाकू दुंबाला केले असे दुंबाला कीजे तालीक लिहून घेऊन असल मिसेली परतोन दीजे मोर्तब [फार्सी मोर्तब]

टीप

शि.च.सा., खंड ६, लेखांक ६८ (पृ. ३८) हे ''गणेश पंडित सुबेदार महालानिहाये'' याने ''नाडगिरानी साा कुंदगोळ मामले बंकापूर'' यांना पाठविलेले पत्र आहे. इथे छापलेल्या पत्रात गणेश पंडित याचे ते पत्र उद्धृत केले आहे (''दरिविले म्यान मुल्कामधे'' पासून ''असल फिरून दीजे'' पर्यंत''). म्हणजे गणेश पंडित याच्या पत्राच्या आधारेच

हे पत्र पाठविले आहे. हुकूम वरपासून खालपर्यंत टप्प्याटप्प्याने कसा जात असे ते समजण्यास ही पत्रे उपयोगी आहेत. पत्राच्या सुरुवातीस रुतबत आणि सुबेदार या शब्दांच्या मध्ये मोकळी जागा आहे तिथे वर उजवीकडे लिहिलेले राजश्री गणेश पंडित हे नाव वाचावयाचे आहे. हा गणेश पंडित आदिलशाहीतील हणमंतराव खराडे याच्या नोकरीतील सुभेदार होता.

वर नमूद केलेले गणेश पंडिताचे पत्र १४ रजब, सुहूर सन १०७८ (=२ सप्टेंबर १६७७) या तारखेचे आहे. शि.च.सा., खंड ५, लेखांक ७८२ हे पत्र हणमंतराव खराडे याने कुंदगोळ समतेच्या देसायाला पाठविले आहे. त्यात पुढील उल्लेख आहे.. "साल गुदस्ता सिवाजीचे फितरतकरिता रयेत लोक बहुत खराब जाहाले त्यावरी सेदे सुलतान तमाम मुलकगिरी करून धुंद मांडून विलायेती नागवाऊन धुलीसी मिलविले. साल गुदस्ता म्हणजे मागील वर्षी. पत्राचे वर्ष आहे सुहूर सन १०७८. म्हणून मागील वर्ष म्हणजे सु. सन १०७७ = २४ मे १६७६ ते २३ मे १६७७. म्हणजे शिवाजी महाराजांची "फितरत" सुहूर सन १०७७ मध्ये झाली.

केंचणगौडाला संवसी हे गाव इनाम दिल्याचे गणेश पंडित याचे पत्र (शि.च.सा., खंड ६, लेखांक ६८) १४ रजब, सु.सन १०७८ (=२ सप्टेंबर १६७७) या तारखेचे आहे. ते २४ रजब रोजी ("छ २४ माहे मिनहू") कुंदगोळ समतेच्या ठाण्यावर पोचले. २४ रजब, सु. सन १०७८ = १२ सप्टेंबर १६७७. इथे छापलेले पत्र त्यानंतरचे असले पाहिजे., मात्र त्यात फक्त वर्ष आहे, महिना व महिन्याची तारीख नाही. इनाम दिल्याचे पत्र २ सप्टेंबर १६७७ चे आहे, त्याच्या काही महिने पूर्वी केंचणगौडाने कामगिरी बजावली असणार. कदाचित तो प्रसंग १६७६च्या अखेरीचा अथवा १६७७ च्या सुरुवातीचा असेल. महाराज १६७६ च्या ऑक्टोबरात कर्नाटक स्वारीवर निघाले आणि १६७७ च्या मार्चमध्ये ते हैदराबादला होते. कदाचित त्या सुमाराला त्यांच्या सैन्याने कुंदगोळकडील ही स्वारी केली असेल. त्या प्रसंगी केंचणगौडाने "गनीम सैद सुलतान व रटेहली बनाजी व सिवाजीचे संगिनातीस मारून परागंदा" केले असे गणेश पंडित याच्या पत्रात आहे. केंचणगौडानेच आपल्या पराक्रमाचा हा वृत्तान्त वर कळविला असेल. तो खराच असेल असे नाही. सैद सुलतान व बनाजी रट्टेहळ्ळी कोण होते ते ठाऊक नाही. ते आदिलशाहीतील बंडखोर असतील आणि शिवाजी महाराजांच्या सैन्याने त्यांना मदत केली असेल. कर्नाटकात गावाचे नाव हेच आडनाव म्हणून लावण्याची प्रथा आहे. हावेरी जिल्ह्याच्या हिरेकेरूर तालुक्यात रट्टेहळ्ळी नावाचे गाव आहे. बनाजी कदाचित तिथला असेल. ते गाव त्या मुलखातच आहे.

कर्नाटकातील संवसी (आता सांउशी) हे गाव कर्नाटकातील धारवाड जिल्ह्याच्या कुंदगोळ तालुक्यात आहे. बंकापूर हे गाव हावेरी जिल्ह्यात आहे. (हावेरी १९९७ पर्यंत

धारवाड जिल्ह्यातच होते. त्यावर्षी हावेरी हा वेगळा जिल्हा झाला.) नवलगुंद हे धारवाड जिल्ह्यातील तालुक्याचे ठिकाण आहे. अण्णिगेरी (पत्रातील अणिगेरा) हे गाव धारवाड जिल्ह्याच्या नवलगुंद तालुक्यात आहे. केंचणगौडा लक्ष्मेश्वर परगण्याचा देसाई होता. ते लक्ष्मेश्वर गदग जिल्ह्याच्या शिरहट्टी तालुक्यात आहे. केंचणगौडाला सांउशी हे गाव इनाम मिळाले खरे, पण लवकरच तो मुलूख महाराजांनी जिंकून घेतला. सांउशी गाव त्यांनी केंचणगौडाकडे चालू ठेवले, पण ते गाव त्याच्या हवाली करण्यापूर्वी त्या गावी असलेला कोट पाडून टाकावा असा हुकूम त्यांनी बंकापूर प्रांताच्या देशाधिकाऱ्याला पाठविलेल्या २८ एप्रिल १६७९ या तारखेच्या पत्रात केला. (शि.च.सा., खंड ६, लेखांक ७२.) देशमुखांना तटबंदी असलेले वाडे बांधून द्यायचे नाहीत असे महाराजांचे धोरणच होते.

लेखांक ६८

४ जमादिलावल, सु. १०८६ १९ मार्च १६८६

[वाटोळा देवनागरी शिक्का]

अज सुभा राजश्री गोविंद रघुनाथ सुभेदार व कारकून सुभा पाा गदग ताा मोकदम कुलकर्णी मौजे नरती बुाा पाा मुलगुंद सुाा सित समानीन अलफ राा खानगौडा देशाई पाा लक्षमेश्वर येही येकनिस्टतीने माहाराज राजश्री छत्रपती साहेबाचे कार्येभागावरी वर्तणूक करून मसलहत केले माहाराजसाहेब हरुशित होऊन मौजे मजकूर इनाम करून दिल्हे माहाराज साहेबाचे आज्ञा बरहुकूम मौजे मजकूर पाा गौडा मशारनुलेस इनाम दिल्हे आहे दुंबाला करून दीजे सालेसाल ताजा खुर्दखताचे उजूर न करिता पुत्रपरंपरागत भोगवटा करून दीजे राा छ ४ माहे जमादिलोवल तालीक लेहोन घेऊन असल गौडा मानुलेस दीजे [**मोर्तब सुद** असा षट्कोनी मोर्तब]

टीप

गोविंद रघुनाथ याने मुळगुंद परगण्याचे देसाई व देशकुलकर्णी यांना जवळजवळ याच मजकुराचे व याच तारखेचे लिहिलेले पत्र म्हणजे शि. च. सा., खंड ६, लेखांक ७५

(पृ. ४२). म्हणजे मुळगुंद परगण्यातील नरती बुाा गाव इनाम दिल्याचे जसे परगण्याच्या देसाई-देशकुलकर्ण्यांना कळविले तसे ह्या गावाच्या मोकदम-कुलकर्ण्यांनाही कळविले आहे. ही दोन पत्रे एकत्रित विचारात घेतली की कारभाराची पद्धत समजते.

पत्राच्या शेवटी तारीख टाकल्यावर लिहिलेले वाक्य वेगळ्या हस्ताक्षरात आहे किंवा निदान वेगळ्या बोरूने लिहिले आहे. शि. च. सा., खंड ६, ले. ७५ मध्येही शेवटी टाकलेल्या तारखेनंतर साधारण त्या मजकुराचे वाक्य आहे.

पत्राच्या माथ्यावर जो शिक्का आहे त्यातील मजकूर ''श्रीशिवशंकर तस्य सेवक गोवींद रघुनाथ कीकर'' असा आहे. इथे तो सहजपणे वाचता येत नाही. शि. च. सा., खंड ६, टीप ६७ मध्ये त्या शिक्क्याचे वाचन दिले आहे. कीकरमधील 'की'वर अनुस्वार गृहीत आहे.

⌘⌘⌘

साळशीचे देसाई

लेखांक ६९

सु. १०५८ इ. स. १६५७-५८

[एक फार्सी ओळ]

अफजलखान साहेब शाअबुल हसन

राजे बिहुजूर साबा(जी)
गोविंद मजमूदार ताा माा

नेमणपत्र बेाा जानप्रभू बिन भा(इ)देप्रभू देसाई तपे सालसी सुाा समान खमसैन अ(ल)फ लागोन गणेशप्रभू बिन रागदेप्रभू देसाई तपे (माा) यासी लिहून दिले नेमणपत्र यैसे जे आमातुमासी (दे)सगतीचे वृतसमध्ये झगडे भांडण होत असे याबदल आमी व तुमी राजश्री रामाजी माहादेऊ पेशवे राजश्री [मोकळी जागा] गोसावीपासी राजापुरासी गेलो त्यानी च्यार कतखोदाचे हवाला मनसुफी केले ते निवाडे बरहुकूम चालिले नाही मग दुसरे नौबत अंत सावंत भौउसुला येऊन आमा हरदूजणासी राजी करून कारकिर्दी खोजे हुसैन ठाणदार जाबेन सियादतपन्हा [मोकळी जागा] वेले राजीवर्क (लिहून) घेऊन निवाडा केले तेही

निवाडे बरहुकूम चालिले नाही xxx वले काही जुजवी पावले नाही मग आपण बाहिर पडलो त्यावरी कारकिर्दी हजरती माहादाजी दामोधर पंडित ठाणदार जानेब खान आलिशान रफियेकदर बिलंद मकान [मोकळी जागा] साहेबांनी आमासी लिहून हुजूर बोलाऊन आणून देसाई वा नाडकर्णी वा नायकवाडियाचे हवाला मनसफी केले वरी त्यानी निवाडा केले जे पेसजी राजीवर्क केले तेची खरे असे पण ते मधे काही पावले नाई ते हिसेबी देववणे तेवरी साहेबी गणेशप्रभू बिन रागदेप्रभू xxx सन सबा जे काही हिसेबी जाहले ते गणेशप्रभूकरवी आमासी देविले ते आमासी पावले आता सालमजकूर पासून पेशजी राजीवर्क अंत सावंत भौऊसुले जे येऊन कारकिर्दी खोजे हुसैन केले तेची बरहुकूम आमी राजी होऊन नेमले कोणी इरे इस्किल पेस्तर करील तो दिवाणीचे गुनेगार असे वा आपुले कुलस्वामीचे आण असे हे नेमणपत्र सही [वेगळ्या अक्षरात] जानप्रभू बिन भाइदे प्रभू [फार्सी मोर्तब]

टीप

राजश्री आणि गोसावीपासी या दोन शब्दांमध्ये मोकळी जागा आहे. वर लिहिलेला राजे हा शब्द तिथे वाचायचा आहे; सियादतपन्हा या शब्दानंतर मोकळी जागा सोडली आहे तिथे शाअबुल हसन हे वर लिहिलेले शब्द वाचायचे आहेत; आणि बिलंद मकान या शब्दांनंतर मोकळी जागा सोडली आहे तिथे अफजलखान साहेब हे वर लिहिलेले शब्द वाचायचे आहेत. अफजलखानाला साळशी तपा मोकासा होता असे या नेमणपत्रातील उल्लेखावरून दिसून येते. ही माहिती नवीन आहे.

हे नेमणपत्र साळशी तप्याचा मजमूदार साबाजी गोविंद याच्यासमोर (''बिहुजूर साबाजी गोविंद मजमूदार ताा माा'') जानप्रभू बिन भाइदेप्रभू याने लिहून दिले आहे. साळशी हे गाव सिंधुदुर्ग जिल्ह्याच्या देवगड तालुक्यात आहे. कतखोदा म्हणजे श्रीमंत मनुष्य, मातब्बर मनुष्य.

सावंत स्वतःला भोसले म्हणवीत हे शि. च. सा., खंड १३ मध्ये छापलेल्या लेखांक ४, ५, ९, २२-२४ इत्यादी पत्रांवरून दिसून येते.

लेखांक ७०

सु. १०६५ इ.स.१६६४-६५

[फार्सी शिक्का]

[१२ ओळी फार्सी मजकूर]

[उजवीकडे समासात दोन ओळी फार्सी मजकूर व फार्सी शिक्का]

अज दिवाण तपे सालसी सुा खमस सितैन अलफ ताा मिरासी गाऊकरानी मौजे कामते तपे मजकूर बिाा दरिविला फर्मान हुमायून बर हुकूम खुर्दखत खान अलिशान सादत निशान खान अजम अकरम हजरती [मोकळी जागा] साहेब सर सरनौबत xxx माहाल छ १७ सफर सादिर आहे की xxx इनाम कृस्ण प्रभू देसाई ताा मजकूर यासी बदल तैनात पालकी यैवज देहाये मौजे माा देखील वाडिया माहासूल नख्तयाती व बाजे उजुहाती कुलबाब कुलकानुनाती मिरास मऱ्हामत केले असे दुंबाला करणे हरसाल ताजा खुर्दखताचा उजूर न करणे म्हणौन तरी मौजे माा देखील वाडिया बाा खुर्दखत देसाई मशानुलेचे दुंबाला केले असे दुंबाला कीजे तालीक लिहून घेउनु असल मिसल परतून दीजे दरिबाब ताकीद कुली असे मो [फार्सी शिक्का]

टीप

हे पत्र फार्सी-मराठी असे द्वैभाषिक आहे. मराठी मजकुरापैकी दोन ओळींमधील थोडा मजकूर घडीवर कागद घासल्यामुळे व फाटल्यामुळे गेला आहे. पण पत्रात ज्या फर्मानाचा उल्लेख आहे ते फर्मान ५ सफर या तारखेचे होते आणि ते पोचल्याची तारीख १७ सफर होती असे फार्सी मजकुरावरून दिसून येते. फर्मान पोचल्यावर म्हणजे १७ सफर, सु. १०६५ (= २९ ऑगस्ट, १६६४) या तारखेनंतर हे पत्र लिहिले आहे.

पत्रात सर सरनौबत या पदाचा उल्लेख आला आहे. ते पद धारण करणाऱ्याचे नाव मात्र तिथे सांगितलेले नाही. पण इतर काही कागदपत्रांमध्ये जे उल्लेख आहेत त्यावरून तो सर सरनौबत म्हणजे अजीजखान असला पाहिजे असा निष्कर्ष निघतो. १६६४ साली त्याची शिवाजी महाराजांविरुद्ध नेमणूक झाली होती, पण त्याच वर्षी तो मरण पावला. (ऐ.फा.सा., खंड ५, लेखांक ९५-९८; शिवचरित्रसंशोधनवृत्त, राज्याभिषेक शक ३००, पृ. २०-२१; शिवशाही पोर्तुगीज कागदपत्रे, पत्र क्र. ५; शिवकालीन-पत्रसारसंग्रह, खंड १, पत्र क्र. ९९८-९९, १००१, १०११.)

लेखांक ७१

२ सफर, सु. १०६५ १४ ऑगस्ट १६६४

[फार्सी शिक्का, १२ ओळी मजकूर व मोर्तब आणि समासात आठ ओळी फार्सी मजकूर]

अज दिवाण ठाणा तपे सालसी ताा प्रभू व मलेकारी व माहाजनानी मौजे कामते तपे मजकूर सुहूर सन खमस सितैन अलफ बिदानद के दरिंविळा फर्मान हुमायून बरहुकूम खुर्दखत हजरत [मोकळी जागा] फतेखान अजीजखान सरसरनौबत छ ५ माहे सफर पैवस्ता छ [मोकळी जागा] माहे रबिलावल सादिर असे की मशुरुल अनाम कृस्ण प्रभू देसाई मजकूर यांसी बदल तैनाती पालकी यैवज मौजे मजकूर देखील वाडिया माहासूल व नकदियाती व बाजे उजुहाती कुल बाब कुल कानुकाती मिरा(स) मर्हामत केले असे दुंबाला करणे हर साळा ताजा खुर्दखताचे उजूर न करणे म्हणून तरी मौजे मजकूर देखील वाडिया बरहुकूम खुर्दखत देसाई माानुलेसी दुंबाला केले असे दुंबाला करणे म्हणौन दुंबाला मिसेली दिले होते दरम्याने गनिमाचे मुदतीस चालत न्हवते हाली अर्जानी हजरत [मोकळी जागा] साहेबासी इस्तकामत जाहालेवरी देसाई माानुलेने अर्ज केलेवरी मौजे मजकूर देसाई माानुले [इथून फाटले आहे.]

टीप

पत्र फार्सी-मराठी असे द्वैभाषिक आहे. मराठीची शेवटची एखादी ओळ फक्त गेली आहे. फार्सीत पत्राच्या शेवटी तारीख आहे २ सफर. म्हणजे पत्राची पूर्ण तारीख आहे २ सफर, खमस सितैन अलफ म्हणजेच १४ ऑगस्ट १६६४.

या पत्रात ५ सफर या तारखेच्या फर्मानाचा उल्लेख आहे. ते फर्मान आदल्या वर्षीचे म्हणजे सुहूर सन आर्बा सितैन अलफचे असले पाहिजे. ५ सफर, सुहूर सन आर्बा सितैन अलफ म्हणजे २९ ऑगस्ट १६६३. ते फर्मान या पत्रात उद्धृत केले आहे. (''मशुरुल अनाम कृस्ण प्रभू'' पासून ''ताजा खुर्दखताचे उजूर न करणे'' पर्यंत.) त्या फर्मानानुसार इनाम चालवावे असा हुकूम (''दुंबाला मिसेली'') देण्यात आला होता परंतु ते इनाम ''दरम्याने गनिमाचे मुदतीस चालत न्हवते'' असे या पत्रात म्हटले आहे. त्यातील गनीम हा उल्लेख शिवाजी महाराजांना उद्देशून केला आहे. पुढे साळशी तपा सर सरनौबत फतेखान याला इस्तिकामत (मोकासा) म्हणून मिळाल्यावर ते इनाम चालविण्याविषयी

कृष्ण प्रभू देसाई याने पुन्हा अर्ज केला. पत्राच्या मराठी मजकुरातील यापुढचा भाग फाटून गेला आहे. पण देसायाचा तो अर्ज मंजूर झाला असे फार्सी मजकुरावरून समजते. या इनामाविषयीच्या पत्रातून राजकीय घडामोडींविषयी माहिती मिळते ती अशी :- पत्रात उल्लेखिलेल्या फर्मानाच्या तारखेला सालसी तप्यावर आदिलशाहाचा अंमल होता. फर्मानाची तारीख २९ ऑगस्ट १६६३ आणि या पत्राची तारीख १४ ऑगस्ट १६६४ या दरम्यान काही काळ साळशी तप्यावर शिवाजी महाराजांचा अंमल होता. पत्राच्या तारखेपूर्वी म्हणजे १४ ऑगस्ट १६६४ पूर्वी साळशी तपा पुन्हा आदिलशाहाच्या अमलाखाली आला.

पत्राच्या मराठी भागात, आणि फार्सी भागातही, फर्मानाच्या पैवस्तीची तारीख घालण्याकरिता मोकळी जागा सोडली आहे, पण नंतर दोन्ही ठिकाणी तिथे तारीख घालायची राहूनच गेली आहे.

लेखांक ७२

सु. १०६७ इ. स. १६६६-६७

[फार्सी शिक्का]
[सहा ओळी फार्सी]

अज देवाण ठाणा ताा सालसी ताा धानजी खोतू माहालहाये ताा मजकूर सुहूर सन सबा सितैन अलफ बिदानद के कृस्णप्रभू बिन रागदे प्रभू देसाई ताा मजकूर बाा फर्मान भोगवटा सालाबाद चालिले असे हाली मिसाल दर देहे कुलकर्ण तंबाकू दर देहे बहमौले प्रताप व खरिबा मौजे कामता ताा माा दुंबाला केले असे दुंबाला कीजे हर साला ताजा मिसलीचे उजूर न करिता चालो देणे तालीक लिहून घेऊन असल मिसाल परतून देणे [फार्सी मोर्तब]

टीप

साळशीपासून जवळ, सिंधुदुर्ग जिल्ह्याच्या कणकवली तालुक्यात, पिसेकामते नावाचे गाव आहे. तेच या कागदातील ''मौजा कामता'' असावे.

बहमौले शब्दाचा अर्थ समजला नाही. फार्सी मजकुरात त्याऐवजी हमला असे आहे.

प्रताप म्हणजे अर्धा होन. फार्सी मजकुरात नीम हुन असे आहेच. खरिबा हा शब्द खराब जमीन अशा अर्थाने वापरला असावा असे वाटते.

⌘⌘⌘

अथणी

लेखांक ७३

२३ जमादिलाखर, सु. १०६५ १ जानेवारी १६६५

राजश्री सिवपा मुचेडी

दाा बेाा चांदभाई बिन सिलेमभाई कोरबले काा अथणी ताा [मोकळी जागा] गोसावी यासी लिहून दिल्हे क्रयपत्र यैसे जे सुहूर सन खमस सितैन अलफ कारणे घर जागा पूर्वभाग घर सिवपा मुचेडी व पश्चमभाग घर खासा उतर भाग सैद भाई कोरबले दक्षण भाग घर तोटपासर पट सदरहू जागा आमचे आत्मसंतोषेने होन २ दोनी होनु दिल्हे असे पुढे ते जागासी आम्हासी अर्थअर्थ समध नाही सदरहू जागा खंडून दिल्हे असे हा कागद सही छ २३ जमादिलाखर

टीप

पहिल्या ओळीत ताा नंतर मोकळी जागा सोडली आहे. तिथे माथ्यावरील ''राजश्री सिवपा मुचेडी'' हे शब्द वाचावयाचे आहेत. पत्र चांदभाई बिन सिलेमभाई कोरबले याने सिवपा मुचेडी यास लिहून दिले आहे. चतुःसीमा सांगितल्या आहेत त्यांत ''पश्चमभाग घर खासा'' याचा अर्थ पश्चिमेस खाशाचे म्हणजेच पत्र लिहून देणाऱ्या चांदभाईचे घर असा आहे.

शिवचरित्रसाहित्य खंड २ मध्ये कसबे अथणीचे कागदपत्र छापले आहेत त्यांत सिवपा मुचेडीचा उल्लेख येतो.

लेखांक ७४

तारीख नाही

श्री

श्रीमतु सकळ गुण संपन सौजेन सागर गुरलिंग जंगमा प्रेमी सिवभक्ती
परायण पर उपकार मूर्ती माहामेरू राजश्री राजश्री राजश्री बानपा
व जंगम सेटी मुछेडी स्वामी गोसावी यासी

प्रतिपूर्वक सिव सेधर आप्त वर्ग माहतसेहिंधुपद पेठ माहमद बंदर कृतानेक शरण शरणार्थी विनंती उपरी येथील क्षेम जाणोन गोसावी आपले श्वकुशल लिहून आमचे परामरश करीत गेले पाहिजे याउपरी येथे किती येक गोस्टीचे विचार वर्तमान अवघे चेनया व संघणा मुखवचनी सांगता मनास येईल तुम्ही हर येक विशई सावधान राहटी करीत जाणे बहु जाणते आहा येथून जे काये कागद आणिले आहेत ते बंकापुरास पाठून उतर आणवाऊन घेणे क्षणक्षण सविस्तर वर्तमान लिहून पाठविजे मागून जे काय वर्तमान होत जाईल आपणही क्षणक्षण लिहून पाठून देत जाऊ तुम्ही सकळ विशई जाणते असा विशेशे काय लेहवे चेनया मुखवचनी सांगता कळो येईल हे विनंती [चार पाच कानडी अक्षरे]

टीप

अथणीच्या शेट्टी घराण्याची कागदपत्रे शि. च. सा., खंड २ मध्ये प्रकाशित झाली आहेत. पत्र ज्यांना पाठविले आहे त्यांच्या नावामागे जशा उपाधी या पत्रात लावल्या आहेत तशाच शि. च. सा. २, लेखांक ३७३ व ३८४ मध्येही लावल्या आहेत. माहमदबंदर हे कोणते ठिकाण ते समजत नाही.

⌘⌘⌘

कबूल कतबा

कतबा म्हणजे पत्र. कबूल कतबा म्हणजे कबुलीपत्र. गावचा पाटील सरकारी अधिकाऱ्यांनी गावावर ठरवून दिलेली खंडणी (म्हणजे महसूल) सरकारात भरण्याचे कबूल करून त्यांना हा कबूल कतबा लिहून देत असे. गावातील सर्व कुळांकडून वसूल जमवून तो सरकारात भरण्याचे काम पाटील करी. शेतकऱ्यांकडून हा वसूल धान्य किंवा

रोख रकमेच्या स्वरूपात गोळा केला जाई. करवसुलीसाठी सरकारी अधिकारी गावात आले की त्यांना गावचा हालहवाल देशमुख व देशपांडे सादर करीत. यावेळी पाटलाचे म्हणणे, वर्षभरातील पिकाचा हालहवाल, कुळांची परिस्थिती आणि मागील वर्षाच्या व यावर्षी येणाऱ्या पिकांचा अंदाज विचारात घेऊन सरकारी अधिकारी (हुजूर) त्या गावावर कर म्हणून काही रक्कम नक्की करीत असे आणि ही रक्कम (कर) आपल्याला मंजूर आहे असा कबूल कतबा दरवर्षी पाटलाकडून लिहून घेत असे. या कतब्यात देशमुख देशपांडे गावातील हालहवाल, अडचणी सांगत. यामध्ये पाऊस जास्त झाला, पाऊस कमी झाला, दुकाळ पडिला, उंदिरानी सेते खादली, यामुळे पीक नीट जाले नाही, जळून गेले अशा तक्रारींबरोबरच लष्कराने पायमली केली, धामधूम जाली, गनिमाचे फितरतीकरिता गाव वैराण झाले, बेचिराग झाले, त्यामुळे कुळे परागंदा झाली, यामुळे पीक झाले नाही, अशी रयतेची रडकथा सांगून आणि देशमुख व देशपांड्यांना मध्यस्थी घालून पाटील गावाला जीवनमाफिक खंडणीची मागणी करीत असे. हे सर्व पाटील, देशमुख, देशपांडे यांचे म्हणणे ऐकून हुजूर गावची खंडणी (रक्कम) नक्की करी आणि ती रक्कम देण्याचा कबूल कतबा पाटलाकडून लिहून घेत असे.

कबूलकतब्यावर पाटलाचे नांगर चिन्ह, सरकारी अधिकाऱ्यांचे शिक्के, देशमुख देशपांड्यांची नावे असत. लेखांक ७५ ते ९० हे कबूल कतबे आहेत. यातील १३ कतबे पुणे परगण्यातील लोहगाव(२), वडिवाडी, औंध, हडपसर, किन्हई, कासुर्डी, वडगाव नेबरज, थेऊर, पिंपळे, गराडे, नानगाव व सुस या गावांचे आहेत आणि तीन कतबे कडेवलीत परगण्यातील पारगाव खिलारी व चाडगाव (२) या गावांचे आहेत.

दिवे लावणी केली, कौल मिळाल्यावर रोड दुबळी कुळे मेळवली, तकवा धरून जुजवी कीर्दी केली अशा या कबूलकतब्यांतील वाक्यांवरून उद्ध्वस्त गाव परत वसविणे ही मुख्य जबाबदारी पाटील पार पाडताना दिसतो.

लेखांक ७५

फसली १०९४ इ.स. १६८४-८५

[पत्राच्या आरंभी मध्यभागी मराठी अष्टकोनी शिक्का]

दसखत बो कासार का लो लोहोगाव ता हवेली पा पुणा सु सन १०९४ कारणे साहेबाचे बंदगीस कतबा लेहोन दिधला यैसा जे साहेबी हुजूर बोलाउनु

रजा फर्माविली जे आपली जमा मुशकस करणे यावरी आपले बाबे अंताजी (राम) गुा बाबाजी राम देस (कुल)कर्णी पाा माा अर्ज केला जे का मजकुरीचे कासार व पाा णा चे[?] ही राजिकाकरिता परागंदा होउनु गेले आहेत येकदोगजण आहेत तरी साहेबी मेहेरवानी करून याचे माथा टका सिरी ठेवणे उगवणी करील म्हणुनु अर्ज केला यावरून कुले जीवन पाहोन आपले माथा ठेविले ते कबूल असो उगवणी करून मख्ता बेरीज जमा रुपये ३५ पचतीस रुपये

[उजवीकडे समासात मुख्य मजकुराशी काटकोनात]

बाा अंताजी राम गुा बाबाजी राम देसपांडिये पाा माा

टीप

गावच्या पाटलांकडून महसुलाविषयी कबूल कतबे लिहून घेत तसा हा कबूल कतबाच आहे, पण हा फक्त कासारांकडून घेतलेला दिसतो. ''पाा णा चेही'' असे लिहिले आहे तिथे किंचित खाडाखोड आहे. परगण्याचेही किंवा पुण्याचेही (पुण्याचेही) असे तिथे म्हणावयाचे असावे.

पुणे परगण्यात पुणे व लोहगाव असे दोनच कसबे होते. म्हणजे लोहगाव हे तेव्हा इतर गावांच्या मानाने मोठे गाव असले पाहिजे. तिथे कासारांची संख्याही कदाचित मोठी असेल. राजिक म्हणजे बंड, धामधूम. तो धामधुमीचाच काळ होता. पत्राच्या माथ्यावर मराठी शिक्का आहे. त्याच्या पहिल्या ओळीत श्रीरामचंद्र असा शब्द आहे व दुसऱ्या ओळीत परायण तुका असे शब्द आहेत. तिसऱ्या ओळीतील मजकूर वाचता येत नाही, पण त्या ओळीत सुरुवातीला राम अशी अक्षरे असणार हे जवळजवळ नक्की आहे. या वेळी लोहगावावर संभाजी महाराजांचा ताबा होता हे या मराठी शिक्क्यावरून उघड आहे. मात्र तेव्हाही तिथे राजिकाचा म्हणजे धामधुमीचा उपद्रव होताच.

৵৵৵

लेखांक ७६

२० सव्वाल, फसली १०९७   १९ ऑगस्ट १६८७

[पत्राच्या आरंभी डावीकडील कोपऱ्यात एक व उजवीकडील कोपऱ्यात एक फार्सी शिक्का]

दाा बो मोकदम व रयानी मौजे वडिवाडी काा पाटस पाा पुणा सुा सन हजार

१०९७ साहेबाचे बंदगीस कतबा लेहोनु दिधला यैसा जे साहेबी आपणास हुजूर बोलाउनु रजा फर्माविली जे मौजे मजकुरीची साल मजकूर जमाबंदी मुशकस करणे त्यावरून आपले बाबे आा देसमुख व देसपांडिये काा माार येही मौजे मजकुरीची हकीकती जाहीर केली जे सालगुाा पाऊस कमी जाला याकरिता कितेक रयेती गाव टाकून उठोन गेली येक दोनी रोडी दुबले कुल वस्ती करून राहिले साल मजकुराकारणे कौल करार देउनु जे रयेती उठोनु गेली ते थोडी बहुत आणिली येकदोनी नवी कुले मेलउनु लावणी थोडी बहुत केली तो पाऊस पडिला नाही खरीफ पेरिले ते उगवले नाही कोठे लवणपदरे जागा जागा थोडे बहुत आले ते धामधूम लस्कर पायेमाली जाली यावरी रबी रबी पेरिली तो पाऊस मुतलख पडिला नाही कोठे मुरण बांड जाले ते वालोनु येकंदर दाणा जाला नाही xxx पेरिले त्याचे कर्ज xxx जाले व बाजेही कसाले xxx जाले यैसी हकिकती साल मजकुरीची आहे जरी साहेबु नजर अयेनायेती करून जमाबंदी केलियावरी वसूल करितील बराये अर्ज खातिरेस आणून रयेतीचा हाल मनास आणून जीवनमाफिक खंडणी कुलबाब कुलकानू काली व पांढरी बिलमख्ता केली ते उगवणी करून येकूण बेरीज नकद रुपये २८०

मोा दोनीसेअसी रुपये रास
[नांगर चिन्ह]
निाा नांगर
बिकलम विसाजी नागनाथ कुलकर्णी मौजे मजकूर
तेरीख २० (सौ)वाल

गोही
नरसो मुदगल आा देसमुख देसपांडे काा माार

टीप

या पत्रात ''मुरण बांड'' असे शब्द आले आहेत. महाराष्ट्र भाषेचा कोश, भाग २ मध्ये मुराण या शब्दाचा अर्थ ''रोग विकृतीनें जळले गेलें जें कोवळें शेत तें'' असा दिला आहे. मोल्सवर्थच्या कोशात तोच शब्द मुरवण असा दिला आहे. बांड म्हणजे ज्याला रोगाने कणीस आले नाही किंवा ज्याचे कणीस गुराढोरांनी खाऊन टाकले आहे असे ज्वारीचे ताट (वरील दोन कोश.) लवणपदरे असाही एक शब्द या पत्रात आला आहे. लवण म्हणजे खोलगट जागा. त्यावरून तो तयार झाला असावा.

लेखांक ७७

फसली १०९७ इ. स. १६८७-८८

[दोन फार्सी शिक्के]

दाा बेाा मोकदमानी व रयानी मौजे अउंध ताा हवेली पाा पुणे सुाा सन हजार १०९७ कारणे साहेबांचे बंदगीस कतबा लेहून दिधला यैसा जे साहेबी हुजूर बोलाऊन रजा फर्माविली जे साल मजकुरीची जमाबंदी मुशकस करणे म्हणऊन रजा जे आपले बाबे अंताजी राम गुमास्ते रामचंद्र बाबाजी देसपांडिये पाा माा यानी कुल रयेतीचा हाल हवाल सादर केला जे गेले वरसी दुकाल पडिला त्याकरिता कुली कुली कुले मेली काही परागंदा जाली रयेती कुली कोन्ही नाही मोकदम येकल्या जिवेनसी आहे त्यास उखते पाखते वोवडकरी कुले मेलउनी सेते येकदोनी पिकविली त्यास पाऊस फार जाला इाा मृग ताा नक्षत्र चित्रा नक्षत्र पावेतो येकच झडी बैसली खरिफाने येसी जाली व रबी कुली पेरिली नाही रुपयाची अधोली पेरिली तेही जुजवी जाली त्यासही उंदीर लागोन कुली रबी गेली रयेतीचा हाल काही राहिला नाही जरी जीवन पाहोन माफिक खंडणी केलीया साल मजकुरीची उगवणी होईल म्हणऊन मालूम केले बराये मालुमती खातिरेसी आनून कुलबाब कुलकानू बिलमख्ता साल तमाम खंडणी केली ती कबूल असो उगवणी करून मोकरा बेरीज रुपये ३५
[उजवीकडे समासात मुख्य मजकुराशी काटकोनात] अंताजी राम गुाा रामचंद्र बाबाजी देस (पांडिये पाा माा वी)स रुाा रास

टीप

वोवडकरी म्हणजे ओवंडेकरी किंवा ओवांडकरी. जुन्या मराठीत 'ओ'च्या जागी 'वो' येतो. (उदा. ओतूरऐवजी वोतूर) आणि मोडीत अनुस्वार बरेचदा गाळला जातो. थोडक्यात सांगायचे तर वोवडकरी (ओवंडेकरी) म्हणजे उपरा, बाहेरून आलेला, शेतमजूर. उक्ती किंवा उख्ती म्हणजे ठराविक कामाकरिता ठराविक मोबदला देण्याच्या बोलीवर आणलेली (कुळे). गावातली जी पिढीजाद कुळे होती ती दुष्काळामुळे मरण पावली अथवा परागंदा झाली. मग पाटलाने शेती करण्याकरिता बाहेरूनच काही माणसे, त्यांच्याशी देण्याघेण्याचा काहीतरी करार करून, आणली आणि थोड्या जमिनीत लागवड केली. हीच गोष्ट ''उखते पाखते वोवडकरी मेलउनी सेते येकदोनी पिकविली''

अशा शब्दांमध्ये या कतब्यात सांगितली आहे.

अउंध (औंध) हे गाव आता पुणे शहराचाच एक भाग आहे.

लेखांक ७८

१ रबिलाखर, फसली १०९८ — १३ जानेवारी १६८९

[फार्सी शिक्का]

[दोन ओळी फारसी मजकूर]

दा बो मोकदम मुजरी का लोहगाव पा पुणा सु सन १०९८ कारणे साहेबाचे बंदगीस कतबा लेहून दिधला यैसा जे साहेबी हुजूर बोलाऊन खंडणीची रजा फर्माविली की जमाबंदी मुशेकस करणे म्हणौन रजा सादर केली तरी आपले बाबे अंताजी राम गु रामचंद्र बाबाजी देशपांडे प्रा पुणा याणी कुल रयेतीचा हालहवाल जाहीर केला जे सन १०९६ चे अखेर साली दुकाल पडिला याकरिता रयेती कुली मेली काही परागंदा जाली मिरासदार कुले काही नवी उख्ती पाख्ती रोड दुबली कुल मेलऊन किर्दी केली यासी उंदिरानी कुली सेत खादली व लस्कर पायेमालीने रयेतीचा हाल राहिला नाही जरी जीवनमाफिक खंडणी केलिया साल मजकूरची उगवणी करितील म्हणौन मालूम केले बराये मालुमाती खातिरेसी आणून तह केला कुलबाब कुलकानू बिलमख्ता खंडणी केली ते आपण कबूल असो उगवणी करून मोकरा बेरीज रुपये ६०१

मो सासे येक रुपये

तेरीख १ माहे रबिलाखर
रबिलाखर

टीप

इथे छापलेले पत्र आणि राजवाडे, खंड १७ मधील लेखांक ३३ हे पत्र ही दोन्ही एकाच तारखेची असून त्यांच्यात विलक्षण साम्य आहे. लेखांक ३३ पुढीलप्रमाणे आहे:

"दा बेा मोकदमानि मौजे चिंचवड ता हवेली प्रा पुणे सु सन १०९८ कारणे

साहेबाचे बांदगीस कतबा लेहोन दिधला ऐसा जे साहेबी हुजूर बोलाऊन खंडणीची रजा सादर केली तरी आपले बाबे अंताजी राम गुा रामचंद्र बाबाजी देसपांडे प्रा पुणे याणी दुकळे रयतीचा हालहवाल जाहीर केला जे सन हजार १०९६ चे अखेर साली दुकळ पडिला याकरिता रयती कुल मेली काही परागंदा जाली मिरासदार कूळ कोण्ही नाही उख्ती पाख्ती रोड दुबली कुळे मेळऊन कीर्दी केलियास उंदिरानी कुली सेते खादली व लस्कर पायमालीने रयतीचा हाल राहिला नाही जरी जीवनमाफिक खंडणी केलिया सालमजकुरीची उगवणी करितील म्हणऊन मालूम केले बराय मालुमाती खातिरेसी आणून कुलबाब कुलकानू माल व सायर साल तमाम कुलबाब बिलमख्ता खंडणी केली ते कबूल असोन उगवणी करून मोकरा बेरीज रुपये १२५१

मा बारासे एकावन रास
तेरीख १ माहे रबिलाखर
रबिलाखर''

पुढील कबूलकतबाही याच तारखेचा आहे आणि त्याचेही या दोन कबूलकतब्यांशी साम्य आहे. या साम्यावरून असे दिसते की सरकारी अधिकारी एकाच दिवशी परगण्याच्या देशमुख-देशपांड्यांना आणि गावोगावच्या पाटलांना बोलाऊन घेत. तिथे पाटील व देशमुख-देशपांडे ज्या त्या गावचे गार्‍हाणे सांगून खंडणीची (म्हणजे महसुलाची) रक्कम ठरवून घेत. जवळपासच्याच गावांची हकीकत सारखी असणे स्वाभाविकच आहे.

या पत्राच्या प्रारंभी ''मोकदम मुजरी का लोहगाव'' असे म्हटले आहे. महसुलाच्या दृष्टीने गावाचे दोन भाग पडत : मुजेरी आणि मोहतर्फा. मुजेरी म्हणजे शेतीवरच्या कराचा विभाग आणि मोहतर्फा म्हणजे सुतार, लोहार, इत्यादी कारागिरांवरील कराचा विभाग.

लेखांक ७९

१ रबिलाखर फसली १०९८ — १३ जानेवारी १६८९

[फार्सी शिक्का व ३ ओळी फार्सी मजकूर]

दा बो मोकदमानी मौजे हडपसर ता हवेली पा पुणा सुा सन १०९८ कारणे साहेबाचे बंदगीस कतबा लेहून दिधला यैसा जे साहेबी हुजूर बोलाऊन

रजा फर्मावली की साल मारची जमाबंदीचा मुसकस करणे म्हणऊन रजा तरी आपले बाबे अंताजी राम गुा रामचंद्र बाबाजी देसपांडिये पा मा याणी कुल रयेतीचा हाल जाहीर केला की सन हजार १०९६ अखेर साली दुकल पडिला याकरिता रयेती कुल मेली काही परागंदा जाली मिरासी घरकुल कोण्ही राहिले नाही उख्तेपाख्ते (रोडदु)बले कुले मेलऊन (कीर्दी केलिया उंदिरानी कुली सेते खा) दली व लस्कर (पा) यमालीखाले रयतीचा हाल उरला नाही जरी जीवनमाफिक खंडणी केलिया साल मा उगवणी करितील म्हणुनु मालूम जाले बराये मालुमाती खातिरेस आणुनु आपले बाबे कुलकानू काली व माल व सायेर साल तमाम बिल मख्ता खंडणी केली ती कबूल असे उगवणी करून मोकरा बेरीज रुपये ८६४
मो अठसेचउसस्टी रुा रास
तेरीख १
रबिलाखर

माहे रबिलाखर

टीप

हडपसर आता पुणे शहरातच सामील आहे.

लेखांक ८०

फसली ११०० इ.स. १६९०-९१

[पत्राच्या आरंभी दोन फार्सी शिक्के व तीन ओळी फार्सी मजकूर]

रुजू अमीना

दा बो मोकदम मौजे किन्हई ता कर्यात मावल पा पुणे सुा सन हजार ११०० साहेबाचे बंदगीस कतबा लेहोनु दिल्हा यैसा जे साहेबी हुजूर बोलाउनु जमाबंदीचे बाबे रजा फर्मावली यावरी देसमुख व देसपांडिये पा मजकूर अर्ज केला जे मौजे मजकूर गनिमाचे फितरतीकरिता वैरान बेचिराग होते यावरी [मोकळी जागा] चा कौल जाला त्या xx येकदोनी कुले मेलउनु वसहाहती केली तेही जुजवी बनजर किर्द केले आहे तरी साहेबी जीवन पाहोनु जमाबंदी केली

पाहिजे म्हणउनु मालूम केले बराये मालुमाती खातिरेसी आणून कुलबाब कुलकानू माल व सायेर जाबती बिलमख्ता जमा साहेबी केले ते आपण कबूल असो उगवणी करुनु जमा रुपये १५

मा। रुपये पंधरा रुपये रास

रुजू गु।	इजाफ साल मा।
०	१५
	[नांगर चिन्ह]
	बि। कुलकर्णी (मौजे) मा।र

[उजवीकडे समासात]

बा। करंजणे देसमुख (पा।) मा। बे। देसपांडे ता। मा। मो। पंधरा रुपये रास

टीप

किन्हई हे गाव आता संत तुकाराम महाराजांच्या देहूमध्येच समाविष्ट झाले आहे. (महाराष्ट्रातील खेड्यांची व शहरांची वर्णक्रमी, पृ. ३७.)

पत्रात मोकळी जागा सोडली आहे. तिथे माथ्यावरील अमीना हा शब्द वाचावयाचा आहे. त्याअलीकडील रुजू शब्द दुरुस्ती म्हणून कारकुनाने लिहिलेला दिसतो.

लेखांक ८१

१० रजब, फसली ११०० ३१ मार्च १६९१

[फार्सी शिक्का]

दा। बे। रघोजी प्रतापराऊ मोकदम मौजे पारगौउ खिलारी पा। कडेवलीत सु। सन ११०० साहेबाचे बंदगीस कतबा लेहोन दिधला यैसा जे साहेबी मौजे मा।

स्वारी करून रजा फर्माविली जे जमाबंदी मुशकस करणे तरी साल मजकुरी पीक कमतर जाले दुसरे निरख कमी तिसरे गनिमानी मौजे मा दोन्ही वाडिया लुटून सत्यानास केला यैसा गावाचा हवाल काही राहिला नाही कुणबियास येक रोजीचे खावयास नाही त्यावरी साहेबाचे बंदगीस देसमुख व देसपांडे पा मा अर्ज करून तह दिधला तो कबूल असों उगवणी करून बागाईत व जिराती बिलमख्ता जमा रुपये २४३२॥=॥ वजा घास जमा रुपये १० बाकी रुपये २४२२ ॥ = ॥

मो चोविससे साडेबावीस रुा अडीच आने रास [दोन पुसट देवनागरी शिक्के]

तेरीख १० रजब

बिा धोंडाजी मलहारी कुलकर्णी मौजे मा

टीप

कागदाच्या शेवटी दोन पुसट देवनागरी शिक्के आहेत. ते एकाच मजकुराचे आहेत किंवा एकाच शिक्क्याचे दोन ठसे आहेत. त्या शिक्क्यांमध्ये **रघोजीप्रता परावमोकदम मौजेपारगा(व)** असा मजकूर असून त्याखाली नांगराचे चित्रही आहे. मोकदमाचा म्हणजेच पाटलाचा शिक्का सामान्यतः नसतो. इथे ज्या मोकदमाचा शिक्का आहे त्याचे नाव रघोजी प्रतापराव आहे. त्यातील प्रतापराव हा कदाचित किताब असेल. कधीकधी फार मातब्बर असामींकडेही पाटिलक्या असत. उदा. खुद्द शिवाजी महाराजांकडे काही पाटिलक्या होत्या. पण एवढ्या मातब्बरांकडून महसुलाचा कबूलकतबा कोण लिहून घेणार? रघोजी प्रतापराव तेवढा मातब्बर नसेल, पण इतर पाटलांच्या मानाने अधिक सबळ असेल. पारगाव खिलारी हे गावही जरा मोठे किंवा सधन असावे. इतर गावांच्या मानाने त्याच्या महसुलाची रक्कम बरीच जास्त आहे आणि तीदेखील गनिमांनी गावाचा सत्यानाश केल्यानंतर.

अहमदनगर जिल्ह्याच्या अहमदनगर तालुक्यात अहमदनगरच्या पूर्वेस १६-१७ कि.मी. वर पारगाव नावाचे गाव आहे. कदाचित तेच पारगाव खिलारी असेल. ते बीड जिल्ह्यातील अष्टी तालुक्याच्या जवळ पश्चिमेला आहे. त्या अष्टी तालुक्यातील काही गावे कडेवळीत परगण्यात होती. (श्री राजा शिवछत्रपती, भाग २, पृ.११५०, तळटीप २८. कडेवळीत परगण्याची माहिती तिथे दिली आहे.) महाराष्ट्रातील खेड्यांची व शहरांची वर्णक्रमी आणि अहमदनगर डिस्ट्रिक्ट गॅझेटिअर या पुस्तकांमध्ये पारगाव नावाची गावे अनेक आहेत, पण पारगाव खिलारी असे गाव नाही.

लेखांक ८२

१९ रबिलावल, फसली ११०१ ३० नोव्हेंबर १६९१

[पत्राच्या आरंभी दोन फार्सी शिक्के]

दाा बोा मोकदम मौजे कासुरडी ताा सांडस पाा पुणे सुाा सन ११०१ साहेबाचे बंदगीस कतबा लेहोनु दिधला यैसा जे साहेबी हुजूर बोलाऊन जमाबंदीचे बाबे रजा फर्माविली तरी आपले बाबे देसमुख व देसपांडे पाा माार जाहीर केले मौजे माार कुल खराब पडिले होते बाा हुाा येकाघरे XXX मोकदम मजकुरे दिवेलावणी केली साल मजकुराकारणे जुजवी किर्दी केली पाऊस पडिला नाही याकरिता खरीफ जबून जाले रबी तो नाबूद जाली तरी साहेबी जीवन पाहोनु जमाबंदी केली पाहिजे म्हणऊन जाहीर केले ते खातिरेसी आणून कुलबाब कुलकानू माल व सायर कुलमख्ता साल तमाम जमाबंदी केली ते कबूल असो उगवणी करून रुपये १०

तेरीख १९ रबिलावल

[उजवीकडे समासात मुख्य मजकुराशी काटकोनात]

बोा मालोजी (नर)सिंगराऊ व गोविंदराऊ सितोले देसमुख पाा मजकूर

बाा देसपांडे पाा मजकूर मोा दाहा रुपये रास

टीप

कासुर्डी पुणे जिल्ह्याच्या दौंड तालुक्यात यवतच्या पश्चिमेस पाच कि.मी.वर आहे.

लेखांक ८३

फसली ११०१ इ.स. १६९१-९२

[पत्राच्या आरंभी उजवीकडील कोपऱ्यात फार्सी शिक्का]

दाा बोा मोकदम मौजे वडगाऊ नेबरज ताा हवेली पाा पुणे सुाा सन ११०१ साहेबाचे बंदगीस कतबा लेहोनु दिधला यैसा जे साहेबी हुजूर बोलाऊन जमाबंदीचे

बाबे रजा फर्माविली तरी आपले बाबे देसमुख देसपांडे पा मा येही जाहीर केले
जे धामधुमेकरिता मौजे मारीची कुले कितिक गेली व साल मारीचा पाऊस
हंगामसीर जाला नाही याकरिता खरिफाचे पीक कमतर जाले रबी नाबूद जाली
रयेतीचा काही हाल उरला नाही तरी साहेबी जीवन पाहोन जमाबंदी केली पाहिजे
म्हणऊन मालूम केले बराये मालुमाती खातिरेसी आणून कुलबाब कुलकानू माल
व सायेर जाबती कुलमख्ता जमाबंदी केली ते कबूल असे उगवणी करून रुपये
२५

मा पंचवीस रुपये रास

[उजवीकडे समासात]

बेा मालोजी (नरसिंग)राऊ व   बा देसपांडे पा मा मो
गोविंदराऊ सितोले देश (मुख पा मा)   पंचवीस रुपये रास

टीप

पुणे परगण्याच्या हवेली तरफेत वडगाव या नावाची दोन गावे होती. त्यांपैकी एका
वडगावला म्हणत वडगाव शिंदे किंवा वडगाव नजीक लोहगाव. (श्री राजा शिवछत्रपती,
भाग २, पृ. ७८२.) दुसऱ्या वडगावला म्हणत वडगाव बुद्रुक. हवेली तरफेच्या ८२
गावांपैकी २० गावे पुढे कर्यात मावळात सामील करण्यात आली. त्या २० गावांमध्ये
हे वडगाव बुद्रुक होते. (श्री राजा शिवछत्रपती, भाग २, पृ. ७७५.) इथे छापलेल्या
कतब्यातील वडगाव नेबरज हे त्या दोन वडगावांपैकी एक असले पाहिजे. बुद्रुक ही त्या
मानाने गावाच्या नावाला कायमची चिकटलेली उपाधी आहे. म्हणून वडगाव नेबरज हे
ज्याला वडगाव शिंदे किंवा वडगाव नजीक लोहगाव म्हणत ते वडगाव असेल अशी
शक्यता अधिक वाटते. नेबरज या उपाधीचा अर्थ मात्र समजत नाही. "वडगाऊ
नेबरज" असे नाव इतर कागदपत्रांमध्येही आले आहे. उदा. शि. च. सा., खंड २, पृ.
११४; खंड ५, पृ. १२२.

❧❧❧

लेखांक ८४

फसली ११०३ इ.स.१६९३-९४

[फार्सी शिक्का]

दाा बेाा मोकदम व समस्त दाहीजन मौजे चाडगाव पाा कडेवलीत सुहूर सन हजार ११०३ कारणे साहेबाचे बंदगीस कबूल कतबा लेहोन दिधला यैसा जे साहेबी हुजूर बोलाऊन रजा फर्माविली की सालमााची जमा मुशकस करणे म्हणोन फर्माविले तरी मौजे मााारीवरून लस्करची वाट पडिली आहे पायेमाली जाली व खरिफाचे वख्ती पाऊस कम जाला त्याकरिता पीक कम जाले रबीसी चणे कम पीक जाले व तुरी वगैरा जुजवी जाले यैसा हाल मौजे मााारीचा आहे त्यावरी आपले बाबे देसमुख व देशपांडिये येही अर्ज करून आपले सिरी जमा ठेविली कुलबाब कुलकानू जिराती व बागाईत साल तमाम वसूल करून रुपये १३०१

मो तेरासे येक रास

[नांगर चिन्ह]

बिाा सिवाजी लखदेऊ कुलकर्णी मौजे माा

लेखांक ८५

२ जमादिलाखर, फसली ११०५ २९ डिसेंबर १६९५

[फार्सी शिक्का]

दाा बेाा मोकदम व रयानी मौजे चाडगाऊ पाा कडेवलीत सुाा सन हजार ११०५ कारणे साहेबाचे बंदगीस कबूल कतबा लेहोन दिधला यैसा जे साहेबी हुजूर बोलाऊ रजा फर्माविली की मौजे मााची जमाबंदी मुसेकस करने म्हणौउनु रजा रजे बाा आपला हालहवाल मौजे मााचा जाहीर केला की खरिफाचे वख्ती पाऊस कम जाला गहू व चणे मुतलख जाले नाहीत जोरीचे बाटुक जाले गावाचा हाल काही उरला नाही यावर साहेबांचे बंदगीस देसमुख व देसपांडे पाा माा येऊन

अर्ज करून आपले सिरी कुलबाब कुलकानू जिराती व बागाती व सायेर आपले सिरी ठेविली जमा ते वसूल करून साल गुदस्ता रुा १३०१ पैकी सोडी साल मा रुा १०० येकसे देऊन बाकी ततमा रुा १२०१ वजा बाबे जमा रुा १२ बाकी रुा ११८९ यकरासे येकूनवद रास वसूल करून हा कतबा सही [फार्सी मोर्तब]

[नांगर चिन्ह]

बिा सिवाजी लखुदेऊ कुलकर्णी मौजे मा

तेरीख २ माहे जमादिलवलाखर

टीप

चाडगाव हे गाव अहमदनगर जिल्ह्याच्या श्रीगोंदा तालुक्यात आहे. लेखांक ८४ चाडगावविषयीच आहे. महिन्याचे नाव जमदिलवलाखर असेच मुळात आहे. कारकुनाने आधी जमादिलव असे लिहिले आणि मग चूक लक्षात आल्यावर पुढे लाखर असे लिहिले असे दिसते.

लेखांक ८६

फसली ११०५ इ.स. १६९५-९६

[पत्राच्या आरंभी डाव्या कोपऱ्यात एक व उजव्या कोपऱ्यात एक फार्सी शिक्का]

दाा बोा मोकदम मौजे थेऊर ताा सांडस पाा पुणे सुाा सन हजार ११०५ साहेबाचे बंदगीस कतबा लेहोन दिधला यैसा जे साहेबी हुजूर बोलाऊन जमाबंदीचे बाबे रजा फर्माविली तरी आपले बाबे देसमुख व देसपांडे पाा माार येही जाहीर केले जे धामधुमेकरिता गाव वैरान होऊन गेला होता त्यास साहेबाच्या कौले मोकदम मजकूर येका घरासी तकवा धरून जुजवी किर्दी केली आहे त्यास कसाले बहुत पडिले याकरिता रयेतीचा काही हाल उरला नाही तरी साहेबी जीवन पाहोन जमाबंदी केली पाहिजे म्हणऊन मौजे मारीची हकिकती जाहीर केली ती खातिरेसी आणून कुलबाब कुलकानू माल व सायेर कुलमख्ता जमाबंदी केली ते कबूल असे उगवणी करून रुा २०

[उजवीकडे समासात मुख्य मजकुराशी काटकोनात]

बाा मालोजी नरसिंगराऊ व गोविंदराऊ सितोले देसमुख पाा माार

बो होनप देसपांडिये पाा मार वीस रुाा रास

लेखांक ८७

फसली ११०६ इ.स. १६९६-९७

[पत्राच्या आरंभी डाव्या कोपऱ्यात एक व उजव्या कोपऱ्यात एक असे दोन फार्सी शिक्के]

दाा बो मोकदम मौजे पिपले ताा कऱ्हेपठार पाा पुणे सुाा सन हजार ११०६ साहेबाचे बंदगीस कतबा लेहोन दिधला यैसा जे साहेबी हुजूर बोलाऊन जमाबंदी करणे म्हणोन फर्माविले तरी आपले बाबे देसमुख व देसपांडिये पाा माा येही जाहीर केले धामधुमेकरिता मिरासी घरकुले परागंदा जाली मोकदम मजकूर तकवा धरून रहगुदरी कुले मेलऊन जुजवी किर्दी केली आहे तरी साहेबी जीवन पाहोन जमाबंदी केली पाहिजे म्हणौऊन जाहीर केले ते खातिरेसी आणून कुलबाब कुलकानू माल व सायेर कुलमख्ता जमाबंदी केली ते कबूल असो उगवणी करून रूपये ३८

[उजवीकडे समासात मुख्य मजकुराशी काटकोनात]

बाा मालोजी नरसिंगराऊ गोविंद राऊ सितोले देसमुख पाा माा

बेाा होन(प) देसपाडिये पाा माा अडतीस रुपये रास

टीप

पिंपळे हे गाव पुणे जिल्ह्याच्या पुरंदर तालुक्यात आहे.

लेखांक ८८

फसली ११०६ इ.स. १६९६-९७

[पत्राच्या आरंभी डाव्या कोपऱ्यात एक व उजव्या कोपऱ्यात एक असे
दोन फार्सी शिक्के]

दाा बोो मोकदम मौजे गराडे ताा कऱ्हेपठार पाा पुणे सुाा सन ११०६
साहेबाचे बंदगीस कतबा लेहोन दिधला यैसा जे साहेबी हजूर बोलाऊन जमाबंदीचे
बाबे रजा फर्माविली तरी धामधुमेकरिता कुल कुले पलोन जागाजागा गेली गाव
साल गुाा वैरान जाला होता साहेबाच्या कौले येक दोन कुले मेलऊन मोकदम
मजकूर जुजवी किर्दी केली आहे व कसाले बहुत पडिले काही हाल उरला नाही
तरी जीवन पाहोन जमाबंदी केली पाहिजे म्हणऊन जाहीर केले ते खातिरेसी
आणून कुलबाब कुलकानू माल व सायेर कुलमख्ता जमाबंदी केली ती कबूल
असे उगवणी करून रुपये ५५

[उजवीकडे समासात मुख्य मजकुराशी काटकोनात]

बाा मालोजी नरसिंगराऊ व गोविंदराऊ बोा होनप देसपांडिये पाा माा
सितोले देसमुख पाा मजकूर पचावन रुाा रास

टीप

गराडे हे गाव पुणे जिल्ह्याच्या पुरंदर तालुक्यात आहे.

৵৵৵

लेखांक ८९

२० सव्वाल, फसली ११०७ २२ एप्रिल १६९८

[पत्राच्या आरंभी डाव्या कोपऱ्यात एक व उजव्या कोपऱ्यात एक फार्सी
शिक्का]

बोा मोकदम मौजे नानगांऊ काा (पाा)टस पाा पुणा सुाा सन ११०७ कारणे

साहेबाचे बंदगीस कतबा लेहोन दिल्हा यैसा जे साहेबी आपणास हुजूर बोलाऊन रजा फर्माविली की मौजे मजकुरीची मुशकश करणे त्यावरून आपले बाबे देशमुख देशपांडिये पाा मजकूर येही मौजे मजकूरची हकीकत जाहीर केली की मौजे माार साल गुदस्तां खराब बेचिराख यैसियासी साल मजकुराकारणे (कौ)लबोल देऊन मोकदम येकाजिवें xxx येऊन गावावर दिवेलावणी केली रयेती कोण्ही रोड दुबली कुले मेलऊन थोडीबहुत किर्दी केली खरिफाचे हंगामी पाऊस थोडाबहुत पेराऊ जाला पेरिलियावरी हंगामसीर पाउसाने कमी केली काही कणीस आले नाही कोठे आले ते धामधुमेकरिता पायेमाली जाली यैसी हकीकत खरिफाची जाली रबी तो कुली पेरिली नाही यैसा मौजे मजकूरचा हाल अहवाल पेरोशानी खातिरेस आणून मोकदम मजकुराचे जीवनमाफिक जमा मुशकश केलिया उगवणी करील म्हणऊन हकीकत जाहीर केली बराये मालुमाती खातिरेस आणून कुलबाब कुलकानू काली व पांढरी जमा मुशकश केली ते वसूल करून बेरीज रुपये १५

मो पंधरा रुपये रास
[नांगर चिन्ह]
निाा नांगर
बिकलम आपाजी नरसिंह कुलकर्णी मौजे मजकूर
तेरीख २० सवाल

गोही

नरसो मुदगल आा देसमुख देसपांडे पाा माार

टीप

नानगाव पुणे जिल्ह्याच्या दौंड तालुक्यात आहे.

लेखांक ९०

१ जिल्काद, फसली ११०७ २ मे १६९८

[फार्सी शिक्का]

दाा बोा मोकदमानी व रयानी मौजे सुस ताा काा मावल पाा पुणे सुाा सन

हजार ११०७ कारणे साहेबाचे बंदगीस कतबा लेहून दिधला यैसा जे साहेबी आपणास हुजूर बोलाऊन जमाबंदीचे बाबे रजा फर्माविली तरी आपले बाबे पायेगुडे देसमुख व होनप देसपांडिये पाा माार येऊन मालूम केले की गनिमाचे धामधुमीकरिता व कितेक कसाले पडताती याकरिता रयेतीचा काही हाल हवाल राहिला नाही रबीचे हंगामी पाऊस पडिला नाही रयेती नातवानी जाली आहे तरी साहेबी रयेतीवरी नजर देऊन जीवन पाहून जमाबंदी केली पाहिजे म्हणऊन मालूम केले बराये मालुमाती खातिरेस आणून रयेतीचे जीवन पाहून जमाबंदी केली कुलबाब कुलकानू माल वजाहाती साल तमाम बिलमख्ता केली ती आपणास कबूल असो उगवणी करून रुा १५५

मोा येकसे पाचावने रुपये रास
[नांगर चित्र]

बिकलम स XXXX माहादेऊ कुलकर्णी
मौजे माार

तेरीख १ जिलकादी सन
हजार ११०७

[डावीकडे समासात]

बाा पायगुडे देसमुख ताा
माार मजकूर

बाा होनप देसपांडिये
ताा माार मजकूर
मोा येकसेपंचावन रुपये रास

⌘⌘⌘

संकीर्ण

लेखांक ९१

२१ रमजान, सु. ९६१ — १५ जून १५६०

[फार्सी शिक्का व नऊ ओळी फार्सी मजकूर]

अज रख्तखां खोदावंद मसानद अळी जरीफन मुलुक खुली दाम दौळत हू

तांा कारकुनानी संमत अहिरवाडी मामले सोंनळापूर बिदानंद हर्ची सुहूर सन इहदे स्तिन वा तिसा मया बाा हुजती सन इसने सितैन वा तेसा मेया मौजे राजुरी समत मजकुरु देखीळ रक(म) वा नकदियाती दर वझ इनाम बदळ तैनाती छत्री वा देवटी वा खळिती देसाई वा चौधरी दूं नफर समत मजकुरु

मंगी सेटी बिन येली सेटी देसाई मुदजी बिन XXX ठाकूर चौधरी

बाद ऊ अवलादे वा अफलादे तै कर्दे दहानिदे सुदां अस्त बायेद के येश्यान मौजे मजकुरु दाखिळ माहसूल व नकदियाती इनाम चाळविले असे दुंबाला कीजे तालीक लिहुनु घेउनु असली इनामदार मजकुरासे परतोनी दीजे XXX रवंद

तेरीख २१ माहे रमजानु स
समानु सितैनु

रुजू

[डावीकडे समासात -] परवानगी हुजूर बा इलामे मीर खळिफा सरखेळ रख्तखाने इजानेबू
[उजवीकडे समासात दोन फार्सी ओळी व एक फार्सी शिक्का]

टीप

''बाद ऊ'' पासून ''येश्यान'' पर्यंतचा मजकूर मोडी लिपीत असला तरी फार्सी भाषेत आहे. मतलब असा की - ''त्याच्यानंतर अवलाद व अफलादीस नेमून दिले आहे जरूर आहे की त्यांनी''

लेखांक ९२

२० रबिलाखर सु. ९७२ ११ सप्टेंबर १५७१

अज दिवाण रख्तखाने खास बजानेबु हुदेदारानी व खोतानी हाल व इस्तकबाल व मोकदमानी व रयानी कसबे वोतूर संमत जुन्नर बिदानद सुाा इसने सबैन व

तिसा मया नरसिंहभट बिन विश्वनाथभट व केशवभट बिन नरसिंहभट विद्यार्थी केशव चैतन्य माहानभाव सेा कसबे मजकूर बंदगी हजरती मालूम केले जें जमीन चावर येक नजीक मठ व झाडें मठाजवलील का मा केशव चैतन्य माहानभाव यांसी बा हुजती रा हजरती मिरांशाहा बुऱ्हान साहेब इनाम आहे केशव चैतन्य माहानभाव जित असतां हा इनाम आपणास दिधला आहे आपण त्यांचे विद्यार्थी मठीं सेवा करीत आहों आतां तिहीं समाधी घेतली तरी आपले नावे हुजतीची रजा होये मालूम जालें बा इसारती दिवाण आला जमीन चावर येक व झाडे नजीक मठ दर सवाद कसबे मजकूर बा हुजती रा मिरासाह बुऱ्हान जैसें ता सन इहदे केशव चैतन्य माहानभावासी चालत आहे तैसेंच अज इा सन इसने साल मजकुरापासून नरसिंहभट बिन विश्वनाथभट व केशवभट बिन नरसिंहभट विद्यार्थी केशव चैतन्य मजकूर यासी चालवीजे उजूर न कीजे दर हर साल खुर्दखताचा उजूर न कीजे तालीक लिहून घेउनु असेली भट मजकुरापासीं असों दीजे

तेरीख २० माहे रबिलाखर

[वर नक्कल खरी असल्याचा काजीचा फार्सी शेरा व शिक्का आणि आठ ओळी फार्सी मजकूर]

[पाठीवर] सनद का उतूर सन इसने सबैन व तिसा मया अज दिवाण रख्तखाना खास

टीप

निजामशाही फर्माने "अज दीवान रख्तखाना खास" अशा शब्दांनी सुरू होतात. (शिवाजी-निबंधावली, भाग २, पृ. ६६.) अर्थात हे निजामशाही फर्मान आहे; मात्र नक्कल आहे, अस्सल नाही. सामान्यतः निजामशाही फर्माने फार्सी-मराठी द्वैभाषिक असतात तसेच हेही आहे.

ओतूर येथील केशव चैतन्य यांच्या मठाची कागदपत्रे शि. च. सा., खंड २ मध्ये छापली आहेत. (लेखांक १७७-८५. ओतूर पुणे जिल्ह्याच्या जुन्नर तालुक्यात आहे.) इथे छापलेल्या फर्मानात मिरांशाह बुऱ्हान याच्या हुज्जतीचा उल्लेख आहे. ती हुज्जत सु. ९६७ (इ. स. १५६६) मधील असून शि. च. सा., खंड २ मध्ये लेखांक १७७ म्हणून छापली आहे. तिच्यात नमूद केलेल्या इनामाची खुर्दखते नरसिंहभट विश्वनाथभट व केशवभट नरसिंहभट यांनी वेळोवेळी घेतली होती. तीही शि.च.सा., खंड २ मध्ये छापली आहेत. (लेखांक १७८-८०, इ. स. १५७९, १५८९, १५९३.) शिवाय त्याच इनामासंबंधी त्यांनी १५९३ मध्ये एक निजामशाही फर्मानही मिळविले होते. त्या फर्मानात

पुढील उल्लेख आहे : ''नरसिंहभट व केशवभट विद्यार्थी केशव चैतन्य माहानभाव सेकीन कसबे उतूर बंदगी हजरती मालूम केले जे हर्ची जमीन चावर येक व झाडे नजीक मठ केशव चैतन्य दर सवाद कसबे मजकूर बाा हुजत हजरती मिराशाह बुऱ्हानसाहेब सबा सितैन कारकीर्द हजरत बिबीसाहेब बिनाम केशव चैतन्य दिधले होते. तेणेप्रमाणे तागायत इहिदे सबैन चालिले यावरी केशव चैतन्य माहानभाव इही समाधी घेतली इसने सबैनी आपले नावे हुजती ब(सि)के खास जाहाली आहे.'' यात उल्लेखिलेली ''इसने सबैनी आपले नावे हुजती ब(सि)के खास'' म्हणजे इथे छापलेले निजामशाही फर्मान. इसने सबैन हे सुहूर सनाचे शेवटचे दोन आकडे आहेत; पूर्ण सुहूर सन ९७२ असा आहे. ते फर्मान अर्थात मुर्तजा निजामशाह (पहिला) याचे आहे. (त्याची कारकीर्द इ. स. १५६५ ते १५८८ झाली.) वरील उताऱ्यामधील ''बाा हुजत हजरती मिराशाह बुऱ्हान साहेब सबा सितैन कारकीर्द हजरत बिबीसाहेब बिनाम केशव चैतन्य'' हे पत्र म्हणजे शि. च. सा., खंड २, लेखांक १७७ (पृ. १९१). सबा सितैन हे सुहूर सनाचे शेवटचे दोन आकडे आहेत; पूर्ण सुहूर सन ९६७ असा आहे. कारकीर्द हजरत बिबीसाहेब हा उल्लेख मूर्तजा निजामशाह (पहिला) याची आई खूंजा हुमायून हिचा आहे. मुर्तजा लहान असल्याने १५६५ ते १५६९ या काळात तीच निजामशाहीचा कारभार पहात होती. (द किंगडम ऑफ अहमदनगर, पृ. १५१-५५.)

मिरांशाहा बुऱ्हान साहेब याचा शोध घेतला पाहिजे. तो निजामशाही खानदानातील असावा असे वाटते. मुर्तजाला बुऱ्हान नावाचा एक भाऊ होता. तोच हा मिरांशाहा बुऱ्हान साहेब असेल काय?

लेखांक ९३

१७ जमादिलाखर, सु. १००५ ३१ ऑक्टोबर १६०४

ताा

अज रख्तखाने खोदायेवंद खान आलीशान आ खाने अजम निजामखान साहेब दाइम दौलतहू ताा मोकदमानी मौजे येकसी ताा वालवे बिदानद के हर्ची सुाा सन खमस अलफ मौजे मजकूर पहिले तपे मजकूर निसबत होते दरिवख्त पाा कऱ्हाड निाा पडिले होते साल गुाा हुजुरून फर्मान बाा तपे मजकूर निसबत जाहाले कऱ्हाडचे निसबत दूर जाहाले मौजे मजकुरी बापूजी सबनिसासी हक

लाजिमे होन ३ तीन मिरासी करून (दिल्हे) असे अदा करीत जाणे साल साल खुर्द खताचा उजूर न करणे तालीक लिहून घेऊन असल परतोनी देणे दीजे मो।

तेरीख १७ माहे जमादिलाखर

लेखांक ९४

सु. १०१९ इ.स. १६१८-१९

[अष्टकोनी फार्सी शिक्का]

अज रख्तखाने खुा मा सर्क मा अंबर खुा दौलतहू ता मोकदमानी व रयानी का संगमनेर वावी बिदानद सुा सन तिसा अशर अलफ अर्जदा (स्ती) छ २९ माहे जमादिलौवळ इा केळी रा छ १७ माहे जमादिळाखर ते (थे मजमून) की कृस्णाजी नरसिंह का मजकुरीचे कुलकर्ण सिनेजोरीने करितो प्रजावरी बाकी राहात नाही आणि बाकी लाइनी काहाडून फाजिल नख्त घेउनु जातो तेणेकरून प्रजा रंजीस होताती कुले गायाल होताती ना मा काही मिरासीती नव्हे गैरमिरासी होउनु कुलकर्ण करितो व मसाहती सेती बेरीज होते येक आणि गावात येऊनु बेरीज आणिक करितो प्रजेसी तेच वख्ती रोखा ळिहून देत नाही. कारकुनानी सांगितले तरी सरंजामी करीत नाही (सालगुदस्ता) रयतीचे फाजील तहसीळ कृस्णाजीने नेळी (आहे ते देविली) पाहिजे कृस्णाजीचेन रयेती खुश (नुद) नाही. म्हणौनु बा वार ळिहिले तरी ये बाबे दाऊदखान ठाणदारासी ळिहिले असे तमाम अमल त्यास दखल कीजे ते सरंजामी करितील ते खबर हुजूर लिहिजे मोर्तब सुदु [फार्सी मोर्तब] रुजू सुरुनिवीस

टीप

''ये बाबे दाऊदखान ठाणदारासी ळिहिले असे'' असे या पत्रात सांगितले आहे. मलिक अंबराने दाऊदखान ठाणेदार याला लिहिलेले ते पत्र म्हणजे शि. च. सा., खंड ३, लेखांक ४७०. इथे छापलेल्या पत्रात शेवटी महिना व महिन्याची तारीख टाकलेली नाही. शि. च. सा. खंड ३, लेखांक ४७० च्या मायन्यात वर्ष तिसा अशर अलफ (= १०१९) असे आहे आणि शेवटी ''१८ माहे जमादिलावर'' अशी तारीख छापली आहे.

तिथे 'ख' ऐवजी 'व', किंवा 'ल' ऐवजी 'र' अशी छपाईची चूक झाली असली पाहिजे हे उघड आहे. ज्या अर्जावरून मलिक अंबराने पत्र लिहिले आहे त्याची तारीख २९ जमादिलावल असल्याने मलिक अंबराच्या ह्या पत्राची तारीख १८ जमादिलावल असणे शक्य नाही; ती १८ जमादिलाखर असली पाहिजे. १८ जमादिलाखर सु. १०१९ = २२ जून १६१८ किंवा २३ मे १६१९. शि. च. सा., खंड ३ च्या संपादकांनी लेखांक ४७० च्या मथळ्यात इसवी तारीख २३ मे १६१८ अशी काढून दिली आहे ती चुकीची आहे.

रयतेने मलिक अंबराकडे केलेला अर्ज या पत्रात उद्धृत केला आहे (''कृस्णाजी नरसिंह'' पासून ''खुशनुद नाही'' पर्यंत) तसाच तो शि. च. सा., खंड ३, ले. ४७० मध्येही उद्धृत केला आहे; मात्र शब्दांमध्ये क्वचित व किरकोळ फरक आहेत. उदा. इथे छापलेल्या पत्रात ''सिनजोरीने'' (=सिनेजोरीने), म्हणजे बळजबरीने, असे आहे त्याऐवजी शि. च. सा., खंड ३, ले. ४७० मध्ये ''सिरजोरीने'' असे आहे. शि. च. सा., खंड ३, ले. ४७० मधील पत्र नक्कल आहे; इथे छापलेले पत्र अस्सल आहे.

शि. च. सा., खंड ३, ले. ४७० ला संपादकांनी पुढीलप्रमाणे टीप दिली आहे : ''याच तारखेचे एक पत्र मलिकंबराने संगमनेरचे मुकदम व रयत यांस लिहिले असून ठाणेदारास हकीकत सांगा म्हणजे तो निकाल करील असे आश्वासन दिले आहे.'' ते पत्र म्हणजेच इथे छापलेले पत्र असले पाहिजे. मात्र मलिकंबराच्या या दोन्ही पत्रांचे वर्ष सारखेच असले तरी इथे छापलेल्या पत्राच्या शेवटी महिना व महिन्याची तारीख नाही. तेव्हा, ''याच तारखेचे'' हे शि. च. सा., खंड ३, लेखांक ४७० च्या संपादकांचे विधान चुकले आहे किंवा त्याने त्यांना फक्त वर्ष अभिप्रेत आहे. हे पत्र भा.इ.सं.मं. त्रैमासिक, वर्ष ८७, पृ. ७१-७२ मध्ये छापले आहे. तिथे पत्राची तारीख देताना झालेली चूक त्रैमासिक वर्ष ८८ मध्ये पृ. १३५ वर दुरुस्त केली आहे.

ना। मा। म्हणजे नफर मजकूर. नफर म्हणजे व्यक्ती. नफर मजकूर म्हणजे वर नमूद केलेली व्यक्ती म्हणजे इथे कृष्णाजी नरसिंह. तो वतनदार (''मिरासीती'') कुलकर्णी नसूनही जबरदस्तीने संगमनेर कसब्याचे कुलकर्ण करतो, रयतेवर महसुलाची काही बाकी नसताना खोटी (''लाइनी'') बाकी काढून गैरवाजवी रक्कम (''फाजिल नख्त'') घेऊन जातो, शेतीची मोजणी (''मसाहती'') असते एक पण तो करतो वेगळीच (''आणिक'') आणि गेल्यावर्षी (''सालगुदस्ता'') त्याने रयतेकडून गैरवाजवी वसुली (''फाजिल तहसील'') केली आहे अशी रयतेची तक्रार आहे. इरसाल (इा) केली आहे म्हणजे पाठवली आहे आणि ती १७ जमादिलाखर रोजी पोचली (''रसीदगी'') आहे.

इसवी सनाच्या १७ व्या शतकाच्या प्रारंभीच्या काळातला मोडी हस्ताक्षराचा नमुना या पत्रात आपल्याला पहावयास मिळतो.

लेखांक ९५

[फार्सी शिक्का व दोन ओळी फार्सी मजकूर]

२९ जमादिलावल, सु. १०२८ — २६ जानेवारी १६२८
माघ शु. १, शक १५४९

सके १५४९ प्रभवनाम संवछरे माघ सुद पाडवा वार गुरवार सुा समान इशरीन अलफ छ २९ माहे जमादिळोवळ त दिसी खरीद जमीनदाराची भोये साबान [? साहान] देा टाळ्ळाटोळ्ळा खरीदकर्दे बेा सयाजी पारनाक सराफ यानी का नेवासे बुा पा मजकुरु यासी विकरीद जमीनदाराची भोये साबान देा टाळ्ळाटोळ्ळा विकरीद कर्दे बेा सदू व तुकोजी बिन बाळू दरना गुरव का नेवासे खुर्द पा मजकुरु येही आपळे आत्मसुखे तवरकबद [?] खुसुनुद होउनु ळेहोनु दिधळे यैसे जे जमीनदाराची भोये साबाण देा टाळ्ळाटोळ्ळा वडिळावडिळाची मिरासी आपळी कसबे बुदुरुखी आहे याचे वाटेदार भाऊ नफर च्यारी त्याचे विळहाने बितपसील [फार्सीत - मुरत्तब शुद]

गाऊजी बिन बाळू दरना मयेत जाळा आहे त्यासी पुत्र नाही त्याची तकसीम ळखमण व बाळू दोघे वर्गी वाटुनु घेतळी	सिदू बिन म्हादू दरना मयेत जाले आहे त्यास पुत्र नाही सिदूने जिता करज तुम्हापासुनु सादले होते होनु हे बाळू व ळखमण येही दोघे वर्गी आपळे दिधळे ते पावळे हे दोवर्गी त्याची तकसीम वाटुनु घेतळी [फार्सीत - मुरत्तब शुद]	ळखमण बिन नरसू दरना	सदू व तुकोजी बिन बाळू द(रना) विकरीद दार मज(कूर)

याची तकसीम आपळी निमे आहे हे तुम्हास विकत दिधळी आहे याची हदमहदूद व कोनेकुटे व हमशई व जमीनचे चौऊ भुजाचे गज राजगजप्रमाणे आहेती बितपसील [फार्सीत - मुरत्तब शुद]

पछेमेस खेरीज पाया भातीचा गज साडेबावीस २२।। यासी हमशही सयाजी	पूर्वेस खेरीज पाया भातीचा (सा)डेबावीस २२।। यासी हमशही

कोनेर पारनाक सराफ खरीददार मजकुरु दक्षेणेस खेरीज पाया भातीचा गज तेरा १३ पैकी निमे गज साडेसा ६।। यासी हमशही दतो अनंत पारनाक	ळखमण बिन नरसू दरना गाहाणवटेदार बाा खत उत्रेस खेरीज पाया भातीचा गज चौदा १४ पैकी निमे गज सात ७ यासी हमशही राजमार्ग वरिळे वेसीस जातो

येणेप्रमाणे आहे याची किमती नख्त होनु २३।।- हून सर साडेतेवीस दुवळ येक याचा परवेस आपणास केळा आहे बयाजवार बितपसीळ

किता १ दत सके १५४७ कृधनाम सवछरे आस्वीन सुद तीज सनवार ते दिसी कर्ज घेतळे हाती बिनाम तिमाई व येसो वाळिदा सुव बिन बाळू दरना घेतळे हे पावळे होनु १८।।- याचे खत आपळे तुम्हापासी होते ते तुम्ही दिधळे रद असे	रोख दिधळे होनू ५ ताा सदू होनू तीन ३ — तुकोजी होनू दोनी २

हे पैके आपणास पावले हे पैके घेउनु तुम्हासी सदरहू प्राा ह्ळह्ळ दिधळे आहे तुम्ही खरीदी मिरासी म्हणौनु नवी इमारती करुनु सुखे नांदिजे भोगवटा कीजे सदरहूप्रमाणे भोईस व आपणासी अर्थाअर्थी ळेकुराचे ळेकुरी समंधु नाही सदरहूप्रमाणे जमीनेचे बाबे तुम्हासी लाइनी हर कोन्ही आपळा वेरीसदार बापभाऊ येउनु उभा राहोनु करकसा करील त्यासी आपण निवारुनु तुम्हासी समधु नाही व पेस्तर आपण तुम्हासी सदरहूप्रमाणे जमीनेचे बाबे लाइणी करकर करुनु ते हकिमशराची व दिवाणीचे गुन्हेगार व गोताचे अन्याई हा आपळा बोळ सही

बिाा कृस्णाजी काडे देसकुलकर्णी — [मडक्याची दोन चिन्हे] जेगठ निाा

गाही

भोवानजी देशमुख — XX दासो देसकुलकर्णी

मोकदम कसबा बुाा — XXXX माहजन

सोनाजी पाा मोकदम — निंबाजी मोकदम — तुबाजी मोकदम — रामाजी माहाजन

[यापुढे सुमारे ७५ जणांची वेगवेगळ्या हस्ताक्षरांमध्ये नावे]

टीप

“भोये साबान” (? साहान) मधील साबान हे विशिष्ट ठिकाणचे नाव असावे. टहाळा म्हणजे फांदी. इथे तो शब्द टाळ्ळा अशा रूपाने आला आहे. टाळ्ळाटोळ्ळा म्हणजे फांद्याबिंद्या. “भोये साबान देाा (देखील) टाळ्ळाटोळ्ळा” म्हणजे साबान नावाची जमीन तिच्यावरील झाडाझुडपांसह. तवरकबद (तवरकबंद) या शब्दाकरिता ऐतिहासिक शब्दकोशात ‘तवरख बंद’ पहा.

“गज सुलतानी” असा शब्दप्रयोग जुन्या कागदपत्रांमध्ये क्वचित येतो. उदा. या खंडातील लेखांक १०७ पहा. या पत्रात आलेला राजगज हा शब्द सुलतानी गज अशा अर्थानेच वापरला असावा.

या कागदात जी तारीख दिली आहे तिच्यातील वार चुकला आहे. ॲन इंडियन इफेमिरिसनुसार शक १५४९ ला प्रभव संवत्सर होते आणि त्या वर्षाच्या माद्य शुद्ध १ (पाडवा) या तिथीला ३० जमतदिलावल (शुहूर सन समान इशरीन अलफ) ही मुसलमानी तारीख होती. असा एका दिवसाचा फरक पडू शकतो. पण त्या तिथीला वार गुरुवार नव्हता, रविवार होता. वारातला हा फरक जास्त आहे. हा दोष कागदात असला तरी त्याच्या खरेपणाविषयी संशय घेण्यास अन्य काही कारण दिसत नाही.

लेखांक ९६

२४ रबिलावल, सु. १०४३ ११ जून १६४२
ज्येष्ठ शु. (दुरुस्त करून वद्य) १०, शके १५६४

बितेरीख २४ रबिलवल हाजिर मजालसी पाा इंदापूर
बिाा विठोजीराजे घोरपडे साहेब
[चौकोनी शिक्का]

हवालदार व कारकून

सिवाजी पुंडलिक
(मु)जमदार ताा निरवांगी

राघोजी गुळसद
हवालदार ताा सेलगौ
[शिक्का]
कारकुनानी मौजे मजकूर

देसमुख परगणे मजकूर व देसकुलकर्णी

अनदंराऊ हवाले देसमुख अजहाती	रामोजी मळेकर
साबाजीराजे भोसले	रखमाजी XXX विसाजी व भागोजी
[फार्सी शिक्का]	देसकुलकर्णी

देसक मोकदम

भिवजी व सयाजी	बाबाजी मोकदम मौजे निंबसाकर
मोकदम मौजे निरवांगी	[नांगर चिन्ह]
दमाजी मोकदम मौजे रेडा	
[नांगराचे चिन्ह]	मौजे खोरवंची मोकदम
रामाजी मोकदम	
मौजे रेडा	खंडोजी कडतोजी
[नांगराचे चिन्ह]	विठोजी

सुाा सलास अर्बैन अलफ श्री सके (१५६४ चित्रभा)न नाम छंवतसरे जेस्ठ सुद दसमी वार सनिवार ते दि(व)सी महजर जाला यैसा जे मौजे खोर (वंची) पाा मजकूर तेथे कुलकर्णी जोतिसी मिरासी नाही यावरी जेथे मिरासी नाही ते निसबती देसकुलकर्णी याची म्हणौनु देसकुलकर्णी चालवीत होते यावरी देसमुख व मोकदम व दाहीज(न) मिरासीदार मौजे खोरवंची व देसकुलकर्णी यैसे समस्ती मिलोनु तुकोजी बिन आबाजी आनंदराऊ यास मिरासी करून दिधले असे मौजे माचे कुलकर्ण व जोतिस मिरासी करून दिधले व मौजे मजकूर सेत जमीन चावर १ खंडोजीचे तर्फपैकी निम चावर व कडतोजी विठोजीचे तर्फपैकी निम चावर येकून चावर १ सेत मिरासी करून दिधली व घर वाडा मिरासी करून दिधला XXX सुखे लेकराचे लेकरी कुलकर्णी XXX सेत घरठाऊ मिरासी करून दिधले असे पेस्तर हर कोन्ही XXX देसमुख मोकदम व देसकुलकर्णी XXX निवारणे सदरहूप्रमाणे मिरासी करून दिधली XXX दिवाणात सिरणी होन २५ XXX ते ठाणा जमा करुनु सदरहूप्रमाणे मिरासी करून दिधली असे XXX सेतास पालनूक व वेठीबिगारी मोकदमास पालेल तेणेप्रमाणे कुलकर्णी यास पालणे मोर्तब

टीप

ज्या गावाला वतनदार (मिरासी) कुलकर्णी नाही तेथील कुलकर्णाची जबाबदारी देशकुलकर्णी याची हा प्रघात या महजरात नमूद केला आहे.

शके १५६४, चित्रभानु संवत्सर, या वर्षीच्या ज्येष्ठ शुद्ध दशमीला खरे जंत्रीनुसार रविवार होता, पण त्या तिथीला मुसलमानी तारीख २४ रबिलावल नसून ९ रबिलावल होती. त्या वर्षीच्या ज्येष्ठ वद्य १० ला रविवार होता आणि मुसलमानी तारीख २३ रबिलावल होती. खरे जंत्रीत त्या महिन्याच्या शुद्ध सप्तमीची वृद्धी आहे. निरनिराळ्या सारण्यांनुसार क्षय अथवा वृद्धीच्या तिथींमध्ये थोडा फरक पडू शकतो. ज्येष्ठ शुद्ध १० ऐवजी ज्येष्ठ वद्य १० अशी दुरुस्ती स्वीकारून वार प्रमाण मानला तर दिलेली तिथी व मुसलमानी तारीख ११ जून १६४२ शी जुळेल. तशी दुरुस्ती स्वीकारूनच मथळ्यात तारीख दिली आहे.

लेखांक ९७

श्री

सु. १०४८ इ.स. १६४७-४८

तेरीज रकमाले कारकिर्दी माहराज [मोकळी जागा] छत्रपती सिवाजी राजे ताा
हवेली तलब किले सरसगड सुाा सन (स)मान अर्बेन अलफ

[यापुढील तक्ता पृष्ठ क्र. १३८ ते १४२ वर]

	अज गला खंडी	भात खंडी	यैन रकम XX	खंडी बारुले	यैन खाा XX	खंडी	कामथ मुडे ढेप	खंडी	वावेली इनाम दुडे ढेप	खंडी	बरकस माल डोंगर
मौजे खाडपोली जमीन सिम दर मुडा खंडी तीन	७१ ।।।.	४६ ।।।	१६ ।	४६ ।।।	१२ ।	३६ ।।।	१	२ ।।	३	७ ।।	२५
मौजे वाघोसी इसापत देसमुख जमीन अवल दर मुडा खंडी ४	१०४ ।२ ।।	१०१ ।२ ।।	२५ ।।।	१०१ ।२ ।।	२२ ।।	९०	।।।	२ ।।२ ।।	२ ।।	८ ।।।	३
मौजे उधर इसापत सरदेसमुख जमीन सिम दर मुडा खंडी ३	१०८ ।.	८३ ।	२९	८३ ।	२१ ।।	६४ ।।	१ ।।	३ ।।।	६	१५	२५

मौजे भेरव दुम दर मुडा खंडी ३।।	६७।।	६५	१९	६५	१६	५६	१।।	४।।	१।।	४।।	२।।
मौजे पडसरे सिम दर मुडा खंडी ३	(२२॰१।)	९।।१।	३॰३।।।	(९।।१।)	२।।।	८।	।२।।	१॰२।।	॰१।	॰३।।।	१२।।
मौजे वावे सिम दर मुडा खंडी ३	२७।।।२।।	२६।।२।।	९।	(२६।।२।।)	७	२१	।।।	१।।।२।।	१।।	३।।।	१।
मौजे राहसल इसापत देसाई जमीन अवल दर मुडा खंडी ४	१०७।।।१।	९९।।।१।	२५।२।।	९९।।।१।	(२२)	८८	१।।	५।	१।।।२।।	६।।१।	८
मौजे आंबवले दुम दर मुडा खंडी ३।।	११॰३।।।	१०।।३।।।	३॰२।।	१०।।३।।।	२।।।	९।।२।।	।१।	।।।३।।।	॰१।	॰२।।	।।

मौजे दापवडे चौसिम दर २॥	६।२॥	५।॥२॥	२।१।	५।॥२॥	२	५	.।.	.।॥.	१।	२॥	.॥.
मौजे ताडगाव सिम दर मुडा खंडी ३	३५ १।	१० १।	३।२॥	१० १।	३	९	.।.	.।॥.	२॥.	.।१।.	२५
मौजे पिलोश्री दुम दर मुडा खंडी ३॥	३७	३३	९।॥.	३३	७॥	२६।.	१	३	१।	३।॥.	४
मौजे उन्हेर बुाा इसापत कुलकर्णी अवल दर मुडा खंडी ४	५५॥	५२॥	१४॥.	५२॥.	११॥	४६	१	२॥.	२	४	३
मौजे उन्हेर खुर्द सिम दर खंडी ३	१६	१५।॥	५।२॥.	१५।॥.	५	१५	.।.	.॥.	२॥	.।.	.।.

मौजे चिखलगाऊ ३।। सिम दर खंडी	६०	४०	१२।.	४०	९	३१।।.	.।।।.	२।.	२।।.	६।.	२०
मौजे कुंभारसेत दर मुडा खंडी ३।।	५५।।।२।।	४०।।।२।।	१३।.	४०।।।२।।	१०	३५	.।।.	१।।.	२।।।	४।२।।.	१५
इनाम सनदी २ / खालिसा ८											
मौजे बलाप बुाा सिम दर मुडा खंडी ३।।	२२।।।१।	२०।।।१।	७	२०।।।१।	६।।२।।	१९।।।२।।	.।.	.।।२।।	२।।	।१।	२
मौजे बलाप खुर्द चौसिम दर खंडी २।।	११	१०।।।	४।२।।.	१०।।।	४	१०	.।.	.।।.	२।।.	.।.	.।.

मौजे राबगाऊ चौसिम दर खंडी २॥	११०॥	८४॥	३३।।।१	८४॥.	२९।।।	७४।२॥	१	२॥	३ १	७॥२॥	२६
मौजे सिलोसी व मांडवे जमीन अवल दर मुडा खंडी ४	५९॥	४४॥	११॥	४४॥	८॥	३४	१॥.	५।.	१॥.	५।.	१५
	१९०।३।।।	८०१॥३।।।	२४८।३॥	८०१॥३।।।	२०३॥२॥	६८० २॥	१४॥३।।।	४२॥३।।।	३० २।.	७८।।।२॥.	१८८।।।.

टीप

शिवाजी महाराजांच्या कारकीर्दीत सुहूर सन १०४८ (इ. स. १६४७-४८) या वर्षी सरसगड किल्ल्याच्या अधिकारक्षेत्रातील हवेली तरफेच्या महसुलाचे आकडे या कागदात सांगितले आहेत. कागद शिवकालात लिहिलेला नाही; इसवी सनाच्या अठराव्या शतकात लिहिलेला आहे. सरसगड हा किल्ला रायगड जिल्ह्याच्या सुधागड तालुक्यात आहे. इ. स. १६५५ पूर्वी शिवाजी महाराजांच्या ताब्यात कोकणातील काही मुलूख आला होता असे म्हणण्यास विश्वसनीय असा काही पुरावा नाही. हा कागद ज्याने लिहिला त्याच्याकडे महसुलाविषयी काही जुनी माहिती होती आणि तीच त्याने शिवाजी महाराजांच्या कारकीर्दीतील म्हणून दिली आहे असे वाटते.

तेरीज म्हणजे बेरजांची बेरीज, ग्रँड टोटल. रकमाला म्हणजे यादी, हिशोबाचे टिपण. तलब म्हणजे मागणी. सरसगड किल्ल्याकडून हवेली तरफेवर केल्या जाणाऱ्या महसुलाच्या मागणीचे हे टिपण आहे. पहिल्या रकान्यात गावांची नावे आहेत. त्यांपैकी मांडवे हे गाव रायगड जिल्ह्याच्या रोहा तालुक्यात आहे आणि बाकीची सर्व गावे त्याच जिल्ह्याच्या सुधागड तालुक्यात आहेत. मात्र कालमानानुसार गावांच्या नावात किरकोळ फरक पडले आहेत. उदाहरणार्थ या कागदातील आंबवले, दापवडे, पिलोश्री, सिलोसी व राहसल या नावांऐवजी अनुक्रमे आंबोले, दापोडे, पिलोसरी, शिळोशी व रासळ अशी नावे 'महाराष्ट्रातील खेड्यांची व शहरांची वर्णक्रमी' या पुस्तकात दिली आहेत.

पहिल्या रकान्यात गावांच्या नावांखेरीज जमिनीची प्रतही अवल, दुम, सिम व चौसिम अशा शब्दांत सांगितली आहे. अवल म्हणजे अव्वल, पहिली; दुम म्हणजे दुसरी; सिम म्हणजे तिसरी आणि चौसिम म्हणजे चौथी. सामान्यतः प्रत्येक मुड्याकरीता अव्वल जमिनीस चार खंडी, दुम जमिनीस साडेतीन खंडी, सिम जमिनीस तीन खंडी व चौसिम जमिनीस अडीच खंडी असा दर आहे. चिखलगाऊ, कुंभारसेत व बलाप बुाा या गावांच्या बाबतीत सिम जमिनीलाही साडेतीन खंडी असा दर दिला आहे; कदाचित ती लेखनाची चूक असेल. मुडा हे २५ खंडींचे (आणि काही ठिकाणी २८ खंडींचे) माप आहे. मुडा हे जमिनीचेही परिमाण आहे; मात्र ते क्षेत्रफळानुसार नसून उत्पादनक्षमतेनुसार आहे. (मोल्सवर्थ.) इथे मुडा हा शब्द या दोन अर्थांपैकी कोणत्याही अर्थाने घेतला तरी चालू शकेल.

इसापत असा एक शब्द पहिल्या रकान्यात आहे. इजाफत (म्हणजे वाढ) या फार्सी शब्दाचा तो अपभ्रंश आहे. मूळ इनामातील वाढीला अनुलक्षून तो वापरत. इथे त्याचा अर्थ इनाम एवढाच घेतला तरी चालेल. उदा. उधर हे गाव सरदेशमुखाला इसापत आहे म्हणजे इनाम आहे.

रकाना क्र. २ ते १२ मधील आकड्यांच्या बेरजा शेवटी दिल्या आहेत. त्या तपासून पहाणे अवघड नाही. बारुले खंडी म्हणजे १२ पायलींचा एक मण अशा २० मणांची खंडी आणि सोळुले खंडी म्हणजे १६ पायलींचा एक मण अशा २० मणांची खंडी. दोन्ही प्रकारच्या खंडींविषयीचे इतर कोष्टक सारखेच आहे. बारुले खंडीविषयीचे कोष्टक पुढीलप्रमाणे: ४ शेर =एक पायली, १२ पायली=१ मण, २० मण=एक खंडी. नमुन्यादाखल ११ व्या रकान्यातील आकड्यांच्या बेरजेचा खुलासा पृ. १४५ वरील तक्त्यात केला आहे.

आकड्यांमध्ये इंग्रजी सहासारखी दिसणारी जी अशी खूण आहे तिला अळे म्हणतात. अळे म्हणजे तिथे काही नाही.

ुसऱ्या रकान्यातील पाचव्या गाळ्यात आकडा थोडा घासून गेला आहे; तिथे २२ १। असा आकडा हवा. पाचव्या रकान्यात पाचवा व सहावा हे गाळे मुळातच कारकुनाने रिकामे ठेवले आहेत. तो रकाना आणि तिसरा रकाना एरवी सारखेच आहेत. म्हणून त्या गाळ्यांमध्ये तिसऱ्या रकान्यानुसार आकडे मांडले आहेत. सहाव्या रकान्यातही पाचवा व सहावा हे गाळे कारकुनाने चुकून रिकामे ठेवले आहेत असे त्या रकान्याच्या बेरजेवरून दिसते. त्या गाळ्यांमधील आकड्यांची बेरीज २९ असायला हवी. तसे असेल तरच बेरीज जुळेल. आठव्या रकान्याच्या सोळाव्या गाळ्यात खाडाखोड आहे. तिथे । पाहिजे तरच बेरीज जुळेल.

तिसरा रकाना (भात खंडी) आणि बारावा रकाना (बरकस माल डोंगर) यांच्यातील आकड्यांची बेरीज दुसऱ्या रकान्यात मांडली आहे. उदा. त्या रकान्यांमधील पहिल्या गाळ्यात ४६।।। अधिक २५ = ७१।।।. सहावा, आठवा व दहावा या रकान्यांमधील आकड्यांची बेरीज चौथ्या रकान्यात मांडली आहे. आठव्या रकान्याच्या मथळ्यात कामथ असा शब्द आहे. कामथ म्हणजे पाटलाला इनाम असलेली जमीन. दहाव्या रकान्याच्या मथळ्यात वावेली असा शब्द आहे. तो शब्दकोशात नाही. पण तीही पाटलाला इनाम असलेली जमीन असावी असे वाटते. (राजवाडे, खंड १६, लेखांक ८५ पहा.) तिसऱ्या रकान्यातील आकडेच पाचव्या रकान्यात मांडले आहेत. सातवा, नववा व अकरावा या रकान्यांमधील आकड्यांची बेरीज पाचव्या रकान्यात मांडली आहे. सहाव्या रकान्यातील आकडा आणि पहिल्या रकान्यात सांगितलेला दर यांचा गुणाकार सातव्या रकान्यात मांडला आहे. उदा. सहाव्या रकान्याच्या पहिल्या गाळ्यात आकडा आहे. १२।. पहिल्या रकान्यात दर सांगितला आहे ३. १२। ह्व ३ म्हणजे ३६।।। हा आकडा सातव्या रकान्याच्या पहिल्या गाळ्यात मांडला आहे. तक्त्यातील खालून चौथे गाव बलाप बुाा या गावाच्या बाबतीत मात्र हा हिशोब जुळत नाही; पहिल्या रकान्यातील ३।। च्या जागी ३ अशी दुरुस्ती केली तरच जुळतो.

खंडी		मण		खुलासा
७	||			साडेसात खंडी = सात खंडी १० मण
८	|||			पावणेनऊ खंडी = आठ खंडी १५ मण
१५				पंधरा खंडी
४	||			साडेचार खंडी
		३	|||	पावणेचार मण = ३ मण ९ पायली*
३	|||			पावणेचार खंडी = ३ खंडी १५ मण
६	||	१	|	साडेसहा खंडी आणि सव्वा मण=६ खंडी सव्वाअकरा मण
		२	||	अडीच मण*
		२	||	अडीच मण*
	|	१	|	पाव खंडी आणि सव्वा मण = सव्वासहा मण
३	|||			पावणेचार खंडी = तीन खंडी १५ मण
४				चार खंडी
	|			पाव खंडी = पाच मण
६	|			सव्वासहा खंडी = सहा खंडी ५ मण
४	|	२	||	सव्वाचार खंडी व अडीच मण = ४ खंडी साडेसात मण
	|	१	|	पाव खंडी आणि सव्वा मण = सव्वासहा मण
	|			पाव खंडी = पाच मण
७	||	२	||	साडेसात खंडी व अडीच मण = ७ खंडी साडेबारा मण
५	|			सव्वापाच खंडी = पाच खंडी पाच मण
७२	|||| |||| |||| |||| |||| ||||	१४	|||| |||| |||| ||	वरील रकमांची बेरीज इथे मांडली आहे. चौथ्या रकान्यात पाव मण १४ वेळा, म्हणजे साडेतीन मण. दुसऱ्या रकान्यात पाव खंडी २४ वेळा, म्हणजे सहा खंडी
७८		१७	||	तिसऱ्या रकान्यात १७ मण म्हणजे पाऊण खंडी व २ मण
७८	|||	२	||	पावणेएकुणऐंशी खंडी व अडीच मण म्हणजेच ७८ खंडी व साडेसतरा मण

* (अळे असल्याने खंडी काही नाहीत.)

लेखांक ९८

११ जिल्काद, सु. १०५२ १७ ऑक्टोबर १६५१

[फार्सी शिक्का]
[दहा ओळी फार्सी मजकूर]

[फार्सी शिक्का]

अज दिवाण सा किले लोहगड ता मोकदमानी मौजे आंबेगौ ता पोन सा किले मजकूर सुा इसने खमसैन अलफ दरिविला बोपाजी गणपती तबीब किले मजकूर यास मौजे मजकूर मुकासा सालाबाद आहे हाली दरमियान हुजुरुन रामाजी रुद्रो हाजिब जमा रिकाब यास तनखा मौजे मजकूर होन २५ पंचविस रवां जाला होता यावरी हाली छ १० माहे जिलकादी हुजरून फर्मान बह सिके खास पैवस्ता जाला तेथे रजा की रामाजी रुद्रो हाजिब हवाले महाल उमर मुलकी जमा रिकाब यास मौजे मजकूर तनखा होन २५ रवां आहे ते दूर केले आहेती बोपाजी गणपती तबीब किले मजकूर यास मुकासा आहे तो बाा पेसजी प्रमाणे दुमाले करणे म्हणौनु रजा बाा रजा दुमाले करणे मोर्तबु [मोर्तब]

[पाठीवर] तेरीख ११ माहे जिलकादी

टीप

ताा पोन म्हणजे तरफ पवन मावळ. नाणे मावळ व पवन मावळ ही दोन मावळे लोहगडाच्या अधिकारक्षेत्रात मोडत. (शि.च.सा., खंड २, लेखांक १२७-२८) बोपाजी गणपती तबीब हा त्या किल्ल्यावर नोकरीला होता असे हे पत्र आणि शि.च.सा., खंड २, लेखांक १२७-२८ या पत्रांवरून दिसून येते. तबीब (म्हणजे वैद्य, डॉक्टर) हा अरबी शब्द आहे. बोपाजी गणपती हा तबीब म्हणूनच लोहगडावर नोकरीला असावा. या घराण्याचे आडनाव होते चित्राव. या चित्राव (तबीब) घराण्याची कागदपत्रे शि.च.सा., खंड २, पृ. १६० ते १६५ मध्ये छापली आहेत.

या पत्रात ‘‘महाल उमर मुलकी’’ असा उल्लेख आहे. उमूर मुल्की (मुलकी कारभार) हे आदिलशाहीतील एक सरकारी खाते होते. (ऐ.फा.सा., खंड ५, भाग २, लेखांक ९२, ९४.) त्यालाच इथे ‘‘महाल उमर मुलकी’’ म्हटले आहे.

पत्राच्या पाठीवर तेरीख ११ आहे जिलकादी अशी तारीख मोडीत टाकली आहे. पत्रात ज्या फर्मानाचा उल्लेख आहे ते १० जिल्काद रोजी पोचले होते असे पत्रातच नमूद आहे. फार्सी मजकुराच्या शेवटी मात्र तारीख ११ माह रजब अशी तारीख टाकली आहे. मोडी मजकूर लिहिणाऱ्या कारकुनाने पत्रातील १० जिल्कादच्या उल्लेखावरून चुकून ११ जिल्काद अशी तारीख टाकली, आणि फार्सी मजकुरातील तारीख बरोबर आहे, असे मानले तर पत्राची तारीख ११ रजब, सुहूर सन इसने खमसैन अलफ (=२० जून १६५१) अशी येईल आणि तत्पूर्वी १० जिल्काद सुहूर सन इहिदे खमसैन अलफ (= २६ ऑक्टोबर १६५०) या तारखेस फर्मान मिळाले असे मानावे लागले. फर्मान मिळाल्यानंतर जवळ जवळ आठ महिन्यांनी पुढील कार्यवाही झाली असा याचा अर्थ होतो. मोडीतील तारीख बरोबर आहे आणि फार्सीतील चूक आहे असे मानले तर फर्मान मिळाल्याच्या दुसऱ्याच दिवशी पुढील कार्यवाही झाली असे म्हणावे लागेल. त्या काळात तसे काही घडणेही कठीणच वाटते. तूर्त मोडीतील तारीख प्रमाण मानून या लेखांकाच्या मथळ्यातील तारीख दिली आहे.

लेखांक ९९

१६ सफर, सु. १०५६ — ५ डिसेंबर १६५५

खोदायेवंद

[फार्सी शिक्का]

कौलनामा अज दिवाण पाा सिराले तां बाजी देऊजी देसाई पाा मजकुरु सुहूर सन सित खमसैन अलफ दादे कौलनामा यैसा जे तुमचे मुदा तुमचे माईने सांगितले येकबयेक मालूम जाहले आम्हासी हजरत [मोकळी जागा] साहेबी तुमचे सरफराजीबदल माहलासी पाठविले आहे व कौलही पाठविले असे तू कोणे बाबे शक न धरिता मुलाखत घेणे मुलाखत जाहलेवरी तुझे जे सरफराजी होउनु दिसने येईल ते कलले तू इतबार आमचे जबेचें धरून दिल करार करणे तू आमचे फर्जंद असेसी दुसरे भाव न धरणे अम्हावरी साहेबी इतबार ठेउनु तुजबदल हे जागा तू बहुत शकी असेसी म्हणौन पाठविले असे हे वख्तपावेतो हजरत [मोकळी जागा] ने आमचें मुदा हासिल करीत गेला आता तुमचे कामावरून आमचे बहुत मुदा हासिल करील यैसे यखीन असे कोणे बाबे तालुक अंदेशा न

धरितां दिव(स) न घालितां बेगीने मुलाखत देणे दरिबाब कौल असे
[फार्सी मोर्तब]

तेरीख छ १६ माहे सफर

टीप

शिराळ्याच्या देशमुखांची काही कागदपत्रे शि. च. सा., खंड ३, ६ आणि ८ मध्ये छापली आहेत.

लेखांक १००

शक १५९१, सु. १०७० इ. स. १६६९-७०

महजर हाजिर मजालसी रखतखाना राजश्री सिवाजी राजे साहेबु दाम दौलत हू
शके १५९१
सिका सोमयनाम संवत्सर सूरसन सबैन अलफ हाजिर मजालसी व मिरासदार लोक ते तपसील

सरकारकून

राजश्री	राजश्री मोरो	राजश्री निळोजी	राजश्री त्रिंबल
पंडि(त)राव	त्रिबल पेशवे	सोनदेव	सोनदेव
बिदस्तूर खासा	राजश्री	मजूमदार	दबीर दस्तूर खुद
राजश्री	दताजीपंत	इजतमाब	शेनापती
आनाजीपंत	वाकणीस	काजी हैदर	
सुरनीस		पार(स)नीस	
सुबा माहालानिहाय		ताा वेलव्हंड खोरे	
माा कृष्णाजी	माा मुधो राम	नरसा जनार्दन	राघो मुद्गल
भास्कर सुभेदार	मुजुमदार	हवालदार ताा	मुजुमदार ताा
		मजकूर	मजकूर

मिरासदार लोक

रामाजी	विठूजी हैबतराऊ	दीपाई आवा	बाजी सर्ज्याराव जेधे
राउतराऊ	देशमुख ताा	देशमुखीन ताा	देशमुख ताा
देशमुख ताा	गुंजणमावल	हिर्डसमावल	रोहिडखोरे
पौडखोरे	बापूजी नाईक	साबाजी यशवंतराव	चाहूजी गंभीरराव मार्णे
मल्हारजी	व कान्हजी	पासलकर ताा	देशमुख ताा मुठुखोरे
यशवंतराऊ	नाईक कोंडे	मोसेखोरे	
देशमुख पाा	देशमुख		
सिरवल	ताा खेडेबोरे		

माहाल ताा वेलव्हंड खोरे

लखमाजी डोहर ताा मजकूर
सावभट तानभट पुरोहीत
तर्फ वळव्हंड खोर
विठोजी येसाजी हाडके
सरखोत
धावजी व गोदजी कोडपसुरे

आनाजी मोरदेव कुलकर्णी ताा मजकूर
बापूजी तुकोजी सेटिया ताा मजकूर
बापूजी तेली महतऱ्या काा हरणस

सदरहू मजालसी व मिरासदार याहुजूर दादाजी हाबाजी डोहर देशमुख ताा वलव्हंड खोरे व खेलोजी बिन हाबाजी डोहर देशमुख ताा मार हे दोघे भाऊ इही देशमुखीचा निवाडा करावया दादाजी हबाजी हुजूर येऊन साहेबाचे शेवेसी अर्ज करून खेलोजी हबाजीस तलबा करून हुजूर आणून दोघानी हाकिकता सांगून तकिरारा केल्या बितपसील

तकीरकर्दे बो दादाजी हाबाजी डोहर देशमुख तकरीर केली ऐसी जे आम्ही सखे भाऊ तिघे वडील बावाजी आढलराव त्या धाकवा दादाजी आपण त्या धाकवा खेलोजी ऐसे तिघे भाऊ ऐसियास बावाजी आढलराव हा वडील भाऊ हे सिका करून देशमुखीचे वडीलपण करीत आणि आपणही कारभार करीत होतो व खेलोजी गावी असे असा कारभार होता बाबाजी आढलराव यास पुत्र संतान नव्हते म्हणून हबाजी [?बावाजी] आढलराऊ हेही आपला लेक धर्मपुत्र घेतला कितेक दिवस वर्तनूक जाहली यावर अर्धलीचा मामला जाहला आपला अवकत गावी चालेनासा जाहला मग हबाजी [?बावाजी] आढलराव व आपण व खेलोजी असे तिघे भाऊ तर्फ मजकूर सोडून पोट भरावयास गेलो यावर आपण बाहेर व्होतो तो बावाजी आढलराव गावास आले त्यामागून खेलोजीही गावास

आले दोघे भाऊ येक ठाई जाले ते वक्ती बावाजीची धाकटी बाईल तिणे दोघासी बोलाऊन खेलोजीचा लेक बावाजी आढलराऊ यास धर्मपुत्र घेतला त्याच्या गळा देशमुखीचा सिका घातला महिन्या दोका बावाजी आढलराऊ मरून गेले तो आपण माहलास आलो तो खेलोजीने लेकाच्या गला बावाजी आढलराऊ याचा देसमुखीचा सिका घातला आहे देशमुखीचा कारभार करिताती आपणासी कुसुराच्या गोष्टी सांगून आपणास देशमुखीमध्धे दखल करू देईना मग आपण साहेबांचे शेवेसी अर्ज केला की आम्ही तिघे भाऊ त्यास बावाजी आढलराव वडील व धाकवे आपण व त्या धाकवे खेलोजी तरी आपण बावाजी आढलराव असताच देसमुखीचा कारभार करीत होतो त्याउपरी बावाजी आढलराव मरोन गेलियावर तरी आपण वडील आहो कारभार करावा व आपला लेकही बावाजी आढळरायेही आधी धर्मपुत्र घेतला होता त्याही हिशेबी आपले वडीलपण असे सिका आपले घरी असला पाहिजे म्हणोन अर्ज केला

तकरीरकर्दे खेलोजी हबाजीराव डोहर देशमुख तर्फे वेलव्हंड खोरे तकरीर केली यैसी जे आपण तिघे भाऊ वडील बावाजी आढलराऊ त्या धाकवे दादाजी व त्या धाकवे खेलोजी आपण ऐसे तिघे भाऊ वडील बावाजी आढलराव देशमुखीचा सिका करीत व कारभार करीत व दादाजी ठाणी कारभार करीत आपण गावी असो काही वाटा जाहला नाही ऐसियामध्ये बावाजी आढ(ल)राऊ यास पुत्र संतान नव्हते याजबदल दादाजीचा लेक धर्मपुत्र घेतला यावरी अर्धलीचा मामला जाहला मुलकात अर्धली जाहली गावी पोट भरेणा मग तर्फे मजकूर सोडून बाहीर गेलो यावर दादाजी बाहीर राहिले बावाजी आढलराऊ गावास आले व आपणही गावास आलो यावर बावाजीचे म्हातारपण होते आपण काही त्याचा सांभाल केला त्यावर ते म्हणो लागले की दादाजीही बाहेर राहिला व त्याचा लेक आपण घेतला तोही त्याजपासी राहिला तर आपला लेक आम्हास धर्मपुत्र देणे त्यावरी आपण त्यास लेक दिधला त्याच्या गला बावाजी आढलराऊ देशमुखीचा सिका घातला त्यावर महिन्या दोका बावाजी आढलराऊ मरोन गेले येणेप्रमाणे वर्तमान जाहला आहे साहेबी व गोत जेणेप्रमाणे तह देतील तेणेप्रमाणे कबूल असो म्हणोन तकरीर केली

सदरहूप्रमाणे तकरिरा साहेबी व मजालसी व गोतजण मनास आणलिया व ताा मजकूरचे गावगना पाटील व मोख्चसर रयेतीच्याही हकिकता मनास आणिल्या व देशमुखी पुढे बरे रवेसीने चाले असे विच्यारून तह दिधला की दोघांचे लेक धर्म घेतले आहेत तरी ती गोष्ट रद केली आता दोघे भाऊ उरले त्यास दादाजी हबाजी वडील भाऊ त्याणी सिका करोन देशमुखीचा कारभार करावा आणि

देशमुखीचा हक व उत्पन्न व इनाम व पाटीलकी कसबे हरणस हे दोन्ही तकसिमा दादाजी हबाजी याही खाव्या व खेलोजी हबाजी हेही तिसरी तकसीम खावी येणेप्रमाणे तह होऊन दोघानी कबूल केले ऐसा निवाडा जाहला आहे ऐसियास तर्फ मजकूर अज देहे ३२ आहेती यावरी देशमुखीचा सिका दादाजी हबाजी आढलराव हेही करावा त्यावर हाक उत्पन्नास सदरहू गावपैकी तकसीमदार देह ५ तपसील

लखमाजी डोहर देह ४ रामजी डोहर देह १

येकूण देह ५ पाच त्यास तोडून दिल्हे आहेती ते वजा करून बाकी देह २७ सतावीस व पाटीलकी काा हरणस व इनामती शेत व इसाबती देह ३ तीन आहेती ते दोन्ही तकसिमा दादाजी आढलराऊ हेही खाव्या व येक तिसरी तकसीम खेलोजीने खाऊन असावे येणेप्रमाणे तह करून महजर केला असे येणेप्रमाणे दोघानी वर्तावे या निवाड्यास कोन्ही हारकती फितवा करील तो दिवाणचा गुन्हेगार व गोताचा खोटा महजरप्रमाणे वर्तावे मोर्तब सुद

टीप

हा महजर लेखनप्रशस्ती या पुस्तकात पत्र क्र. १ म्हणून छायाचित्रासह छापला आहे. तिथे १५९१ या शकाच्या आकड्यानंतर चा असे अक्षर छापले आहे. त्याऐवजी सो असे हवे; मुळात तसेच आहे. सौम्य हे संवत्सराचे नाव आहे. सौम्याऐवजी मुळातच सोमय असे लिहिले आहे.

महजराच्या हाजिर गजालसीतील काही व्यक्तींची थोडी माहिती पुढे दिली आहे.

काजी हैदर पारसनीस - शिवाजी महाराजांनी याला बहादुरखानाकडे वकील म्हणून पाठविले होते असा उल्लेख पर्णालपर्वतग्रहणाख्यानाच्या दुसऱ्या अध्यायात आहे. (श्लोक ५२ ते ५४.) शिवाजीचा मुन्शी काजी हैदर बादशाहाकडे नोकरीकरिता आला आणि बादशाहाने त्याला दोन हजारी मनसब दिली अशी नोंद मआसिर-इ-आलमगीरीत ११ शाबान, जुलूस २६ (=२६ जुलै १६८६) या तारखेखाली आहे. (जदुनाथ सरकार यांनी केलेला इंग्रजी अनुवाद, पृ. १४३.) आजवर कागदपत्रांमध्ये काजी हैदरचा उल्लेख मिळाला नव्हता; तो या महजराच्या हाजिर मजालसीत आहे. तिथे त्याला पारसनीस (फार्सी पत्रलेखक) म्हटले आहे.

त्रिंबल सोनदेव डबीर - त्रिंबल असे मुळात आहे तिथे त्रिंबक असे हवे. सभासद बखरीत (पृ. ४३, ४८, ८२) व जेधे शकावलीत (शिवचरित्र प्रदीप, पृ. २४, २८)

याचा उल्लेख आहे, पण कागदपत्रांमध्ये यापूर्वी मिळाला नव्हता.

दीपाई आवा - हिरडस मावळची कर्तबगार देशमुखीण. हिचा परिचय बांदलांच्या एका तकरिरीत चांगला आला आहे. (ऐतिहासिक संकीर्ण निबंध, खंड १०, पृ. १-१३.) इथे ती महजराच्या हाजिर मजालसीत आहे. तिच्या कर्तेपणाचा हा आणखी एक पुरावाच आहे.

साबाजी यशवंतराव - श्री राजा शिवछत्रपती, भाग २, पृ. ९६० ते ९६६ पहा.

विठूजी हैबतराव - श्री राजा शिवछत्रपती, भाग १, पृ. ९२१; भाग २, पृ. १०३२-३३ पहा.

दादाजी हाबाजी याची तकरीर महजरात उद्धृत केली आहे. तिच्यात पुढील उल्लेख आहे : ''यावर अर्धलीचा मामला जाहला आपला अवकत गावी चालेनासा जाहला.'' खेळोजी हैबतराव याच्याही तकरिरीत म्हटले आहे की : ''यावरी अर्धलीचा मामला जाहला मुलकात अर्धली जाहली गावी पोट भरेणा.'' हे उल्लेख अत्यंत महत्त्वाचे आहेत. ही अर्धली म्हणजेच शिवाजी महाराजांनी केलेली बटाई. या बटाईचा उल्लेख त्यांच्या दोन पत्रांमध्ये आहे. ती पत्रे, श्री. दि. वि. काळे यांनी त्या पत्रांवर केलेल्या भाष्यासह, शि. च. सा., खंड ४, पृ. ९ ते १७ मध्ये छापली आहेत. जेधे शकावलीत शक १५८९ खाली ''तेच वर्षी राजश्रीनी मुलकाची बटाई केली'' अशी नोंद आहे. (शिवचरित्र प्रदीप, पृ. २४.) अनाजी दत्तो याने रोहिडखोऱ्याचा देशमुख, देशपांडे वगैरेंना पाठविलेल्या एका पत्रात ''सन समानापासून बटाई अर्धल xxx आहे'' असा उल्लेख आहे. (राजवाडे, खंड १५, लेखांक ३४०. तिथे पत्राच्या मायन्यात पत्राचे वर्ष सुहूर सन तिसा सबैन अलफ असे दिले आहे. पण पत्रात ''पेस्तर सन सबैनाकारणे'' असा जो उल्लेख आहे त्यावरून पत्राचे वास्तविक वर्ष तिसा सितैन अलफ असे असले पाहिजे. बटाई सुहूर सन समान सितैन अलफमध्ये झाली असे जेधे शकावलीवरून दिसून येते आणि इथे छापलेल्या महजराचाही त्याला दुजोरा आहे. त्याहीवरून अनाजी दत्तोच्या त्या पत्राचे वास्तविक वर्ष सुहूर सन तिसा सितैन अलफ असे असावयास हवे असाच निष्कर्ष निघतो.)

शिवाजी महाराजांच्या उपस्थितीत झालेले चार महजर यापूर्वी प्रकाशित झाले आहेत ते पुढीलप्रमाणे - (१) राजवाडे, खंड १७, लेखांक १०. तारीख २१ मार्च १६५७. (२) भा. इ. सं. मं. चे त्रैमासिक, वर्ष ७, पृ. १०६-११. तारीख सुहूर सन १०५२ (इ. स. १६५१-५२). त्या महजराचा सुरुवातीचा थोडा भाग फाटला आहे; अवशिष्ट भागात महाराजांचे नाव नसले तरी तो त्यांच्याच उपस्थितीत झाल्याचे त्यांच्या एका पत्रावरून दिसून येते. (श्री राजा शिवछत्रपती, भाग २, पृ. ९६० पहा.) (३) रामदास आणि रामदासी, वर्ष ६, अंक ६३-६४ मध्ये छापलेला. शिवछत्रपतींची पत्रे या पुस्तकात पृ. २५४-७६ मध्ये पुनर्मुद्रित. तारीख १ फेब्रुवारी १६७५. (४) शि. च. सा. खंड ७,

लेखांक ४४. तारीख २८ सप्टेंबर १६५७. श्री. गजानन मेहेंदळे यांच्या मते तो बनावट आहे. श्री राजा शिवछत्रपती, भाग २, परिशिष्ट ४९ पहा. इथे छापलेला महजर हा शिवाजी महाराजांच्या उपस्थितीत झालेले म्हणून जे महजर आजवर उजेडात आले त्यांपैकी पाचवा महजर होय.

लेखांक १०१

२६ रमजान, सु. १०७१ २८ जानेवारी १६७१

अज सुभा राजश्री प्रतापराऊ सरनौबत ताा मोकदमानी मौजे वणकुटे ताा आडी पाा पारनेर सुाा इहिदे सबैन अलफ अज गुजदी मौजे माा पैकी जमा माहाल कोठी बाा जमा हुाा बेाा बापूजी कुलकर्णी मौजे माा सजगुरे कोठी मापे खंडी १।१। येकूण माहाल मापे बारुले साडेदाहा सेरी मापे खंडी १ येक खंडी रास जमा जाले छ २६ रमजान मोर्तब सुद

टीप

बापूजी कुलकर्णी याच्याकडून एक खंडी सजगुरे म्हणजे बाजरी मिळाल्याचे पत्रात सांगितले आहे. पत्र वाचल्यावर मनात उद्भवणारे प्रश्न दोन आहेत. पहिला प्रश्न असा की, प्रतापरावांचा हुद्दा सरनौबत म्हणजे सेनापती असा असताना एक खंडी बाजरी मिळाल्याची पावती महसूल अधिकाऱ्याने देण्याऐवजी त्यांनी का द्यावी? दुसरा प्रश्न असा की, पारनेरच्या परिसरातील मुलूख या वेळी शिवाजी महाराजांच्या ताब्यात होता का? नसेल, तर त्या मुलखातील एका गावातून बाजरी मिळाल्याची पावती शिवाजी महाराजांच्या सेनापतीने का द्यावी?

हे दोन्ही प्रश्न एकत्रितपणे विचारात घेतले की त्या प्रश्नांमध्येच त्यांचे उत्तर आहे हे लक्षात येते. मुलूख शिवाजी महाराजांच्या ताब्यातील नाही. पारनेर परगण्यातील म्हणजे अहमदनगरच्या जवळपासचा आहे; मुघलांच्या ताब्यातील आहे. मग, अशा मुलखातून एक खंडी धान्य वसूल केले याचाच अर्थ ते शत्रूच्या मुलखातून वसूल केले असा होतो. म्हणजेच ती वसुली ही खंडणी आहे आणि म्हणूनच तिची पावती महसुली अधिकाऱ्याने न देता सेनाधिकाऱ्याने दिली आहे.

मिळालेले धान्य ही लूट नसून खंडणी असल्यामुळे तिची रीतसर पावती देखील दिलेली आहे. शत्रूच्या मुलखातून अशा खंडणीची मागणी शिवाजी महाराजांनी केल्याचे अनेक उल्लेख आहेत. इंग्रजी पत्रांमधील तीन उल्लेख पुढीलप्रमाणे -

१. स्ट्रेनशॅम मास्टर याने सुरत येथून तेव्हा स्वाली येथे असलेल्या कंपनीच्या प्रेसिडेंटला पाठविलेल्या १९ डिसेंबर १६७० या तारखेच्या पत्रात शिवाजी महाराजांनी कारंजे लुटल्याचा उल्लेख आहे. त्याच पत्रात मास्टर पुढे म्हणतो : ''त्या परिसरात व नंदुरबारजवळच्याही इतर खेड्यांकडून व शहरांकडून त्याने (म्हणजे शिवाजी महाराजांनी), ते त्याला महसुलाचा एक चतुर्थांश हिस्सा देतील असे, लेखी मुचलके घेतले आहेत.'' मुळातले शब्द आहेत written undertakings. स्वाली हे सुरतेच्या पश्चिमेला सुमारे १५ किलोमीटरवर असलेले बंदर होते. या पत्राचा इंग्रजी मजकूर इंग्लिश रेकॉर्ड्स ऑन शिवाजी या पुस्तकाच्या पहिल्या खंडात पत्र क्र. २५० म्हणून छापला आहे. त्याचा मराठी अनुवाद शिवकालीन पत्रसारसंग्रहाच्या दुसऱ्या खंडात पत्र क्र. १३७० म्हणून छापला आहे. प्रतापरावांचे पत्र २८ जानेवारी १६७१ चे आहे. हे इंग्रजी पत्र त्यापूर्वीचे, १९ डिसेंबर १६७० चे, आहे.

२. इंग्रजांच्या सुरत कौन्सिलने मुंबई कौन्सिलला लिहिलेल्या २५ जून, १६७२ या तारखेच्या पत्रात पुढील अर्थाचा उल्लेख आहे : ''त्याच दिवशी, २१ जून १६७२ रोजी, शिवाजीने इथल्या गव्हर्नरला (म्हणजे प्रमुख अधिकाऱ्याला) व मिर्झा मुअज्जमला पाठवलेली पत्रे आली. माझ्या लोकांच्या व देशाच्या रक्षणाकरिता फौज ठेवणे तुमच्या बादशहामुळे मला भाग पडते, त्या फौजेला पगार द्यावा लागतो, सबब बादशहाच्या महसुलातील चौथ म्हणजे चौथा हिस्सा त्याला द्यावा अशी मागणी त्या पत्रात त्याने तिसऱ्यांदा केली आहे व ती अंतिम असल्याचे लिहिले आहे. जर पैसे ताबडतोब पाठविले नाहीत तर मी स्वतःच तिथे येऊन ते वसूल करीन असेही त्याने कळविले आहे.'' मिर्झा मुअज्जम हा सुरतेतील मोठा व्यापारी होता. हे पत्र इंग्लिश रेकॉर्ड्स ऑन शिवाजी या पुस्तकाच्या पहिल्या खंडात पत्र क्र. ३१० म्हणून छापले आहे. त्याचा मराठी अनुवाद शिवकालीन पत्रसारसंग्रहाच्या दुसऱ्या खंडात पत्र क्र. १४७७ म्हणून छापला आहे.

३. तिसरे पत्र खानदेशातील चोपडा या गावी असलेल्या इंग्रजी वखारदारांनी सुरत कौन्सिलला लिहिले आहे. त्याची तारीख आहे २४ फेब्रुवारी १६८०. त्या पत्रात पुढील उल्लेख आहे. ''हा बहुतेक सर्व मुलूख शिवाजीच्या फौजांनी लुटला व जाळला आहे. जी गावे त्याला (महसुलाचा) एक चतुर्थांश हिस्सा देतात ती गावे मात्र या लुटीतून व जाळपोळीतून वगळली आहेत. त्या गावांना तो उपद्रव देत नाही.'' या पत्राचा इंग्रजी मजकूर इंग्लिश रेकॉर्ड्स ऑन शिवाजी या पुस्तकाच्या

दुसऱ्या खंडात पत्र क्र. ४८५ म्हणून छापला आहे. त्याचा मराठी अनुवाद शिवकालीन पत्रसारसंग्रहाच्या दुसऱ्या खंडात पत्र क्र. २२२४ म्हणून छापला आहे.

शिवाजी महाराज मुघल मुलखातून खंडणीची मागणी करीत असत, काही गावे त्यांना खंडणी देतही असत, आणि अशी गावे ते लुटीत नसत, असे वरील पत्रांवरून दिसून येते. वणकुटे गावच्या पाटलानेही हाच सामोपचाराचा मार्ग अवलंबून खंडणी दिलेली दिसते.

या खंडणीच्या ऐवजाची पावती का दिली याचाही तर्क करता येण्याजोगा आहे. पावती अर्थात पाटलाने मागितली असली पाहिजे. ती मागण्याची कारणे अशी असू शकतील:

१. मराठ्यांच्या फौजा टोळ्याटोळ्यांनी शत्रूच्या मुलखात लूट करत फिरत असतील. अशी दुसरी एखादी टोळी जर त्या गावावर परत आली तर आम्ही यापूर्वी खंडणी दिली आहे हे दाखवून द्यायला पाटलाला ती पावती उपयोगी पडली असती. खंडणी देणाऱ्या गावांना शिवाजी महाराज लुटत नव्हते असे वर ज्या इंग्रजी पत्रांचा उल्लेख केला त्यातील तिसऱ्या पत्रात म्हटलेले आहेच.

२. ज्या मुलखांची मराठ्यांकडून लूट होत असेल किंवा ज्या मुलखातून ते खंडणी वसूल करत असतील त्या मुलखाला महसूलातून सूट देणे मुघल अधिकाऱ्यांना भागच होते. उदाहरणार्थ : ऐतिहासिक फार्सी साहित्याच्या सहाव्या खंडात औरंगजेबाच्या दरबारचा १६७० मधील एक अखबार छापला आहे. (क्र. ११२.) त्यात औसा येथील किल्लेदाराने बादशहाकडे पाठविलेला एक अर्ज नमूद केला आहे. त्यात तो म्हणतो "सीवाचे वीस हजार स्वार व पायदळ या प्रांतात येऊन लूटालूट करीत आहेत (चौथ) वसूल करीत आहेत. ते माझ्या जहागिरीतील सर्व वसूल लुटून नेऊन व फार खराबी करून गेले. यामुळे माझ्या हाती काहीही आले नाही. माझी परिस्थिती बिकट आहे. तेव्हा आशा करतो की, माझ्यावर काही कृपा होईल." अर्थ असा की शिवाजीने माझ्या जहागिरीत लूट केल्याने व चौथ घेतल्याने मला काही उत्पन्न मिळाले नाही, कारण मी कर वसूल करू शकलो नाही. म्हणून मला काही रोख रक्कम बादशहांनी द्यावी. या अर्जावर बादशहाने दिलेले उत्तरही या अखबारात नमूद केलेले आहे ते असे – "बादशहाने अर्ज ऐकून हुकूम केला की यासारखे अनेक लोक (जहागिरदार) आहेत. सर्व लोकांनी अशी विनंती केली तर कुणाकुणावर कृपा करावी? म्हणून मी कृपा करू शकत नाही." अर्थ असा की मी काही रक्कम देऊ शकत नाही.

या अखबारावरून दिसून येते की, ज्या मुलखातून मराठे लूट करीत किंवा खंडणी वसूल करीत त्या मुलखाच्या जहागिरदारांना तिथून आणखी कर वसूल करणे शक्य होत

नसे. वणकुटे हे गाव मोगल मुलखात होते. त्याचे रक्षण करणे हे तिथल्या जहागिरदाराचे कर्तव्य होते. ते तो पार पाडू शकला नाही, आणि जर मराठ्यांनी गावातून खंडणी नेली, तर त्या गावातील शेतकऱ्यांनी जहागिरदाराला काय म्हणून कर द्यावा? आणि ते तो कर देणार तरी कुठून? म्हणूनच, जेव्हा जहागिरदाराचे अधिकारी महसूल मागायला येतील तेव्हा प्रतापरावांचे हे पत्र पुरावा म्हणून पाटलाला उपयोगी पडले असते.

ही एका गावाला दिलेली पावती आहे. अशा प्रकारच्या हजारो पावत्या शिवकालात दिल्या गेल्या असतील असे वाटते. पण शिवकालातील असे दुसरे एखादे पत्र अद्याप तरी उजेडात आलेले नाही.

हे लहानसे पत्र आणखीही एका कारणाकरिता महत्त्वाचे आहे. शिवाजी महाराजांच्या लुटीच्या ज्या मोठ्या स्वाऱ्या झाल्या त्यांचे उल्लेख समकालीन साधनांमध्ये, विशेषतः इंग्रजी पत्रव्यवहारात, आढळतात. उदाहरणार्थ : सुरत - १६६४ व १६७०, कारंजे - १६७०, जालना - १६७९, खानदेशातील धरणगाव - १६७९-८०. या साधनांमध्ये प्रामुख्याने मोठमोठ्या शहरांचेच उल्लेख येतात आणि ते स्वाभाविकही आहे. पण अशा स्वाऱ्या सतत चालू असत असे दर्शविणारे तुरळक उल्लेख अखबारांमधून व इतर काही कागदपत्रांमधून आढळतात. प्रतापरावांचे पत्र हे अशाच कागदपत्रांमध्ये मोडते. सातत्याने चाललेल्या मुघल मुलखातील या लुटीचा दुहेरी फायदा होता. या लुटीमुळे शिवाजी महाराजांना युद्धाकरिता आर्थिक बळ प्राप्त होते आणि तेवढ्याच प्रमाणात मुघलांचे आर्थिक बळ घटत होते.

शिवाजी महाराजांच्या स्वराज्यातून त्यांना कररूपाने जे उत्पन्न मिळत होते त्यापेक्षा त्यांचा सैन्यावरील खर्च बराच जास्त होत असावा. कारण त्यांचे स्वतःचे राज्य लहान असूनही त्यांना बलाढ्य शत्रूंशी युद्ध करावे लागत होते आणि त्याकरिता मोठे सैन्य ठेवावे लागत होते. (शिवाजी : हिज लाइफ अँड टाइम्स, पृ. ३९८-४०१.) त्यांचे सैन्य जी लूट करीत होते किंवा खंडणी वसूल करीत होते तिची ही कारणमीमांसा वर नमूद केलेल्या एका इंग्रजी पत्रात आलेली आहे. सारांश, ही लूट किंवा खंडणी चोर-दरोडेखोरांसारख्यांनी वसूल केलेली नसून ती स्वातंत्र्याकरिता असलेली राजकीय अपरिहार्यता होती.

पत्रात गुजदी असा शब्द आला आहे. तो कोणत्याच कोशात मिळाला नाही. गझीद या फार्सी शब्दाचा अर्थ भेट किंवा जेत्याने लादलेली खंडणी असा होतो. गुजदी हे त्या शब्दाचे मराठी रूप मानले तर तिथे अर्थ चपखल बसतो.

☙☙☙

लेखांक १०२

२३ रबिलावल, सु. १०७३ ९ जुलै १६७२

श्रीगणेश

मसुरूळ अनाम राजश्री येसाजी गणेश सरहवालदार व कारकून पा पुणे प्रति राजेश्री सिवाजीराजे सुहूर सन सलास सबैन अळफ बोा शकं(र)भट बिन भाऊभट ढेरे याची वृती क x स्या [?] का पा मजकूर परंपरेने पिढी दर पिढी खा(त) आले असती तैसे चालत असता हाळी निलोपंत टुळू याचेथे गर्भाधान धर्माधिकारणी व गावीचे ब्राम्हणी खळेळ केळे आहे म्हणौनु मालूम केले यैसियासी नवेच खळेळ करावयास ब्राम्हणास काय निसबती आहे तुम्ही पूर्वापार पाहिलेवाचून हरकती कैसी करू दिली याची सात पिढिया वडील खात आले आहेत यैसी याचा भोगवटा प्रसिध आहे हाळी हरकती करू न देणे लिहिलेप्रमाणे वर्तणूक करणे छ २३ माहे रबिलावल

टीप

येसाजी गणेश सुहूर सन सलास सबैन अलफमध्ये पुणे परगण्याचा सरहवालदार होता (शि. च. सा., खंड ५, पृ. २५०.) खुद्द शिवाजी महाराजांनी त्याला पाठविलेल्या २८ सप्टेंबर १६७३ या तारखेच्या एका पत्रात त्याला पुणे परगण्याचा हवालदार म्हटले आहे. (शि. च. सा., खंड ४ लेखांक ६८६.) भाऊभट ढेरे ही व्यक्तीही शिवकालीन आहे. (शि. च. सा., खंड ५, पृ. १५१-५२.) मात्र पत्राची भाषा जरा संशयास्पद वाटते. शंकरभट ढेरे याचा काळ नक्की करता आला तर पत्राच्या खरेखोटेपणासंबंधी अधिक नेमकेपणाने बोलता येईल.

❧❧❧

लेखांक १०३

सु. १०७४ इ.स.१६७३-७४

खोदारसुलाची कासीची
राजेश्री आनंदमूर्ती स्वामी सत्पुरूष स्वामी
[फार्सी शिक्का]
अजरख्तखाने राजेश्री तुकोजीराजे पांढरे दामदौलत हू बजानेब ता हुदेदारानी

हाल व इस्तकबाल व मोकदमानी व रयानी मौजे कोगंनोली काा देसिंग मामले मुर्तजाबाद सुहूर सन अर्बा सबैन अलफ दरवज इनाम बदल धर्मादाऊ इनाम राजेश्री [मोकळी जागा] मुकाम मौजे वसगडे यासी इना(म) अजरामऱ्हामत जमीन गजशराई चावर पाऊ .।. जमीन मऱ्हामत केले असे देखील नख्त माहसूल नख्तयाती व उजुहाती देखील ठाणा जंग बेलेकटी व पेशकसी व पायेपोश व सेलबैल व देसाई व देसकुलकर्णी व नाडगौडकी व बाजे हकदारानी व वेठी व बेगार कुलबाब कुलकानू बाबा महसुलासी दिधले असे दुमाला करणे दर साल ताजा खुर्दखताचा उजूर न करणे औलाद अफलाद चालवीजे तालीक घेउनु असल फिराउनु देणे इनामदार मजकुरासी दीजे जमीन धुरंगपैकी देउनु हक माहदूद घालून दीजे यासी मुसलमान होउनु इस्किल करील तरी [मोकळी जागा] सौगंद असे हिंदू होउनु इस्किल करील तरी [मोकळी जागा] आण असे बिलाकुसूर चालवीजे मोर्तबु [फार्सी मोर्तब]

टीप

समर्थ रामदासांच्या पंचायनात आनंदमूर्ती ब्रह्मनाळकर यांचा समावेश होतो. ते या पत्रातले आनंदमूर्ती. पत्रात राजेश्री या शब्दानंतर मोकळी जागा सोडली आहे; वर लिहिलेले 'राजेश्री आनंदमूर्ती स्वामी सत्पुरुश स्वामी' हे शब्द तिथे वाचायचे आहेत. या आनंदमूर्तींचे निर्याण इ. स. १६९६ मध्ये झाले. (आनंदमूर्ति स्वामी ब्रह्मनाळकर यांचे चरित्र, पृ. ७७-७८.) ते वसगडे या गावी राहात, पण त्यांची समाधी तिथून जवळच ब्रह्मनाळ या गावी आहे. (वरील चरित्र, पृ. १६, ४२-४३, ६७, ७७-७८.)

तुकोजीराजे पांढरे यांच्या फार्सी शिक्क्यावरून तो आदिलशाही उमराव होता असे दिसते. शिवाजी महाराजांविरुद्ध अफजलखान चालून आला तेव्हा त्याच्या सैन्यात नाईकजी पांढरे नावाचा सरदार होता. अफजलखानवधानंतर तो शिवाजी महाराजांना सामील झाला, त्यानंतर लवकरच पुन्हा आदिलशाहीत गेला आणि मग पुन्हा शिवाजी महाराजांकडे आला. (श्री राजा शिवछत्रपती, भाग १, पृ. ८८८, ९४४, ९५० व त्यातील तळटीप २३३-३४.) मार्च-एप्रिल १६७३ मध्ये प्रतापराव व बहलोलखान यांच्यात उमराणी येथे झालेल्या लढाईच्या प्रसंगी नाईकजी पांढरे प्रतापरावांच्या सैन्यात होता. इथे ज्याचे पत्र छापले आहे तो तुकोजीराजे पांढरे आणि नाईकजी पांढरे यांच्यात काय नाते होते ते ज्ञात नाही.

पत्रात आलेल्या स्थलनामांपैकी कोगनोळी व देशिंग ही गावे सांगली जिल्ह्याच्या मिरज तालुक्यात आहेत आणि वसगडे व ब्रह्मनाळ ही गावे त्याच जिल्ह्याच्या तासगाव तालुक्यात आहेत. मुर्तजाबाद म्हणजे मिरज.

पत्रात 'मुसलमान होउनु इस्किल करील तरी' या शब्दानतर मोकळी जागा सोडली आहे; वर लिहिलेला खोदारसुलाची हा शब्द तिथे वाचायचा आहे. रसूल म्हणजे पैगंबर. 'हिंदू होउनु इस्किल करील तरी' या शब्दांनंतर मोकळी जागा सोडली आहे; वर लिहिलेला 'कासीची' हा शब्द तिथे वाचायचा आहे.

हे पत्र लेखनप्रशस्ती या पुस्तकात पत्र क्र. ३ म्हणून छायाचित्रासह छापले आहे.

लेखांक १०४

२ रबिलाखर, फसली १०८४ २७ जून १६७४

[पाच ओळी फार्सी मजकूर]

[फार्सी शिक्का]

द कौलनामा अज दिवाण ठाणा का। सोलापूर ता। हिरोजी पटेल देसाई व बहिरणा बिन लकणा पटेल सा। विज्यापूर सातणा पटेल सा। कुंभारी व आबाजी पटेल सा। देगाऊ व गौसणा पटे(ल) व मोसरे पटेल सा। परयेंडा व कुलकर्णियानी समस्त प्रजा का। मजकूर सु। खमस सन हजार १०८४ दादे कौलनामा यैसा जे का। मजकुरी आंबराई नाही तरी तुम्ही रयेतीस दिलासा देऊन रयेती व तुम्ही यैसे मिलोन आंबराई लावणी करणे यासी कौल लावणी पेड १०० येकसे पैकी वजा पेड १२ बि।

नि। सरकार पेड	रयती इनाम दे।
अवल इरसाल २	हकदार पेड १०

बाकी पेड ८८ याचा उतार आंबे जे होतील त्यासी तकसीम बि।

सरकार तकसीम	रयेती तकसीम
१	४

यैसे सदरहूप्रमाणे कौल दिल्हे असे कोन्हे बाबे मुलाहिजा न कीजे व आंबराईचे लावणी कीजे याखेरीज जांबुलीची पेड जे लावाल ते तुम्हास माफ केले असे हे कौल पाळून जाणिजे हे कौ (ल)सही

तेरीख २
माहे रबिलाखर

टीप

भारत इतिहास संशोधक मंडळाच्या शके १८३२ च्या अहवालात इतिहासाचार्य राजवाड्यांचा 'लेखनप्रशस्ती' हा लेख पृ. ६०-६९ मध्ये छापला आहे. त्यात कागदपत्रांचे जे प्रकार सांगितले आहेत त्यांत क्र. १२ वर कौलनाम्याचा अर्थ ''लावणी करणे अगर वसाहत करणे त्या बाबे रयतेस लेहून देणे तो कौलनामा'' असा दिला आहे. इथे छापलेला कौलनामा त्या प्रकारात मोडतो. इतरही प्रकारचे कौलनामे असतात.

हा कौलनामा लेखनप्रशस्ती या पुस्तकात पत्र क्र. २७ म्हणून छायाचित्रासह छापला आहे.

लेखांक १०५

१९ सव्वाल, सु. १०७५ ६ जानेवारी १६७५

[डावीकडे कोनाड्यात बदामी शिक्का - **श्री सिवचर णीतत्पर त्र्यंबकसुत मोरेस्वर**]

मशहूरल अनाम राजश्री गंगाजी मुदगल हवालदार व कारकून पाा सुपे प्रति राजश्री शिवाजी राजे शुहूर सन खमस सबैन व अलफ मौजे सुपे पाा मजकूर येथील पाटीलकी रायाजी काटकर व विसाजी नीलकंठराऊ व बापूजी धणगर या तिघांची मिरास तिठाई वाटिली आहे तेण्हे प्राा चालते यैसे असता खंडजी व रामोजी फर्जद गोदजी जगथाप काही निसबत धरीत नसता उगाच कथला करिताती म्हणून कलो आले तरी जगथापास पाटीलगीसी काय निसबत आहे कथला करितील तरी ताकीद करून कथला करू नेदणे सदरहू तिघाजणाची पाटीलकी सालाबाद मिरास चालत आली आहे तेणेप्रमाणे यांची यास चालवणे नवी जिकीर न करणे तालीक लेहोन घेऊन असल देणे छ १९ सौवाल पाा हुजूर [मोर्तबः] **मर्या देयंविरा जते**

सुरू सुद

टीप

सुपे खुर्द या गावच्या पाटीलकीविषयीच्या या कथल्याबाबत म्हणजे भांडणाबाबत

शिवाजी महाराजांची दोन पत्रे यापूर्वी प्रकाशित झाली आहेत. (शि. च. सा., खंड १, लेखांक ५९-६०.) ती दोन्ही ६ मार्च १६७६ या एकाच तारखेची म्हणजे या पत्रानंतरची आहेत. त्या पत्रांपैकी एक पत्र रामोजी जगथाप व खंडोजी जगथाप यांना आणि दुसरे जुन्नर समतेचा सुभेदार राघो बल्लाळ याला पाठविले आहे. रामोजी व खंडोजी जगथाप या दोघांचाही उल्लेख त्या दोन्ही पत्रांमध्ये असला तरी त्यांच्या वडलांचे नाव त्या पत्रांमध्ये नमूद केलेले नाही. ते दोघे गोदाजी जगथापचे मुलगे होते हे इथे छापलेल्या पत्रातून समजते. फतेखान स्वारीच्या प्रसंगी (इ. स. १६४८) पुरंदरवर झालेल्या युद्धात गोदाजी जगतापाने मुसेखानाला ठार मारल्याचे शिवभारतात (अध्याय १४) सांगितले आहे. कदाचित रामोजी व खंडोजी हे त्या गोदाजीचेच मुलगे असतील. खुद्द शिवाजी महाराजांनी लक्ष घालून देखील ते भांडण मिटले नाही. पुढे संभाजी महाराजांच्या कारकिर्दीतही ते चालूच होते असे शि. च. सा., खंड १, लेखांक ६५ व ६८ या पत्रांवरून दिसून येते. वतनांसंबंधीची भांडणे अशीच दीर्घ काळ चालू राहात.

इथले पत्र गंगाजी मुद्‌गल याला पाठविले आहे आणि तेव्हा तो सुपे परगण्याचा हवालदार होता. त्यापुढील वर्षी, सुहूर सन सित सबैन अलफ (१०७६) मध्ये, तो पुणे परगण्याचा सरहवालदार होता. (शि. च. सा., खंड ५, लेखांक ९७१ - पृ. २५१.)

लेखांक १०६

आश्विन वद्य २, राज्याभिषेक शक ५ — २२ सप्टेंबर १६७८

श्री

स्वस्तिश्री राज्याभिषेक शके ५ कालयुक्त संवछरे अश्विन बहुल द्वितीया रविवासरे क्षेत्रिय कुलावतंस श्री राजा शिवछत्रपती [डाव्या कोनाड्यात 'सिका' असे लिहिले आहे] यानी राजश्री व्यंकाजी रुद्र मुख्य देशाधिकारी सुबेदारानी सुबा प्रांत खटाऊ व कारकुनानी माहालहाये यासी आज्ञा केली ऐसी(जे) श्री [मोकळी जागा] देवाचा इनाम दिमती संभया गोसावी येलापुरी व नालेवाडी कर्याती गोंदवले व विनबावी व पालवण व दहिवडी व थांदाले येथे आहे त्यासी तुम्ही उपद्रव देता सांप्रत वेलापूरच्या इनामा पैा कारकुनानी होन ५ पाच घेतले आहेत म्हणून कलो आले तरी हे कोणे शाहाणपण देवाच्या इनामास उपद्रव देऊन पैके घ्यावया गरज काये होती याउपरी ताकीद जाणून वेलापूरचे इनामापैकी

पाच होन घेतले आहेत ते परतोन देणे पुढे अवघियाही इनामास काडीची तसवीस न देणे व काही न घेणे सालाबाज इनाम चालला आहे व चालत आहे तेणेप्रमाणे चालवणे तालीक लिहून घेऊन असल जंगमापासी देणे लेखनालंकार मो(र्त)ब सुद असे

छ २२ रमजान

टीप

पत्राची तिथी आहे आश्विन वद्य २, रविवार, राज्याभिषेक शक ५, कालयुक्त संवत्सर. ती २२ सप्टेंबर १६७८ या तारखेशी जुळते. शेवटी मुसलमानी तारीखही २२ रमजान अशी दिली आहे. ती मात्र आश्विन वद्य २, राज्याभिषेक शक ५ या तिथीशी जुळत नाही. त्या तिथीस मुसलमानी तारीख होती १५ साबान. रमजान हा त्यापुढील महिना आहे. पत्र व्यंकाजी रुद्र, मुख्य देशाधिकारी आणि सुबेदारानी सुबा प्रांत खटाऊ व कारकुनानी माहालहाय यांना पाठविले आहे. पण खऱ्या पत्रात सुबेदारानी असा अनेकवचनी प्रयोग येणार नाही आणि देशाधिकारी असा शब्द वापरल्यावर पुन्हा सुबेदार किंवा सुबेदारानी हा शब्द येणार नाही. इथे तो आला असल्यामुळे पत्राच्या खरेपणाविषयी संशय वाटतो. त्यात तारखेची विसंगती विचारात घेतली की तो संशय आणखी बळकट होतो. व्यंकाजी रुद्र हा अधिकारी मात्र काल्पनिक नाही. महालानिहाये ताा कोलेचा सुभेदार वेंकाजी रुद्र याला दत्ताजी त्रिमल याने पाठविलेली ३ सप्टेंबर १६७७ या तारखेची दोन पत्रे, अनाजी दत्तो याने पाठविलेले १२ ऑक्टोबर १६७७ या तारखेचे पत्र आणि मोरो त्रिमल याने पाठविलेले २७ ऑक्टोबर १६७७ या तारखेचे पत्र अशी पत्रे उपलब्ध आहेत. (श्रीसमर्थसंप्रदायाचीं कागदपत्रें, लेखांक १८, १९, २२, २५.) त्या पत्रांमध्ये त्याचे पद माहालानिहाये ताा कोळे असे नमूद केले आहे. कोळ (किंवा कोळे) सातारा जिल्ह्याच्या कराड तालुक्यात आहे. पालवण, दहिवडी, थादाळे व गोंदवले ही गावे सातारा जिल्ह्याच्या माण तालुक्यात आहेत. त्या परिसरात विनबावी, नालेवाडी व वेळापूर या नावांची गावे मिळाली नाहीत.

लेखांक १०७

२५ रबिलाखर, सु.१०८३ १३ एप्रिल १६८३

(फार्सी शिक्का)

अज दिवाण ठाणा पाा महिदरी ताा मोकदमानी देहाये

मौजे बोबालाद	मौजे बोरवाडी
मौजे दुधनी	मौजे रुहेवाडी
मौजे उमरगा	मौजे चिंचोली

पाा मजकूर सुहूर सन सलास समानीन अलफ बाा परवाना [मोकळी जागा] दिवान सादर जाले जे दरिविळा मशकत पन्हा सैद मोइदिन पीरजादे मोकाम रोजा बुरहानपूर हुजरा येऊन मालूम केले की आपणास इनाम जमीन चावर १० दा गज सुलतानी दर सवाद देहाये पाा मजकूर बिहतपसील

मौजे बोबालाद	चावर ३	मौजे बोरवाडी	चावर २
मौजे दुधनी	चावर २	मौजे रुहेवाडी	चावर १
उमरगा	चावर १	चिंचोली	चावर १

येणेप्रमाणे देखील महसूल नख्तयाती बाजे उजहती बेळकटी व पायेपोसी व मेजवानी व बाजे पटिया व यैन जिनस कुलबाब कुलकानू बाा फर्मान दखणियानी सादीर होत माहाली भोगवटा चालिले नाही हाली परवाना मराहमत करणे म्हणऊन तरी बराये मालुमाती खातिरेस आणऊन सदरहू जमीन चावर १० दाहा गज सुलतानी दर सवाद देहाये प्राा मजकूर कुलबाब कुलकानू बाा फर्मान दखणियानी व दिवाण महमद अबदुल व जागीरदार सैद माहमद फनदी अजराई मराहमत खारिज जमा जमीनदार व बाबा बाद करून दिले असे इनामदार मशारनुलेसी दुंबाला करून देणे दर हर साल ताजा फर्मान परवानाचे उजूर न करणे तालीक लेहून घेऊन असल परतोन दीजे बाजे फिरयाद येऊ न दीजे पाा ह्याा म्हणऊन रजा रजे बाा सदरहू इनाम जमीन चावर १० इनामदार मशारनुलेस दुंबाला करून दिले असे दुंबाला कीजे तालीक लिहून घेऊन असल परतोन दीजे हर साल ताजा मिसेलीचे उजूर न कीजे मोा [फार्सी मोर्तब]

तेरीख २५ माहे रबिलाखर

टीप

इथे आदिलशाही सुलतानांच्या फर्मानांचा उल्लेख ''फर्मान दखणियानी'' असा केला आहे. पत्र मोगल अधिकाऱ्याने दिले आहे.

पत्र महिदरी परगण्याच्या ठाण्याहून पाठविले आहे. महिदरीलाच अफजलखानाने अफजलपूर असे नाव दिले होते. (श्री राजा शिवछत्रपती, भाग १, पृ. ९०५-६.) ते नाव अजूनही रूढ आहे. चिंचोली हे गाव कर्नाटक प्रांताच्या गुलबर्गा जिल्ह्यात आहे. दुधनी हे गाव त्याच जिल्ह्याच्या अफजलपूर (पूर्वीचे महिदरी) तालुक्यात आहे. त्याच तालुक्यात उमरगा आणि चिंचोली या नावांची गावेही आहेत. तीच इथे छापलेल्या कागदातील त्या नावांची गावे असावीत. बबलाद या नावाची तीन गावे गुलबर्गा जिल्ह्यात आहेत - एक शाहपूर तालुक्यात आणि दोन गुलबर्गा तालुक्यात. या कागदातील बोबलाद हे त्यांपैकी एक असले पाहिजे. बोरवाडी व रुहेवाडी या नावांची गावे मात्र त्या परिसरात मिळाली नाहीत.

लेखांक १०८

५ रमजान, जुलूस २९ २७ जुलै १६८५

[फार्सी शिक्का व १५ ओळी फार्सी मजकूर]

महजर नामे अज करार बतारीख ५ शहर रमजानुळ मुबारक सन २९ जलुस वाला मताबिक सन १०९५ बहुजूर शरा शरीफ व फौजदार व अहाली व मवाली व देसमुख व देसपांडिये परगणे सिरोळे सा। जुनर सबब आं की रघुनाथ वलद विनायेक इबन दत जोसी साकिन कसबे मजकूर हजूर येउनु जाहीर केळे कीं आपला इनाम दरवजे मदद माश मवाजी जमीन चावर १ येक दर सवाद कसबे मजकूर व युमिये रोजियाना दर रोज रुके ६ सा अज दुमाळे सायेर चबुतरे कसबे मजकूर कदिमुळ अैयाम अबन अजदाद मोकरर असे व अज इप्तदाये ता हाळ काबिज मुतसरफ आहे ये बाबे असनादहाये हुकाम व मोहर निजामन मुळक व मलिक अंबर व मिर्जाराजे जैसिंग बनाम दत जोसी आपणापासी होत्या यैसियासी परगणे मजकूर तालुक मकहूर जबनकी असतां हमेशा अफवाज बादशाही येउनु चंद मोर्तबे कसबा ताख्त व ताराज करून व आतश देउनु सोख्त केला ते वख्तीं आपण मता व जिनस व सनद असनाद घरात टाकून बाहेर पडलों मागे घरें

जलाली त्यामधे सनदा सोख्त जालिया दरिंबाब उमेदवार आहे जे महजर येनायेत होये म्हणौउनु मालूम केले यावरी अज रूये सिरिस्ते दफ्तर देसपांडिये परगणे मजकूर दाखळा मुकाबला कदीम खातिरेसी आणितां अराजी इनाम व युमिये सुद आमद चालत आला असे व कसबा तसरुफ मकहूर जबन मिसेला असतां चंद मोर्तबे ताख्त व सोख्त केला हे तमाम खलकास जाहीर आहे यावरी हाली अज रूये तहकिकाती सिरिस्ते दफ्तर कदीम व बशर्ती काबिज व मुतसरफ मोकरर xxx हुनु बदस्तूर साबिक रघुनाथ वलद विनायेक जोसी यांस बरकरार केले असें तरी माा इळेने सुखे आपला खातिरजमा राखोनु पिढी दर पिढी अराजी चावर १ येक दरवजे मदद माश इनाम खारिज जमा लायेक जिराती दर सवाद कसबे मजकूर व युमिये रोजियाने दररोज रुके ६ सा अज जकाती सायेर कसबे मजकूर दर चबुतरे कोतवाली काबिज व मुतसरफ होउनु खात जाणे व दर दुवाये दवाम दौळत अबद मुदती मशगूळ राहणे सदरहूप्रमाणे मोकरर होउनु महजर जाला असे यासी कोण्ही नौ व दिगर व हिळा हरकती न करणे हा महजर सही

[तुकडा]

बेाा रघुनाथ माहादेऊ देसपांडिये पाा मजकूर

बोा मळहारजी यशवंतराय देसमुख
पाा मजकूर

मळहार
जि बापाजि दे
समुख पाा सिरवळ

[नांगर चिन्ह]

टीप

या महजरात अरबी-फार्सी शब्द फार आहेत. म्हणून, त्याचा गोषवारा पुढे दिला आहे.

जुन्नर सरकारच्या शिरोळे परगण्यात शरा शरीफ, फौजदार सामान्य व प्रतिष्ठित लोक आणि देशमुख व देशपांडे यांच्या उपस्थितीत महजर करण्यात येतो की : कसबे शिरोळे येथे राहणारा रघुनाथ विनायक जोशी याने सांगितले की - ''मला कसबे शिरोळे येथे एक चावर जमीन आणि त्या कसब्याच्या जबातीतून रोज सहा रुके असे इनाम माझ्या

वाडवडिलांपासून आहे आणि आजपर्यंत त्या इनामावर माझा ताबा आहे. या बाबतीत अधिकाऱ्यांच्या आणि निजामुल्मुल्क, मलिक अंबर व मिर्झा राजा जयसिंह याच्या शिक्क्यांच्या सनदा माझ्यापाशी होत्या. सदर परगणा मकहूर याच्या ताब्यात गेला असताना बादशाही फौजांनी काही वेळा कसबा लुटला व जाळला. त्या वेळी मी मालमत्ता व सनदा घरात टाकून बाहेर पडलो. मागे घरे जळाली त्यांत सनदा जळाल्या. या बाबतीत मला महजर करून देण्याची कृपा व्हावी..'' यावर सदर परगण्याच्या देशपांड्यांच्या दप्तराशी रुजुवात घेता ते इनाम चालत आले आहे असे दिसून आले. कसबा मकहूर याच्या ताब्यात असताना काही वेळा लुटण्यात व जाळण्यात आला हे सर्व लोकांना ठाऊक आहे. म्हणून उपर्युक्ताने सदर कसब्यात एक चावर जमीन आणि कसब्याच्या जकातीतून रोज सहा रुके असे इनाम खाऊन या चिरंतन राज्यास दुवा देण्यात मग्न असावे.

महजरात मकहूर असा शब्द आला आहे. तो मुळात अरबी आहे आणि त्याचे अर्थ 'ज्याच्यावर कोप झाला आहे असा', आणि म्हणून 'ज्याचा पराभव होणार आहे असा', असे आहेत. मोगली कागदपत्रांमध्ये तो शब्द शत्रूंना अनुलक्षून वापरला जात असे. अनेक मोगली कागदपत्रांमध्ये तो शिवाजी महाराजांना अनुलक्षून वापरला आहे. (उदाहरणांकरिता श्री राजा शिवछत्रपती, भाग १, पृ. ८२८,८३०,८३२ आणि शि. च. सा., खंड १२, लेखांक १०८ पहा.) संभाजी महाराजांना उद्देशूनही तो मोगली पत्रांमध्ये वापरला जात असे. (उदा. शि. च. सा., खंड १२, लेखांक २५; ऐ. फा. सा., खंड ६, लेखांक २५३ आणि लेखांक २९५ व ३०१ या दोन लेखांकांचे फार्सी पाठ.) इथे तो संभाजी महाराजांना अनुलक्षून वापरला आहे.

पुणे जिल्ह्याच्या जुन्नर तालुक्यात शिरोली खुर्द, शिरोली बुद्रुक, शिरोली तर्फ आले आणि शिरोळी तर्फ कुकडनेर या नावांची गावे आहेत. महजरातील शिरोळे हे गाव त्यांपैकी एक असेल असे वाटते.

लेखांक १०९

१९ मुहर्रम, फसली १०९५ ६ डिसेंबर १६८५

[चौकोनी फार्सी शिक्का]

ताा मोकदमान मौजे दरडगौ पाा कडेवलीत सुाा सन १०९५ मालूम दानद की मौजे माा सुभानजी कोली यास तनखा आहे यैसियासी हुजुरून वजाई होनु ३७।।

साडे सततीस आली आहे तरी यास न देणे येकून रुपये ११२।। जाले आहेत तरी
त्यास येक बर रुका न देणे मोा सुद [फार्सी शिक्का]
तेरीख १९ मोहरम

टीप

अहमदनगर जिल्ह्याच्या राहुरी तालुक्यात दरडगाव नावाची दोन गावे आहेत. या पत्रातील दरडगाव हे त्यांपैकी एक असू शकेल.

कडेवलीत परगण्याची माहिती श्री राजा शिवछत्रपती, भाग २, पृ. ११५०, तळटीप २८ मध्ये दिली आहे.

लेखांक ११०

श्रावण शुद्ध पक्ष, शक १६०९ जुलै/ऑगस्ट १६८७

श्री सिधेस्वर देऊ प्रसन

बितारीख छ [मोकळी जागा] माहे सौवाल स्वस्ति श्री सके १६०९ प्रभव नाम संवछरे श्रावण मासे सुक्ल पक्षे [मोकळी जागा] त दिनी दिधला महजर हजिराणी मजालसी स्थल मौजे कुरोली पाा खटाऊ

स्थळ मौजे कुरोली

लाखोजी पाा फडतरे व ताा रखमाजी पाा व ताा व रवलोजी पाा मौजे कुरोली [नांगर चिन्ह]	संताजी पाा व बाजी पाटील मौजे मो [नांगर चिन्ह]	
बळुते	जोगा परीट [मोगरी चिन्ह]	चाप माली नरसो माली निाा खुरपे [खुरपे चिन्ह]

दसा व सोमा
म्हेतरी माहार
पिल मेहतरी चांभार
[रापी चिन्ह]
बहिरू गुरव निा घडा
[घडा चिन्ह]
नागोजी वेंकाजी
कुलकर्णी
मौजे मजकूर

बहिर सुतार
जना व तागा मांग

सेटियाजी व गोंदजी
व मणिकोजी खोत
धगाटवाडी
बाबदे पाठक जोतिसी
मौजे मजकूर
निा पातडे
[पातडे चिन्ह]

परस्थळ

बरवाजी नाईकवाडी
पाा खटाऊ
(कट्यार चिन्ह)
बाजी धनवाडे पाटील
काा भालोणी
[नांगर चिन्ह]
तुकोजी मतकर पाटील
मौजे तांदुळवाडी साा
कोरेगाऊ पाा वाई
[नांगर चिन्ह]
केसो विस्वनाथ
कुलकर्णी मौजे xxx
काा वांगी

बाळोजी बबडे पाटील
मौजे म्हसुरणे
काा
[नांगर चिन्ह]
हंसाजी पाटील मौजे
देऊर पाा वांई
निा नांगर
[नांगर चिन्ह]
अणाजी नलवाडे पाा
मौजे बिचकुले
साा वाघोली पाा वाई
[नांगर चिन्ह]

या विदमाने लिहिला माहजर यैसा जे पाको बिन मुधोजी चव्हान पाटील मौजे तळये साा वाघोली पाा वांई याने मुधोजी चव्हाण व साबाजी चव्हाण बिन जानोजी पाटील मौजे मजकूर यासी तक्षीम आपली तक्षीम गाव निमे यापैकी चावर १ येक देखील इनाम टिकण बाा काळ कटीन अवर्शण पडिले माणसांस ताखत नाही पाकोजी मरत होता पोटविण मग पाकोजीने मुधोजी साबाजी चव्हाण यांपासी पोटास होनु १० घेऊन चावर येक दिधला असे पेसजी काळोजी भोयटे मौजे हिंगणगाऊ पाा फळटण यासी पाकोजी विकीत होता मग हंसाजी

पाटील देऊरकर व तुकोजी पाटील मतकर मौजे तांदुळवाडी व सेटियाजी जाधव धगटवाडीकर यानी वर्ज केले की अनिकास पारखियासी आनून गांवांस कुसूर करावा तरी यैसे न करने मग पाकोजी बोलिला जे तुम्ही गोत हक हमशाही आहात अकल सांगाल तेणेप्रमाणे वर्तनूक करून मग हंसाजी पाटील देऊरकर व तुकोजी पाा मतकर तांदुळवाडीकर व सेटियाजी जाधव धगटवाडीकर हे बोलिले की बाप भाऊ आहेत यास दिधलियाने चुकूर होनार नाही त्यावरून पाकोजीने मुधोजी व साबाजी चव्हाण यांपासी पोटास घेऊन गांवीची पटेलकी यैन चावर १५ वजा इनाम ठिकनाती चावर ३ बाकी खालिसाती ताा दिवाण चावर १२ त्यापैकी पाकोजीची निमे तक्षीम चावर ६ साहा चावर पैकी मुधोजी व साबाजी चव्हाण यासी चावर येक १ व पाटीलकी लेहून दिधले असे सदरहू मुधोजी व साबाजी यानी चावराची लावणी सांा किर्दी करून हकलाजिमा व बाजे जो हक असली ते कुलबाब येणेप्रमाणे खावा चावराचा हक खाऊन सुखे असने व पेस्तर पाकोजीस आगर पाकोजीचा भाऊबंदास हिलाहरकती करावयासी गरज नाही या चावरास अर्थाअर्थी समध नाही यासी कोन्ही हाकीम हिंदू अनसारिखे हरकती करील त्यास कासीस गाये मारिलियाचे पातक असे व मुसलमाण हाकीम हरकती करील त्यास मकेमधे सोर मारिलियाची सोगंद असे हा महजर लिहिला सही

टीप

हा महजर लेखनप्रशस्ती या पुस्तकात पत्र क्र. २ म्हणून छायाचित्रासह छापला आहे.

लेखांक १११

श्रावण शुद्ध ५, शके १६०९ ३ ऑगस्ट १६८७

खरीदखत सके १६०९ प्रभवनाम सवछरे श्रावण सुध ५ ते दिवसी सयाजी व विश्राम वलद बापूजी खेरनार वस्ती मौजे दहिंदुले पाा कोरोली सरकार बागलाणे यासी मल्हारजी वलद फुलजी बोरडी मोकदम मौजे जांबकुटे पाा वणी सरकार संगमनेर सुाा सन १०९७ खरीदखत लेहोन दिधले यैसे जे मौजे मजकूरची सारे गांवांची निमे मोकदमी आपली कदीम आहे व निमे मोकदमी आहे यैसियासी

धामधूम जाली किले गनिमाने वसाहाती केले याकरिता आपण बेमवसर नातवान बहुत जालों कांही हाल राहिला नाही कर्जदार मबलग जालों याकरिता गांव सोडून परागंदा जालो यैसियावरी जागिरदारें वसाहातीचे पैरवीबदल देसमुख देसपांडियासी ताकीद केली जे गांव वसाहाती करणे यावरून देसमुख देशपांडिये आपणापासी आलेत जे तुम्ही कौल घेऊन गांव वसाहाती करणे यैसियासी आपण नादार येका रोजाचे खावयासी नाही कर्जदार मबलग जालो आपला तकसिमदारही नजीक नाही यैसी हकिकती देशमुख देसपांडियासी जाहिर केली अमा तो आपणास न सोडीत जे तुवां गावाचा निमे मोकदम आहेस वसाहातीची पैरवी करणे लाजिम आहे यैसियासी आपण बेमवसर येका रोजाचे खावयासी नाही ना बैलढोरही नाही कर्जदारही कोन्ही पातेजत नाही गावाची कीर्दी जाली पाहिजे याकरितां आ आपण तुम्हास बजिद होऊन मिनतमाना करून मौजे मजकूरची निमे मोकदमी आपली आहे त्यापैकी तकसीम येक आपणास ठेऊन तीन तकसिमा खुशरजा तुम्हास आपले मोकदमीपैकी फरोख्त केली असे किमती रुपये साठी ६० घेऊन तुम्हास मौजे मजकूरची मोकदमी निमे आपली खुद आहे त्यापैकी येक तकसीम आपणास ठेऊन तीन तकसिमा तुम्हास फरोख्त अजरू निरख करून मिरासी करून दिधला असे मोकदमीसमधे हक अर्धा काली पांढरी व इनाम येकराक पासोडी व सेलापटी व झाडझाडोरा अडेपारडे हरयेक लाजिमा मोकदमीचा आहे तो तकसीममाफिक खात जाणे व ताा माफिक गांवची कीर्दी आबादानी करीत जाणे आपण तुम्हास मिरासी करून दिधली असे व घरटा नेमून दिधला असे तुम्ही सुखे पांढरीवरी घर बांधोन मौजे मजकुरी लेंकरांचे लेकरी तुम्हास मोकदमी दिधली आहे ते अर्जानी करणे ये बाबे तुम्हास मिरासीचा महजर देसमुख व देसपांडिये व हालीमवाली यांसी बजिद होऊन महजरही करून देऊन तुम्हास मोकदमीचे बाबे कान्ही मुजाहिम होईल तो आपआपण निवारून सदरहू लिहिलियासी आपण अगर आपले वंसीचा हिलाहरकती करील तो दिवाणचा गुन्हेगार व गोताचा अन्याई सदरहू माफिक खरीदखत दिले सही

सुभानजी व मानसिंगजी देसमुख पाा मार   कुसनाजी दलवे देसमुख

[नांगर चिन्ह]   [नांगर चिन्ह]

टीप

दहिंदुले आणि जांबुटके (खरेदीखतातील जांबकुटे) ही गावे नाशिक जिल्ह्याच्या

अनुक्रमे बागलाण व दिंडोरी या तालुक्यांमध्ये आहेत. कोराली नावाचे गाव त्या परिसरात मिळाले नाही. कऱ्हाळे नावाचे गाव नाशिक जिल्ह्याच्या इगतपुरी तालुक्यात आहे, पण ते जरा दूर पडते.

लेखांक ११२

१० जमादिलावल, सु. १०९१ ३० जानेवारी १६९१

॥ दा

मा अनाम किटो दतात्री हुदेदार [डावीकडे समासात साबाजि मालोजि घाटिगे असा चौकोनी देवनागरी शिक्का] मौजे कुमडवाडी इा का मलवडी यासी राजश्री साबाजीराजे घाटगे सुहूर सन इहिदे तिसैन अलफ दरिंविला तुमचा मोहसबा कागदपत्र इा सन सबा ता सन तिसैन चार साले यासी तुम्ही हुजूर येऊन अर्ज केला की साहेबी मोहसबा घेऊन आपली पाखनिसी करून फारिखत दिल्हे पाहिजे यैसियासी तुम्ही इतबारी साहेबासी रुकियासी खता केला नाही येकनिस्टपणे सेवा केली याकरिता तुम्हावरी मेहरवानी करून च्यार सालाचे फारिखत दिल्हे असे इा सन सबा ता सन तिसैन अखेर मोहसबा पावला तुम्हास फारिखत दिल्हे असे तुम्हास मोहसबियाचे अर्थेअर्थ समध नाही तुमचे देठी काही लिगाड नाही पा हुजूर मोर्तबु सुदु [षट्कोनी फार्सी मोर्तब]

तेरीख १० माहे जमादिलावल

टीप

हे पत्र साबाजी मालजी घाटिगे (घाटगे) याने पाठविले आहे. शिवकालात घाटग्यांची दोन घराणी प्रसिद्ध होती : कागलचे घाटगे आणि मलवडीचे घाटगे. या दोन्ही घराण्यांच्या इंग्रजी अमदानीच्या प्रारंभी लिहून दिलेल्या कैफियती उर्फ हकीकती 'कैफियती' या पुस्तकात छापल्या आहेत. (पृ. ३१ ते ३४ मध्ये कागलकर घाटग्यांची आणि पृष्ठ ३४ ते ४१ मध्ये मलवडीकर घाटग्यांची.) या दोन घराण्यांचे मूळ एक असण्याची शक्यता आहे, पण शिवकालात मात्र ही दोन घराणी वेगवेगळी होती. कागल आता कोल्हापूर

जिल्ह्यात तालुक्याचे ठिकाण आहे; घाटग्यांची मलवडी सातारा जिल्ह्याच्या माण तालुक्यात दहिवडीच्या वायव्येस १२ कि.मी.वर आहे. शिवकालापुरता विचार केला तर या दोन्ही घराण्यांची फारच थोडी माहिती उजेडात आली आहे. कागलच्या घाटग्यांवर प्रख्यात इतिहाससंशोधक प्रा. ग. ह. खरे यांच्या 'निवडक लेख' या पुस्तकात एक लेख छापला आहे.

इथे मलवडीकर घाटग्यांची शिवकालापुरती थोडी माहिती द्यावयाची आहे. ती देण्यापूर्वी मलवडीकर घाटग्यांच्या वर दिलेल्या कैफियतीवरून त्यांच्या वंशावळीचा इथे आवश्यक तेवढा भाग पुढे दिला आहे.

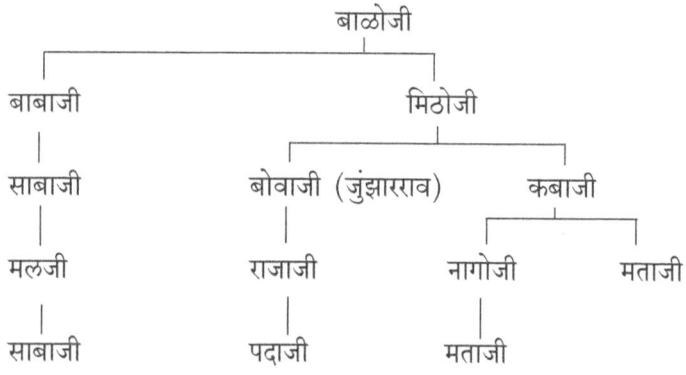

यापैकी बोवाजीला जुंझारराव असा किताब मिळाला आणि तो त्याच्या शाखेत पुढे चालू होता असे कैफियतीत नमूद आहे.

इसवी सन १६४४ मध्ये शाहजी महाराजांवर मुहम्मद आदिलशाहाची इतराजी झाली, शाहजी महाराजांना दरबारातून बहिष्कृत करण्यात आले आणि त्यांच्या पुण्याच्या जहागिरीवर खंडोजी व बाजी घोरपडे या बंधूंच्या नेतृत्वाखाली स्वारी पाठविण्यात आली. या संपूर्ण प्रकरणाची फारच थोडी आणि तुटकतुटक माहिती उपलब्ध आहे. (श्री राजा शिवछत्रपती, भाग १, पृ. ६२२–६३७.) या प्रसंगी शाहजी महाराजांचा पुणे परगण्यातील अंमल उठला आणि तो परगणा आदिलशाहाने पाठविलेल्या उमरावांच्या अमलाखाली आला. या उमरावांपैकी एकजण होता मलजी साबाजीराजे घाटगे. त्याने पुणे परगण्यातील मौजे नायगावच्या हुद्देदारांना व मोकदमांना एका इनामाविषयी पाठविलेले पत्र शि. च. सा., खंड ३ मध्ये लेखांक ५१८ (पृ. १४०) म्हणून छापण्यात आले आहे. तो मलजी साबाजीराजे घाटगे हा इथे ज्याचे पत्र छापले आहे त्या साबाजीराजे घाटगे याचा पिता होय. म्हणजे मलजीने आपल्या वडिलांचेच नाव आपल्या मुलाला ठेवले होते. शिक्क्यात मलजीऐवजी ''मालोजि'' असे आहे. (साबाजीराजे घाटिगे याचे ४

ऑगस्ट १६८३ या तारखेचे एक पत्र शि.च.सा., खंड २ मध्ये लेखांक ३७६ म्हणून छापले आहे. त्या पत्रावरील त्याचा शिक्का चौकोनी असून त्यात साबाजि मालोजि घाटिगे असा मराठी मजकूर आहे आणि मोर्तब मात्र षट्कोनी फार्सी आहे. या पत्रावरील शिक्कामोर्तब तेच असावेत.) या दोन साबाजीराजे घाटग्यांपैकी थोरला साबाजीराजे इ. स. १६६२-६३ मध्ये दोन मिरासीपत्रे करून देण्याकरिता भरलेल्या हाजिर मजालसींमध्ये (म्हणजे सभांमध्ये) हजर होता. त्यांपैकी एकात त्याचे नाव ''साबाजीराजे घाटगे देसाई काा मलवाडी'' असे दिले असून त्याखाली त्याचा फार्सी शिक्का उमटविलेला आहे; दुसऱ्यात त्याचे नाव ''राजश्री साबाजीराजे घाटिगे देसमुख काा मलवाडी'' असे लिहिले असून तिथे त्याच्या नावाखाली शिक्का नाही. (शि. च. सा., खंड ५, लेखांक ९२१ - पृ. १६७ आणि लेखांक ९२२. देसाई व देशमुख या एकाच अर्थाच्या संज्ञा आहेत.)

या मलवडीच्या (किंवा मलवाडीच्या) घाटगे घराण्याच्या दुसऱ्या एका शाखेतील पुरुषांना जुंझारराव असा किताब होता. (शिवकालीन मराठीत जुंझ व जुंझार अशी रूपे सामान्यतः केली जात; आतासारखी झुंज व झुंजार अशी रूपे करीत नसत. कागदपत्रे छापताना हा बारकावा कधी कधी पाळला जात नाही.) त्या शाखेतील राजाजी घाटगे हा शिवाजी महाराजांविरुद्ध स्वारी करून आलेल्या अफजलखानाच्या सैन्यात होता. जावळीमध्ये झालेल्या लढाईत तो कैद झाला. (शिवभारत, अ. २२, श्लोक ५२; सभासद बखर, पृ. १८.) त्याप्रसंगी कैद झालेल्या आदिलशाही उमरावांना पुढे महाराजांनी सोडून दिले तेव्हा याचीही सुटका झाली असावी. वर नमूद केलेल्या दोन्ही मिरासपत्रांच्या हाजिर मजालसीत जुंझारराऊ घाटिगे आहे. तिथे त्याचे पद ''देशमुख काा मलवाडी व काा लौलगण'' असेच सांगितले आहे, पण त्याचे नाव मात्र सांगितलेले नाही. कदाचित तो राजाजी जुंझाररावच असेल. लौलगण (आता ललगुण किंवा लळगुण) हे गाव सातारा जिल्ह्याच्या खटाव तालुक्यात वडूजच्या वायव्येस २५ कि.मी. वर आहे. घाटग्यांच्या या शाखेला मलवडी कर्यातीप्रमाणे ललगुण कर्यातीचीही देशमुखी होती असे वरील उल्लेखावरून दिसून येते.

मलवडीकर घाटगे घराण्यातील आणखी एका पुरुषाचा शिवाजी महाराजांशी संबंध आला होता. त्याचे नाव आहे मताजी घाटगे. तो त्या घराण्यातील असला तरी साबाजीराजे घाटगे व राजाजी जुंझारराव घाटगे यांच्यापेक्षा वेगळ्या शाखेतील होता. इसवी सन १६४८ मध्ये फतहखान खुदावंदखान याची शिवाजी महाराजांविरुद्ध रवानगी करण्यात आली. त्या फतहखानाच्या सैन्यातील काही उमरावांची नावे शिवभारतात सांगितली आहेत. त्यांत हा मताजी घाटगे आहे. (शिवभारत, अध्याय १३, श्लोक ७-१४.) मलवडीकर घाटग्यांच्या कैफियतीत एक मताजी घाटगे आहे आणि त्याच्या पुतण्याचेही नाव मताजी असेच दिले आहे. खंडोबाची पाली येथे १ फेब्रुवारी १६७६ रोजी खुद्द

शिवाजी महाराजांच्या उपस्थितीत एक महजर झाला. (श्री सांप्रदायिक विविध विषय, खंड ३, पृ. २०-३९ वरून शिवछत्रपतींची पत्रे, खंड १, पृ. २५७-७६ मध्ये पुनर्मुद्रित.) या महजरच्या हाजिर मजालसीत ''का लवणगुण मताजी घाटगे देसमुख काा मजकूर'' असे एक नाव असून त्याखाली ''श्री सीवचरणी तत्पर मताजी घाटगा जुंझार'' अशा मजकुराचा शिक्का आहे. लवणगुण म्हणजेच ललगुण हे उघड आहे. लवणगुण ही कदाचित वाचनाचीही चूक असेल. वर दिलेल्या वंशावळीतील मिठोजीच्या शाखेत ललगुण कर्यातीचीही देशमुखी होती असे दिसते. मताजी घाटगे ललगुण कर्यातीचा देशमुख असला तरी त्याचा महजरातील शिक्का हा देशमुखी शिक्का नाही. तो महाराजांच्या पदरी अधिकारी होता आणि त्या अधिकारपदाचा तो शिक्का आहे हे त्यातील मजकुरावरून दिसून येते. इसवी सन १६४८ मध्ये मताजी घाटगे शिवाजी महाराजांच्या विरुद्ध आहे आणि १६७६ मध्ये मताजी घाटगे शिवचरणी तत्पर आहे. हा शिवचरणी तत्पर झालेला मताजी इसवी सन १६४८ मध्ये त्यांच्याविरुद्ध असलेला मताजी असू शकणारच नाही असे नाही, पण तो त्या मताजीचा पुतण्या असेल अशी शक्यता अधिक वाटते.

कैफियतीत ''मलवडी कसबे ललगुण बुध पाचेगाव'' असा एकत्रित उल्लेख आहे. बुध सातारा जिल्ह्याच्या खटाव तालुक्यात ललगुणच्या पूर्वेस पाच कि.मी. वर आहे. पाचेगाव या नावाचे गाव त्या परिसरात नाही. बुधलाच बुध पाचेगाव म्हणतात.

साबाजीराजे याचे इथे छापलेले पत्र किटो दतात्री याला पाठविले आहे. जुन्या मराठी कागदपत्रांमध्ये किटो असे एक नाव येते. (उदा. राजवाडे, खंड २०, लेखांक २६६. शिवाजी महाराजांच्या पदरी शिवाजी किटो नावचा अधिकारी होता. शि. च. सा., खंड ७, लेखांक ४५; राजवाडे, खंड १७, लेखांक १०, पृ. १८.) दत्तात्री हे दत्तात्रय या नावाचेच केलेले रूप आहे. मुहासबा (म्हणजे आकडेमोड, हिशोब) हा अरबी शब्द. मोहसबा हे त्याचे मराठी रूप. किटो दत्तात्रय याने इस्तकबिल सन सबा तागाईत सन तिसैन म्हणजे सन ७ (१०८७) ते सन ९० (१०९०) चा चार वर्षांचा हिशोब दिला होता आणि त्याची ''पाखनिसी'' करावी व तसे ''फारिखत'' द्यावे असा त्याचा अर्ज होता. पाक (म्हणजे पवित्र, शुद्ध, स्वच्छ, परिपूर्ण) आणि नवीस (म्हणजे लेखनिक) हे फार्सी शब्द आहेत. त्यावरून पाकनविसी - पाकनिसी - पाखनिसी (म्हणजे तपासणी) असा शब्द केला असावा. (मात्र तसा शब्द फार्सी कोशात नाही. राजव्यवहारकोशाच्या लेखनवर्गात पाखनिशी या शब्दाला शोधकता असा संस्कृत प्रतिशब्द दिला आहे. ऐतिहासिक शब्दकोशात पाखनिशी या शब्दाचे तपासणी, शोधकता, शुद्धीकरण असे अर्थ देऊन राजव्यवहारकोशाचाच आधार दिला आहे; कागदपत्रांमधील उदाहरण दिलेले नाही.) फारिग (म्हणजे मुक्त, निश्चिंत) आणि खत (म्हणजे पत्र) हेदेखील अरबी शब्द आहेत. त्यावरून शब्द बनला फारिगखत. मोकळीक करणारे पत्र असा त्या शब्दाचा अर्थ होतो. कर्ज फिटले म्हणून किंवा भागिदारी मोडल्यावर काही हक्क सांगणार नाही

म्हणून लिहून द्यावयाचे पत्र म्हणजे फारिगखत. त्याचे मराठी रूप झाले फारिखत किंवा फारखती (उदा. राजवाडे, खंड १८, लेखांक ४२.) रुकियासी म्हणजे रुक्यासी. देठी आणि लिगाड हे मराठीच शब्द असले तरी आता वापरात नाहीत. देठी लावणे म्हणजे मुळापर्यंत थांगपत्ता लावणे, शोध घेणे, सोपवणे. लिगाड म्हणजे अडचण, कटकट, लचांड. ''तुमचे देठी काही लिगाड नाही'' म्हणजे तुमच्यावर काही जबाबदारी नाही.

लेखांक ११३

२२ जिल्हेज, सु. १०९४ १५ ऑगस्ट १६९३

[मराठी मुद्रा]

अज सर सुभा राजश्री रामाजी अनंत सरसुभेदार व कारकून सुभा प्रा राजापूर ताहा कमावीसदार व कुलकर्णी व गावकर व रयानी मौजे त्रिंबक ताा सालसी सुहूर सन आर्बा तिसैन अलफ राजश्री [मोकळी जागा] छत्रपती स्वामींचे आज्ञापत्र छ २९ साबान पैाा छ २२ जिलहेज सादर जाहले तेथे आज्ञा की ताा सालसी या माहालीची सरदेसमुखी पूर्वी आदलशा हनमानतराव यासी वतन दिल्हे होते परंतु भोगवटा जाहला नाही वतन दिवाणात अमानतच आहे हे वतन राजश्री रामचंद्र नीलकंठ यास अजरामऱ्हामत वतन करून दिल्हे असे सालसी माहालाची सरदेशमुखीचे वतन याचे संभाली करून यासी हकलवाजिमा इनाम मौजे चिदर व मौजे त्रिंबक देह २ दोन कुलबाब कुलकानू चालवावयाची आज्ञा केली असे तरी येणे प्राा हकलाजिमा व इनाम यास याचे पुत्रपौत्रादी वंशपरंपरेने चालवणे म्हणून आज्ञा त्यावरून मानुलेस ताा मााची सरदेसमुखी वतन स्वाधीन करून वतनास लवाजिमा व इनाम चिदर व मौजे त्रिंबक दुंबाला केले आहे तरी सदरहू सरदेसमुखीच्या कार्येभागास माानुले याही अंताजी जनार्दन यास मुतालिकी देऊन पाठविले आहेत याचे आज्ञेत राहोन मौजे माारचा वसूलवासूल कुलबाब कुलकानू समवेत माानुलेकडे देत जाणे छ २२ जिलहेज मोर्तब [मराठी मोर्तब]

लेखांक ११४

२० रजब, सु. ११०१ २० डिसेंबर १७००

श्री शंकर

राजेश्री राघो त्रिमल सरसुभेदार
सरदेसमुखी प्रा सचिव गोसावी यास

दाा अखंडित लक्ष्मी अलंकृत राजमान्ये [मोकळी जागा] स्नेाा हिंदुराव घोरपडे दंडवत सुाा इहदे मया अलफ राा मलहारजी भांडवलकर यास पाा सुपे बारामतीची सरदेसमुखी आहे त्यास तुम्ही इस्किल करिता म्हणौन विदित केले यैसियास पेसजी सरदेसमुखी मानुलेकडे जैसे चालत असेल त्याप्राा दुमाले करणे येविशई उजूर न करणे जाणिजे राा छ २० माहे रजब मोर्तब सुद [**लेखन सीमा** असा मोर्तब]
[देवनागरी शिक्का]

टीप

हिंदुराव घोरपडे हा संताजी घोरपडे यांचा मुलगा. त्याचे नाव बहिरजी. त्याला हिंदुराव असा किताब होता.

लेखांक ११५

तारीख नाही

[पहिले एकदोन बंद गहाळ]

संताजी गायेकवाड	त्रिंबक रघुनाथ धडफले	मल्हारजी निगडे
जुमलेदार मोकदम	अजहती देशमुख	देशमुख पाा सिरवल
मौजे मुंढवे पाा पुणे	पाा पुणे	माहादाजी राम देसपांडिये
संताजी बोबडे	विस्वनाथभट ठकार	पाा सिरवल
जुमलेदार मोकदम	सेकिन कसबे पुणे	

मौजे राखंडी पाा फलटण
साऊजी मोहिते
जुमलेदार
मोकदम मौजे तलबीड
पाा कऱ्हाड
संताजी जगथाप
जुमलेदार
मोकदम मौजे वानवडी
पाा पुणे
खंडोजी वाग जुमलेदार
खंडोजी जगथाप
जुमलेदार
मोकदम मौजे वानवडी
पाा पुणे
सिदोजी खराडे जुमलेदार
मोकदम मौजे बाभुलगौ
परगणे चांभारगोंदे
मकाजी सिंदे वतन
कसबे जिंती
पाा चांभारगोंदे
येमाजी तेलंद मोकदम
मौजे मोरवडे पाा
कडेवलीत
गंगाजी कोंडे देसमुख
ताा खेडेबारें
तुकोजी निंबाळकर
मोकदम कसबे फलटण
माणकोजी गुजर व
बहिरजी गुजर

रामभट सिरंबेकर
सेकिन कसबे पुणे
त्रिंबक (वि)स्वनाथ
पानसी कुलकर्णी
मौजे दियें काा
सासवड
कान्हो मो(र)देऊ गपचुप
सेकिन कसबे पुणे
अंतो बलाल दाणी
सेकिन कसबे सासवड
माणको गोविंद कुलकर्णी
मौजे नरसे
पाा वाई
त्रिंबक बापूजी कुलकर्णी
मौजे धवलपुरी
पाा पारनेर
गोविंद तुकदेऊ मजमूदार
XXX सिदोजी खराडे
शंकराजी मोरदेऊ व
माहादाजी
गोविंद गपचुप
सेकिन पुणे
गोदजीराय XX
वस्ती मौजे टणू
रामजी फर्जंद
मिरासदार

माल पाटील मोकदम
अजहती देशमुख
पाा सिरवल
मालसेटी सेटिया कसबे
सिरवल
बाबसेट माहाजन
सेकिन सिरवल
महादजी रणदिवे
मोकदम मौजे भोली
पाा सिरवल
केशवजी व माणकोजी
सेलार मौजे बेलवडी
पाा पुणे
बरवाजी भोसले
मोकदम मौजे
सिरसोफल पाा
पुणे रुजू पाा इंदापूर
येसाजी जाधव
हवालदार
दिाा पायेगा
कृस्णाजी लगड
मोकदम
मौजे कोलगोडी
त्रिबक ठाकूर
दिबाजी [बिंबाजी?]
भांडवलदार
हवालदार पागा
नारोजी पवार
बारगीर स्वार

यैसें समस्त गोत याजपासी मायलेके येउनु जाले वर्तमान सांगोन जालिया निवाडियाने पदमाजी आपणास कष्टी करितो म्हणउनु सांगितले याउपरी सभानायक गोताने पदमाजीस बोलाउनु हकिकती पुसतां वेव्हाराच्या गोष्टी बोलोनु कुसूर

जाहीर केला यावरी राजश्री कडतोजी गुजर सभानायक व गोत इही हरदो वादियास पुसिले जे तुम्ही उभेवर्ग वादी दोचौ स्थलीच्या निवाडियास समजोनु कुसूर तुटो दिल्हा नाही आतां या स्थलास आम्हा गोतापासी आले आहा उभेवर्ग वादी ज्या स्थलीच्या निवाडियासी राजी असाल तेथे पाठउनु गोतपतीने निवडून देऊन ज्यामधे तुमचे बरे होऊन तुम्ही राजी असाल जैसे सांगाल तैसे करून जरी तुम्ही आम्हा गोतास राजी असाल आम्ही जे करून ते कबूल कराल तरी दोघाजणाची हकिकती मनास आणून निवाडियाच्या कचाटात व समजाविसीत पडोनु यैसे केदारेस्वरासंनिध बैसोन उभेवर्गासी बोलोनु पुसिलें जें बिताा

अंताजी बिन बाबाजी यासी पुसिले जे तुवां दोचौं स्थली निवडून हाली या स्थलास आम्हा गोतापासी आला आहेस येथे तुझे जे बरें असेल ते सांगणे तू जे स्थलीच्या निवाडियास राजी अससील तेथे पाठउनु परस्थल देउनु गोतपतीने निवडुन देउनु अगर आम्हीच गोत बैसोनु जैसे आम्हा पाचजणा गोतास मानेल ते निवडून देउनु तुझी वृती घेउनु त्यास देउनु अगर त्याची वृती घेउनु तुज देउनु हे गोष्टी तुज मानत असेली तरी आम्हा गोतास राजी होणे पेसजी दोचौ स्थलीच्या निवाडियास उभेवर्ग समजोनु कुसूर तुटो दिल्हा नाही याउपरी हाली आम्ही गोतपतीने निवडून हरदोजणाची हक समजावीस करून तुम्हा दोघाचा किलाफ तोडून दोघाचेही बरे करून यामधे आपले बरेपणे देखाल ते सांगणे तैसे करून फायेदा असेली ते गोष्टी करणे मोर्तब सुद [**मोर्तब सुद** असा षट्कोनी मोर्तब]

पदमाजी कृस्ण यासि पुसिले जे तू निवाडियावरी येउनु समजत नाहीस खळवादी आहेस पेसजी दोचौ स्थलीच्या निवाडियास पलोनु जाउनु कुसूर तुटों दिल्हा नाही हाली आम्हा गोतापासी आला आहेस तरी तू जे स्थलीच्या निवाडियास राजी अससील तेथे पाठउनु अगर पुणियास जासील तरी पाठउनु दिव्य देउनु परस्थल देउनु अगर गोतपतीने निवडून देउनु यामधे जे गोष्टीस तू राजी होसील तेच गोष्टी करून देउनु अगर आम्हीच गोत बैसोनु गोतपतीने आमच्या विचारास येईल तैसे करून तुझी वृती घेउनु त्यास देउनु अगर त्याची वृती घेउनु तुज देउनु हे गोष्टी मानत असेली तरी आम्हा गोतास राजी होणे यामधे जेथे तुज मानत असेली तेथे पाठउनु ज्यामधे फायेदा असेली ते करणे [**मोर्तब सुद** असा षट्कोनी मोर्तब]

येणेप्रमाणे हरदोजणास पुसिलियावरी उभे वर्गवादी आत्मसंतोशे धर्मसभा आपले बरे जाणोन बोलिले जे बिताा

अताजी बालाजी बोलिला जे आपले निवाडे दोचौ स्थली जाले आहेती देशमुख व देशपांडियानी व ज्या गोतापासी गेलो त्याणी जेथे पाठविले तेथे जाउनु कुसूर वाद टाकून जे गोत जे रवेसीने सांगत गेले तैसेच करून वृतीवरी आलियावरी वृतिवंतानी हाली किलाफ तोडावयास तुम्हा गोतापासी पाठविले आहे तुम्ही धर्मसभा हमशाही परस्थल गोत आहा वृतीचे कथले तुम्हास अवगत आहेत बहुत निवाडेही तुम्ही केले आहेत यानिमित्य तुम्हा गोतापासी आलो आहे तुम्ही गोतपती करून धर्मता निवाडा करणे जैसा काही हरदोजणाचा कुसूर तोडून समजावीश कराल तेणेप्रमाणे कबूल करून सांगाल तैसी वर्तणूक करून म्हणउनु बोलिला मोर्तब सुद [**मोर्तब सुद** असा षट्कोनी मोर्तब]

पदमाजी कृष्ण बोलिला जे आपण को(ठे) आणिक्या स्थलास जात नाही अगर पुणियामधे ठाणियात देशमुख देशपांडियास राजी नाही तेथे आपला निवाडा धर्मता बिलाकुसूर होत नाही तुम्ही धर्मसभा परस्थल गोत आहा व वृतीचे कथले तुम्हास श्रुत आहेत तुम्ही बहुत कथले निवडिले आहेत तुम्हासारिखे आपणास गोत कोठे मिळणार तुम्हापासी निवाडा न होतां यैसे गोत मिलोनु धर्मता निवाडा आपला कोठे होणार नाही गोतपतीने पाचगती करून निवाडा करणे आपण तुम्हा गोतास राजी असो जैसी तुम्ही सांगाल तैसीच बेकिलाफ वर्तणूक करून म्हणउनु बोलिला मोर्तब सुद [**मोर्तब सुद** असा षट्कोनी मोर्तब]

येणेप्रमाणे हरदोजणाची उतरे सभानायकी व गोताने परिसोन वैशाख वदी ९ नवमी शुक्रवार छ २२ जिलकादीस श्री केदारेस्वराच्या देउलात बैसोनु हरदोजण वादियासी बोलाउनु श्रीचा बेल व अंगारा त्याचे माथा टाकून शफत घालुनु पुसता हरदोजण वादी राजी होउनु निवाडियामाफिक वर्तोन यैसे राजीनामे लेहोनु समाधाने बोलोनु आत्मसंतोशें राजी जाले बिताा

अंताजी बाबाजी राजीनामे लेहोनु राजी जाला यैसा जे तुम्ही सभासथ गोत आहा साही गावीचे वृतिवंत गोत मेलउनु धर्मता निवाडा करणे वृतीवंतामधे कोण्हीतऱ्ही सत्य स्मरोनु आपल्या वतनाची साक्ष दिधली तरी आपण वृती खाउनु नाहीतरी वृतीवेगला होउनु तुम्ही गोत जे रीतीने निवडून

पदमाजी कृस्ण राजीनामे लेहोनु राजी जाला यैसा जे तुम्ही धर्मसभा गोत आहा हक हमशाही व साही गावीचे मोकदम व चौगुले यैसे मेलउनु केदाराच्या देवलामधे घालुनु ते जे साक्ष देउनु सांगतील त्यास आपण राजी असे वृतिवंतामधे अंताजी बाबाजीच्या वडिलांकडे वृतीची व भोगवटियाची

कुसूर तोडाल त्यास आपण राजी असे मोर्तब सुद [**मोर्तब सुद** असा षट्कोनी मोर्तब]

साक्ष दिधलीयां आपण वृतीवेगला होईन तुम्ही सभासथ गोत आहा धर्मता निवाडा करून समजावीश कराल त्यास आपण राजी असे मोर्तब सुद [**मोर्तब सुद** असा षट्कोनी मोर्तब]

येणेप्रमाणे राजीनामे लेहोनु राजी जाले यावरी निवाडियाप्रमाणे वर्तावयाचे जमान हरदोजणानी दिधले बिताा

अंताजी बाबाजी यास जमान राघो बलाल कुलकर्णी व जोतिसी मौजे XXX

पदमाजी कृष्ण यास जमान सिवाजी दतो म्हसवडे कुलकर्णी मौजे अळंबे व जोतिसी तपे हिरडस मावल मोर्तब सुद [**मोर्तब सुद** असा षट्कोनी मोर्तब]

[यानंतरचा बंद मिळाला नाही, पण यापुढील २ बंद मिळाले आहेत ते पुढीलप्रमाणे]

च्यार गाव चालवीत होते पदमाजीचा आजा पदमाजी व पणजा कृष्णाजी गोविंद हे पहिले वणगोजीकडे चाकरी करीत होते त्यावरी कसबे वाई संगमनेराकडे व्यापार करून नांदत होते अंताजीपंत कासीस जाता त्यास पुसोनु वृतीवर आले त्यावरी आपला चुलत आजा रामाजी XXX यावरी हाली आपण वृतीवर येउनु हिसेबी वाटा मागता थोटाई करून वादावरी येउनु कस्टी करीतो जाल्या निवाडियासी मानीत नाही याबदल तुम्हा गोतापासी आलो आहे आपली हकिकती यैसी आहे मोर्तब सुद [**मोर्तब सुद** असा षट्कोनी मोर्तब]

(भो)गवटा नाही याच्या कोण्ही खादले नाही नीलकंठरायाने जुलूम करून आपला परण्डा होता ते समई मौजे पांडे कानभटास दिल्हे होते त्याजवेगला भोगवटा काही नाही आपले साता पिढियांत जरी याचा गोही साक्ष भोगवटा (असेल) तरी आपण वृतीवे (गला)

येणेप्रमाणे हरदोजणानी तकरिरा करून तपसिले हकिकती जाहिर केली यावरी सभानायेकी गोतविदमाने तह केला कीं उभेवर्गाने तकरिरा केल्या आहेती यास खरेंखोटें निवडून हरदोजणाचा विभाग करावयास हक हमशाही व कोनेकुटे व

सदरहू सा गावाचे मोकदम व चौगुले बारा बलुते यांजवरी शफत घालून वतनाची हकिकती भोगवटे मनास आणून वाटे करावे यैसा तह करून हरदो वादियास पुसिले जें तुम्ही हकिकती सांगितली यैसियासी याचा खरेंखोटें यैसा निस्चये कासियावरून कोणे रवेसीचा करावा उभेवर्ग वादी बोलिले जे तुम्ही स्थली माहापृस्निक गोत आहा व साहीं गावीचे मोकदम व चौगुले व बलुते व हमशाही गोत मेलउनु श्री [मोकळी जागा] केदारेस्वराच्या देवलांत घालुनु त्याचे माथां बेल अंगारे टाकून ते आपल्या सत्यें जे सांगतील त्यावरून भोगवटे साक्षी वतनाची हकिकती मनास आणून तुम्ही गोत समस्त धर्मता कराल तेणेप्रमाणे वर्तोन यैसे बोलिले यावरी सभानायक गोताने सदरहू सा गावीचे मोकदम व चौगुले व बलुते यास पत्रें लेहोनु गोतपतीस बोलाऊ पाठविले ते बोलिले जे पेसजी हरदोजणाचे निवाडे गोही साक्ष होऊनु देसमुख xxx

[यापुढील काही बंद मिळाले नाहीत. शेवटचा बंद पुढीलप्रमाणे]

व उपाध्यपण व झाडझाडोरा व पानमान व घरवाडा व कुल हकलाजिमा वृतीसमंधे xxx ये आहे तो दोठाई वाटे करून निमे अंताजी बाबाजीने खावे व निमे पदमाजी कृष्ण याणे खावे येणेप्रमाणे वाटे करून दिल्हे असेत याउपरी हरदोजणानी मागील कुसूर टाकून गंगाजल होऊन वाटेप्रमाणें विभाग खाऊन सुखे आपलाली घरें करून लेकराचे लेकरी परंपरा नांदावे येणेप्रमाणे गोतपतीने धर्मता निवाडा होऊन महजर जाला आहे यास पुढे हरदोजणामधे जो कोण्ही कुसूर करून हिलाहरकती करील तो गोताचा खोटा व दिवाणीचा गुन्हेगार त्यास वृतीसी संमध नाही व पुढें याचे परंपरा चालावयास राजमुद्रा जो कोण्ही होईल त्याणे सदरहू निवाडियाप्रमाणे हरदोजणास वर्तवावे यास कोण्ही हिंदू ब्राह्मण अगर मऱ्हाठे होउनु मोडील त्यास वाराणसीस गाये मारिलियाचे पातक असे व मुसलमान होउनु मोडील त्यास मकेस सोर मारिलियाची सौगंद असे तरी हे केले कोण्ही न मोडणे हरदोजणास लेकराचे लेकरी सदरहू तहनामा जाला आहे त्याप्रमाणे हरदोजणास वर्तवावे हा महजर सही मोर्तब सुद [**मोर्तब सुद** असा षट्कोनी मोर्तब]

बिकलम गोविंद रघुनाथ धडफले
दफ्तरदार दिा सुभा
राजश्री प्रतापराऊ सरनौबत

टीप

हा महजर कडतोजी उर्फ प्रतापराव गुजर यांच्या उपस्थितीत झाला आहे. पूर्ण महजर

मिळाला नाही. त्याचे फक्त चार बंद मिळले. पहिला बंद मिळाला नाही. तो मिळाला असता तर त्यावर प्रतापरावाचा शिक्का मिळाला असता.

महजराच्या हाजिर मजालसीतील काही व्यक्तींचा परिचय पुढीलप्रमाणे :

संताजी बोबडे - याचा उल्लेख शिवाजी महाराजांच्या सैन्यातील अधिकारी म्हणून खेडेबाऱ्याच्या देशपांड्यांच्या करिन्यात आला आहे. (पुरंदरे दफ्तर, खंड ३, पृ. १३८.)

साऊजी मोहिते - सभासद बखरीच्या शेवटी शेवटी शिवाजी महाराजांच्या सेनाधिकाऱ्यांची यादी आहे. तिच्यात सावजी मोहिते आहे. (सभासद बखर, पृ. ९८.)

संताजी जगथाप - सभासद बखरीतील यादीत याचे नाव आहे. शिवाय राघो बल्लाळ याच्या १६ जुलै १६७२ च्या एका जाबित्यात, शिवाजी महाराजांच्या उपस्थितीत पाली येथे झालेल्या १ फेब्रुवारी १६७६ या तारखेच्या एका महजराच्या हाजिर मजालसीत, आणि हंबीरराव मोहिते याने शिवाजी महाराजांच्या निधनानंतर लिहिलेल्या एका पत्रात, याचा उल्लेख आहे. (राजवाडे, खंड १८, पृ. ३७; शिवछत्रपतींची पत्रे, पृ. २५८; शि. च. सा., खंड १२, लेखांक ७.)

खंडोजी जगथाप - सभासद बखरीतील यादीत याचे नाव आहे आणि राघो बल्लाळ याच्या १६ जुलै १६७२ या तारखेच्या जाबित्यातही आहे. (सभासद बखर, पृ. ९८; राजवाडे, खंड १८, पृ. ३७.)

खंडोजी वाग (वाघ) - शिवाजी महाराजांच्या उपस्थितीतील १ फेब्रुवारी १६७६ या तारखेच्या महजराच्या हाजिर मजालसीत खंडोजी वाघ आहे. (शिवछत्रपतींची पत्रे, पृ. २५८.)

हाजिर मजालसीच्या डाव्या रकान्यात ज्या सात जुमलेदारांची नावे आहेत त्यांपैकी खंडोजी वाघ वगळता बाकीच्या जुमलेदारांपैकी प्रत्येकाच्या नावापुढे तो कोणत्या गावचा मोकदम ते नमूद केले आहे; म्हणजेच या सातांपैकी सहाजण पाटील आहेत. शिवाजी महाराजांनी सामान्य माणसांमधून आपले सैन्य निर्माण केले. ते करीत असताना अधिकारी म्हणून ज्यांची नेमणूक करायची त्यांना नेतृत्व करण्याचा काही अनुभव असणे सोईचे ठरले असते. मोकदम उर्फ पाटील गावाचा नेताच असतो. सात जुमलेदारांपैकी सहाजण मोकदम का आहेत ते यावरून लक्षात येईल. या सात जुमलेदारांपैकी तीनजण पुणे परगण्यातील गावांचे मोकदम आहेत आणि तीनजण अनुक्रमे फलटण, कऱ्हाड व चांभारगोंदे या परगण्यांमधील गावांचे मोकदम आहेत; खंडोजी वाघ याचे गाव ठाऊक नाही. फलटण, कऱ्हाड व चांभारगोंदे हे परगणे शिवाजी महाराजांच्या ताब्यात नव्हते. तरीदेखील त्या परगण्यांमधील गावांचे मोकदम महाराजांच्या सैन्यात अधिकारी आहेत ही गोष्ट लक्षणीय आहे. त्यांच्या मोकदम्या बहुधा त्यांचे कोणी भाऊबंद चालवीत असतील.

हाजिर मजालसीच्या उजव्या रकान्यात येसाजी जाधव व दिबाजी भांडवलकर हे "हवालदार पायेगा" आहेत. पायेगा म्हणजे पायदळ. हवालदार पायेगा म्हणजे पायदळाचे हवालदार. उजव्या रकान्यात सर्वात शेवटी नारोजी पवार याचे नाव आहे; तो बारगीरस्वार आहे.

महजरात "वैशाख वदि ९ नवमी शुक्रवार छ २२ जिलकादी" अशी एक तारीख आहे. नेतोजी पालकर इ. स. १६६५ मध्ये महाराजांकडून निघून जाऊन आदिलशाहीला मिळाला. त्यानंतर प्रतापरावाची सरनौबत म्हणून नेमणूक झाली. महजराच्या शेवटी प्रतापराऊ सरनौबत असा उल्लेखच आहे. प्रतापराव २४ फेब्रुवारी १६७४ रोजी धारातीर्थी पडले. म्हणजे, वैशाख वद्य ९, शुक्रवार, २२ जिल्काद ही तारीख १६६६ ते १६७३ या दरम्यानची असली पाहिजे. ती कोणत्या वर्षाशी जुळते हे पुढील यादीवरून लक्षात येईल.

शक १५८८ :	वैशाख वद्य ९, गुरुवार = २२ जिल्काद. इ. स. १६६६.
शक १५८९ :	वैशाख वद्य ९, सोमवार = २२ जिल्काद. इ. स. १६६७.
शक १५९० :	वैशाख वद्य ८, शुक्रवार = २२ जिल्काद. इ. स. १६६८. (वैशाख वद्य ९ चा लोप)
शक १५९१ :	वैशाख वद्य १०, शुक्रवार = २३ जिल्हेज. इ. स. १६६९. (वैशाख वद्य ९ चा लोप)
शक १५९२ :	वैशाख वद्य ९, मंगळवार = २१ जिल्हेज. इ. स. १६७०.
शक १५९३ :	वैशाख वद्य ९, सोमवार = २२ मुहर्रम. इ. स. १६७१.
शक १५९४ :	वैशाख वद्य ९, शनिवार = २३ मुहर्रम. इ. स. १६७२.
शक १५९५ :	वैशाख वद्य ९, बुधवार = २२ मुहर्रम. इ. स. १६७३.

यांपैकी शक १५९१ ते १५९५ या वर्षांमध्ये वैशाख महिना जिल्काद महिन्याशी जुळतच नाही; त्यामुळे ती वर्षे बाद होतात. शक १५८९ ला वार खूपच लांबचा पडतो (शुक्रवारऐवजी सोमवार); त्यामुळे ते वर्षही बाद होते. राहिली शक १५८८ व १५९० ही दोन वर्षे. वैशाख वद्य ९, शक १५८८, २२ जिल्काद ही तिथी गुरुवार, १७ मे १६६६ या तारखेशी जुळते. शिवाजी महाराज तेव्हा आग्र्याजवळ पोचले होते. शक १५९० मध्ये, खरे जंत्रीनुसार, वैशाख वद्य ९ चा लोप होता. पण निरनिराळ्या पंचांगांमध्ये तिथीची वृद्धी किंवा लोप या बाबतींत थोडाबहुत फरक पडू शकतो. वार विचारात घेतला तर ती तिथी त्या वर्षी २२ जिल्काद, शुक्रवार, २४ एप्रिल १६६८ शी जुळते. तत्पूर्वी महाराजांनी आग्र्याहून सुटून आल्यावर औरंगजेबाशी तह केला होता. त्यानंतर ५ ऑगस्ट १६६८ रोजी प्रतापराव औरंगाबादला जायला निघाले. (जेधे शकावली - शिवचरित्रप्रदीप, पृ. २४.)

वैशाख वद्य ९, शुक्रवार, २२ जिल्काद या दिवशी केदारेश्वराच्या देवळात वादीप्रतिवादींचे राजीनामे घेतले आणि नंतर केदारेश्वराच्या देवळातच साक्षी घ्याव्यात असे वादीप्रतिवादींनी

सांगितले असे महजरात म्हटले आहे. शिरवळ येथील केदारेश्वराच्या देवळात दिव्य झाल्याची उदाहरणे आहेत. (शि. च. सा., खंड १, पृ. १०, १३, १६.) तेच या महजरातील केदारेश्वराचे देऊळ असले पाहिजे. शिरवळचे देशमुख-देशपांडे महजराच्या हाजिर मजालसीत आहेतच. शिरवळ येथे केदारेश्वराचे देऊळ अद्यापही आहे.

प्रतापरावांचे एकच पत्र यापूर्वी प्रकाशित झाले आहे आणि त्याच्या शेवटी मोर्तब सुद असा चौकोनी मोर्तब आहे. (शि. च. सा., खंड ११, लेखांक ४४.) या महजरात ठिकठिकाणी व शेवटी मोर्तब सुद असे जे षट्कोनी मोर्तब उमटविलेले आहेत ते प्रतापरावांचेच असावेत असे वाटते. मात्र शि. च. सा., खंड ११, लेखांक ४४ म्हणून छापलेल्या पत्राच्या शेवटी उमटविलेला मोर्तब चौकोनी आहे ("चौ.मो.") असे त्या खंडाच्या संपादकांनी म्हटले आहे; इथे छापलेल्या महजरातील मोर्तब षट्कोनी आहे.

महजरात प्रतापरावांचा उल्लेख "कडतोजी गुजर सभानायक" असा आला आहे आणि महजर "प्रतापराऊ सरनौबत" याचा दफ्तरदार गोविंद रघुनाथ धडफळे याच्या हस्ताक्षरात आहे अशा अर्थाचा शेरा महजराच्या शेवटी आहे. कडतोजी गुजर याला प्रतापराव असे नाव ठेवून (म्हणजे किताब देऊन) सरनौबती दिली असे सभासद बखरीत (पृ. ५५) सांगितले आहे. दिलेरखान, बहादुरखान व महाबतखान यांनी पुणे घेतले आणि तिथे शिवाजीचा लेफ्टनंट जनरल कडतोजी गुजर ('Curtage Goodier') यास ठार मारले असा उल्लेख मुंबईहून सुरतेला पाठविण्यात आलेल्या २० जून १६७२ या तारखेच्या पत्रात आहे. (इंग्लिश रेकॉर्ड्स ऑन शिवाजी, खंड १, लेखांक २८८.) ती बातमी चुकीची होती पण प्रतापरावांचे नाव कडतोजी होते ही इंग्रजांना मिळालेली माहिती बरोबर होती. उपलब्ध मराठी कागदपत्रांमध्ये त्यांचे ते नाव प्रथम या महजरातच आले आहे असे वाटते.

महजर अंताजी बाबाजी व पद्माजी कृष्ण यांच्यात सहा गावांच्या वतनाविषयी जो वाद होता त्याबद्दल आहे. वतन कसले ते महजराच्या उपलब्ध बंदांमध्ये नमूद नसले तरी ते कुलकर्णाचे वतन असले पाहिजे असा तर्क करता येईल. लाळे (लाले) घराण्यात पुणे परगण्याच्या नीरथडी तर्फेतील किकवी, केंजळ, पांडे, सावरदरे, राजापूर व आणखी एक अशा सहा गावांच्या ज्योतिष-कुलकर्णाविषयी वाद होता असे काही कागदपत्रांवरून दिसून येते. (पेशवे दप्तरांतून निवडलेले कागद, खंड ३१, लेखांक ४० आणि काही अप्रकाशित कागद.) इथे छापलेला महजर त्या वादाविषयीचा आहे.

⌘⌘⌘

मोडी विभाग

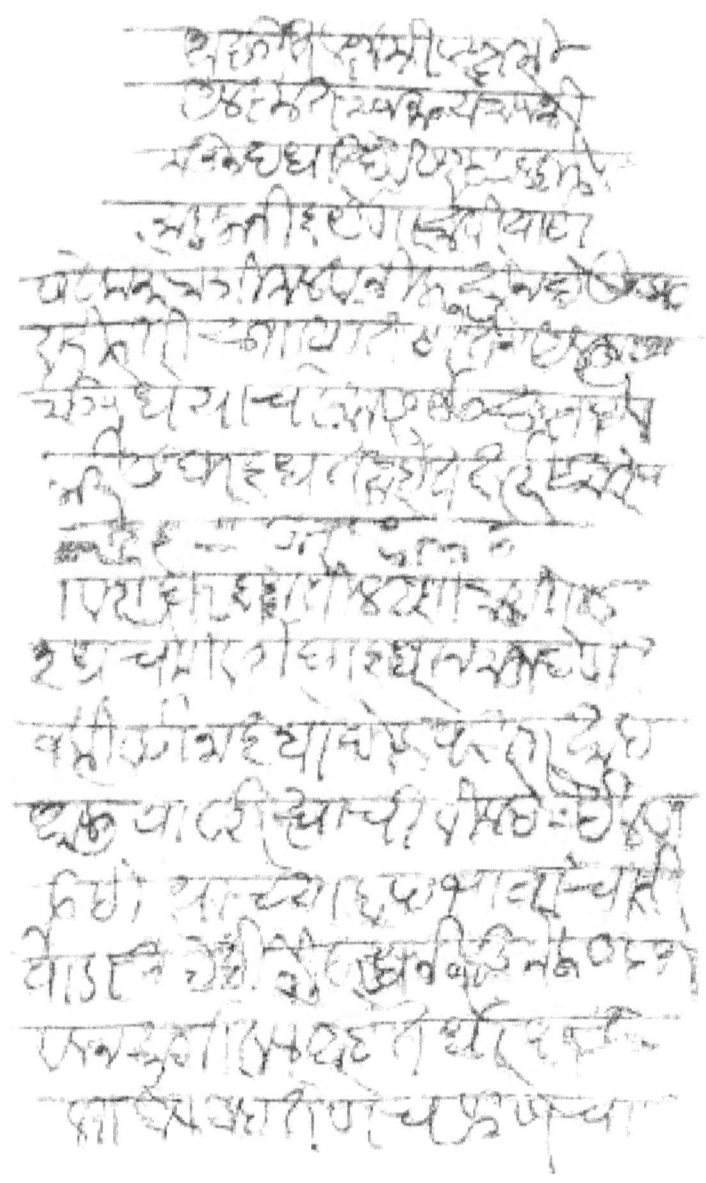

लेखांक ३

पुढील पानावर चालू ...

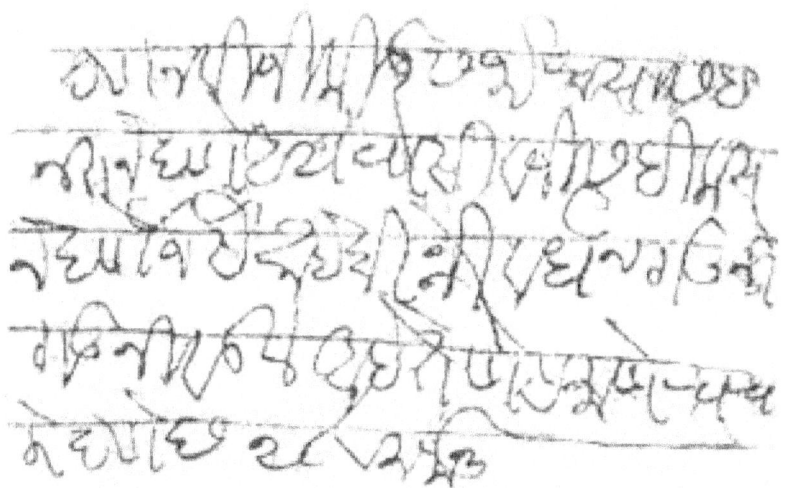

लेखांक ३

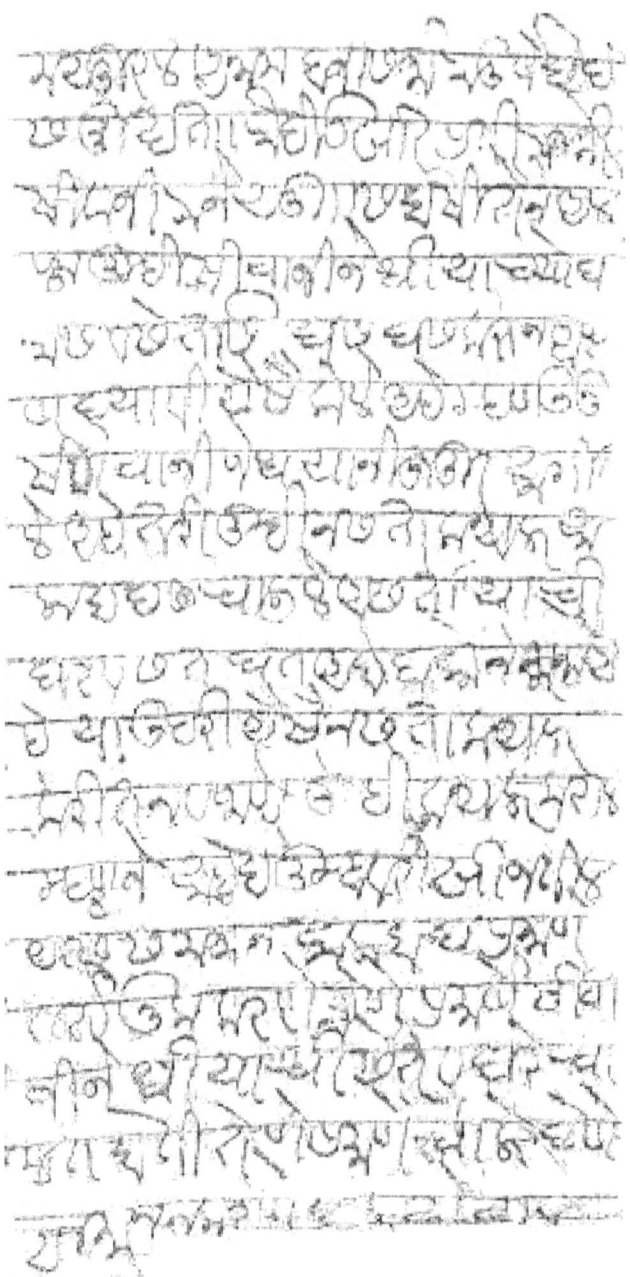

लेखांक ४

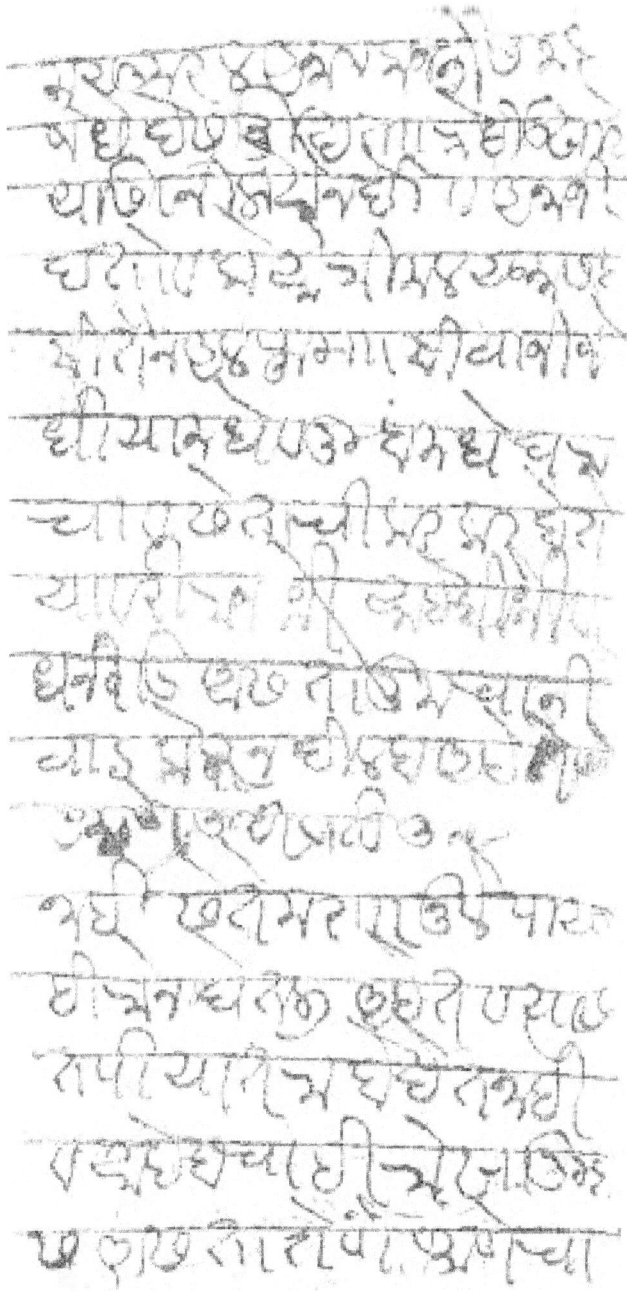

लेखांक ५

पुढील पानावर चालू ...

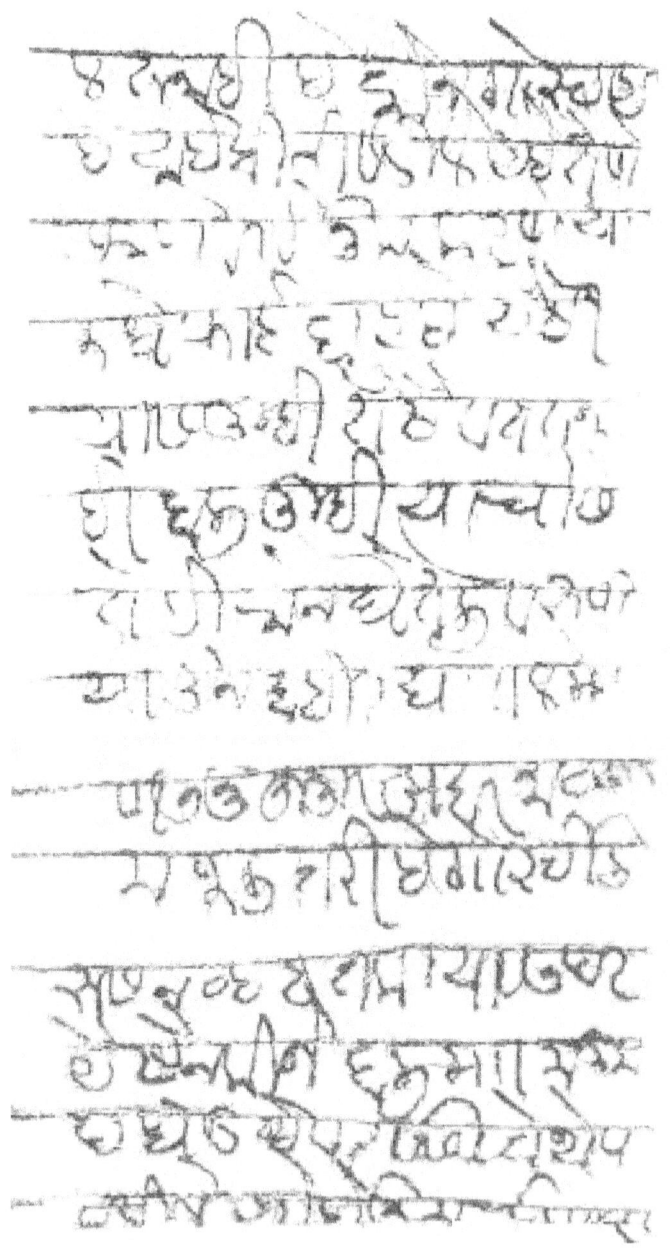

लेखांक ५

पुढील पानावर चालू ...

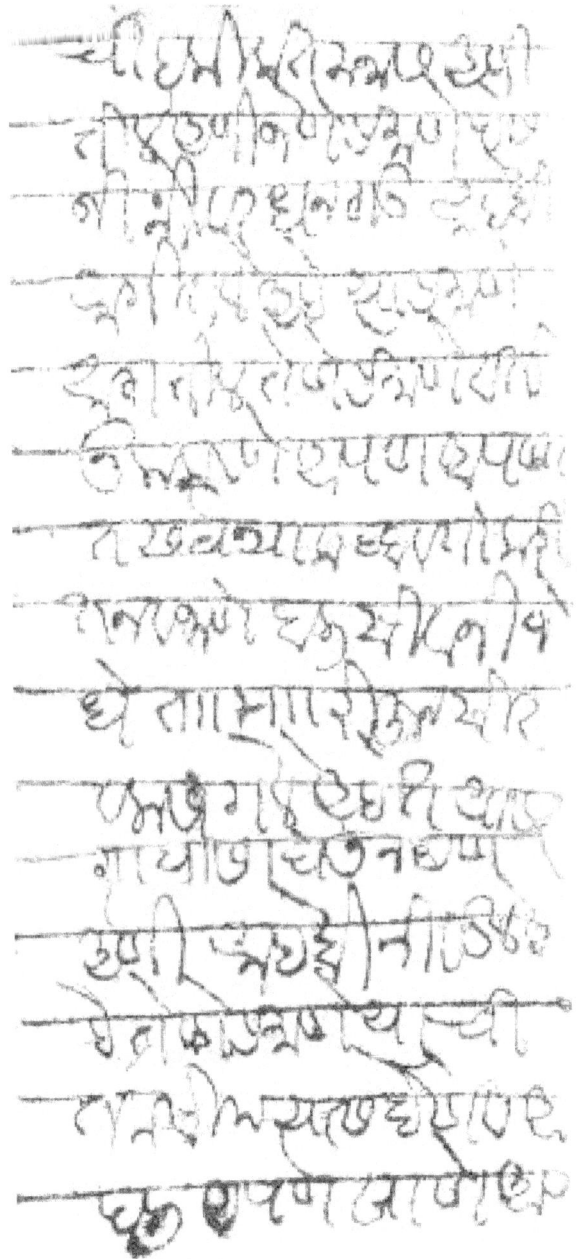

लेखांक ५

पुढील पानावर चालू ...

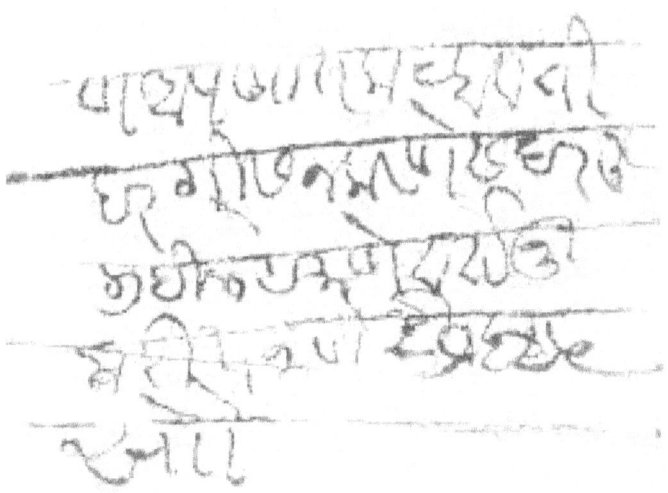

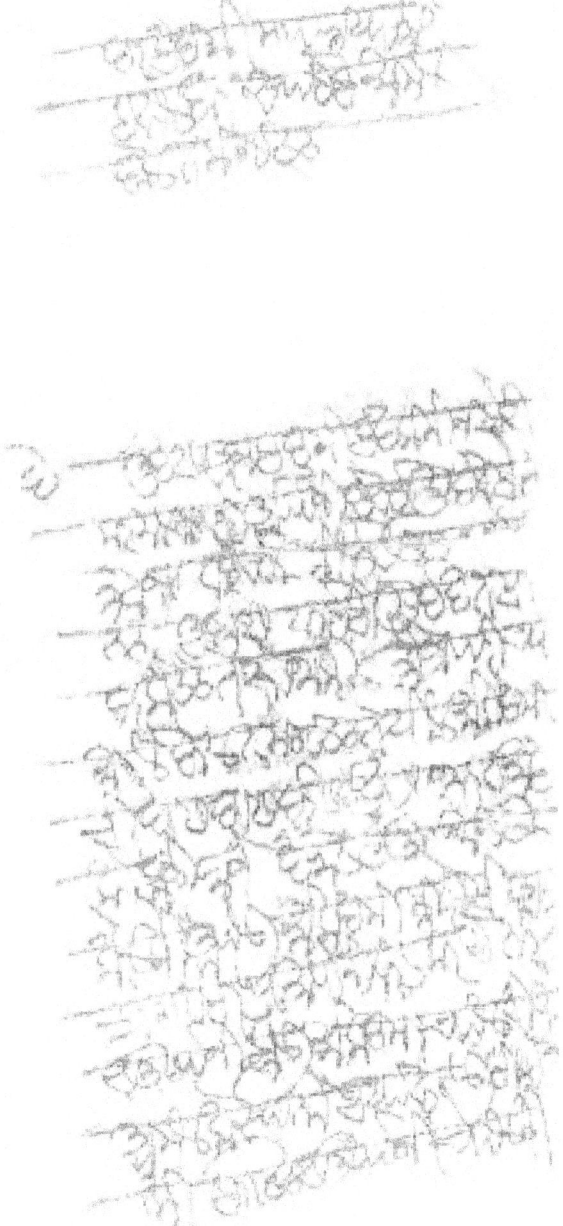

लेखांक १५

पुढील पानावर चालू ...

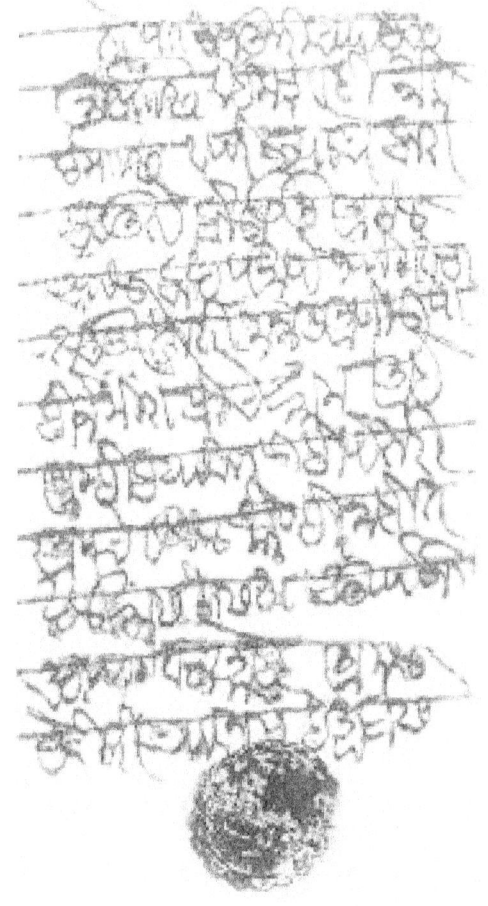

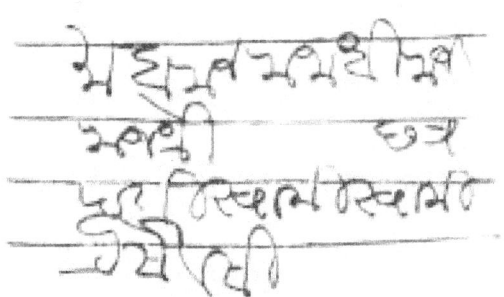

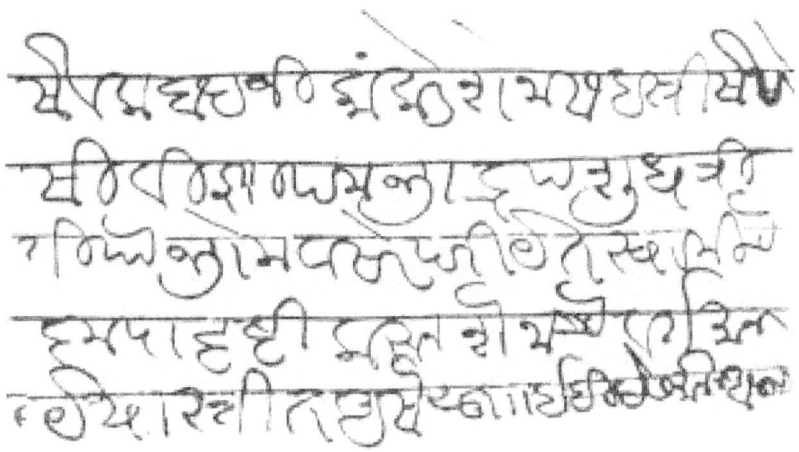

लेखांक ३४

पुढील पानावर चालू ...

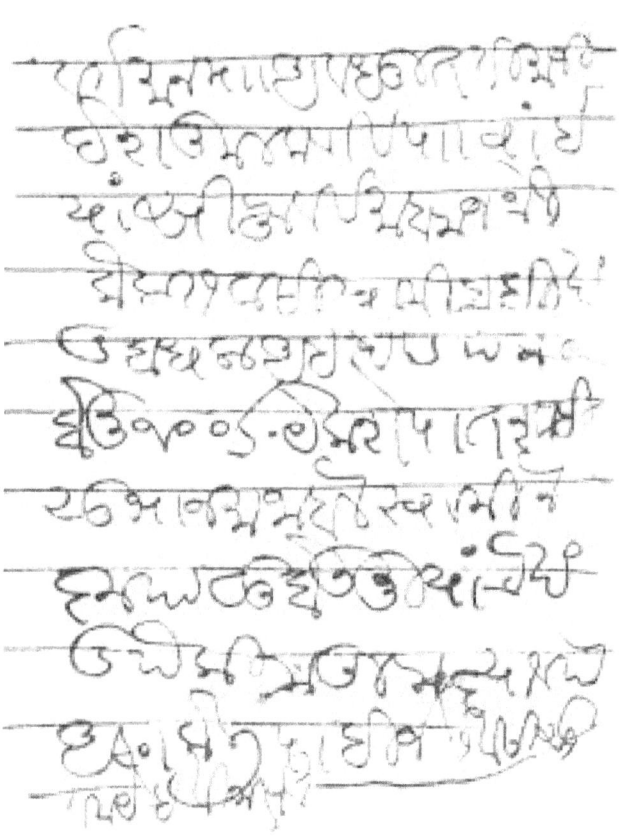

लेखांक ३४

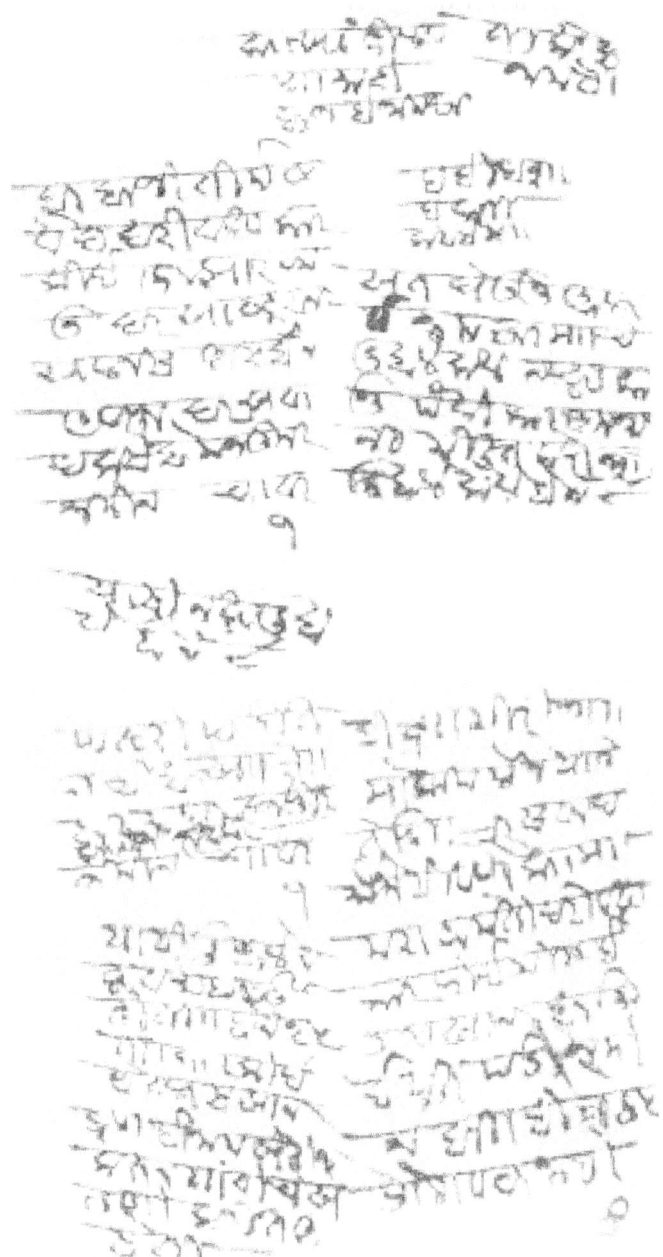

लेखांक ५६

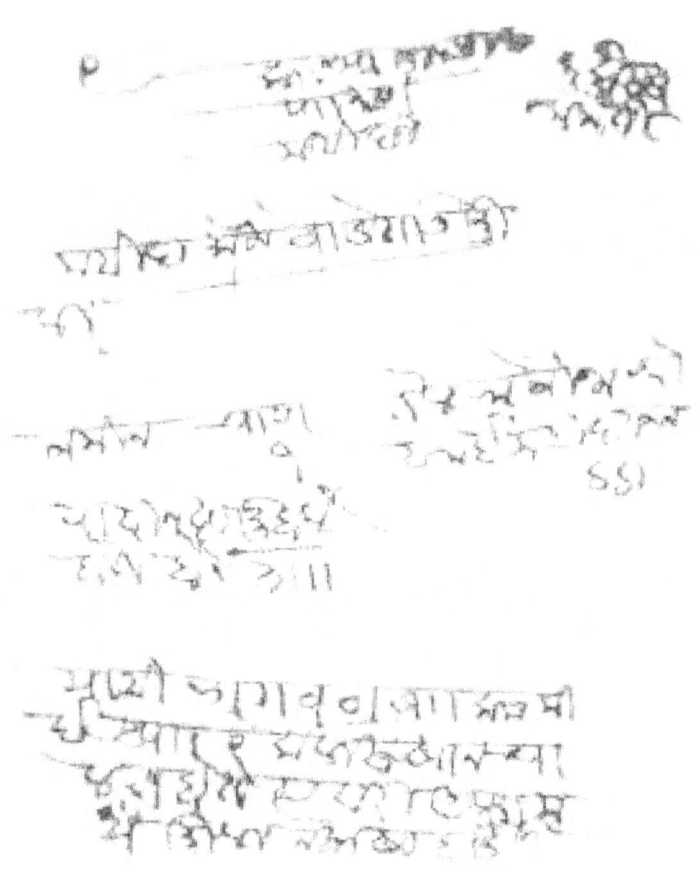

लेखांक ५७

पुढील पानावर चालू ...

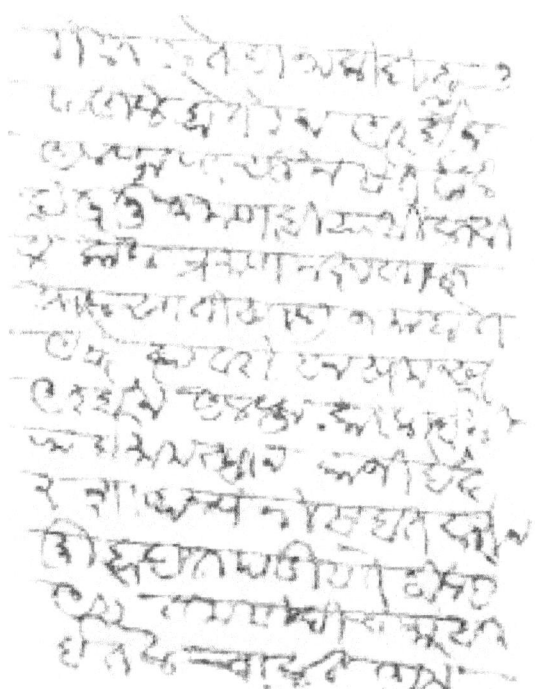

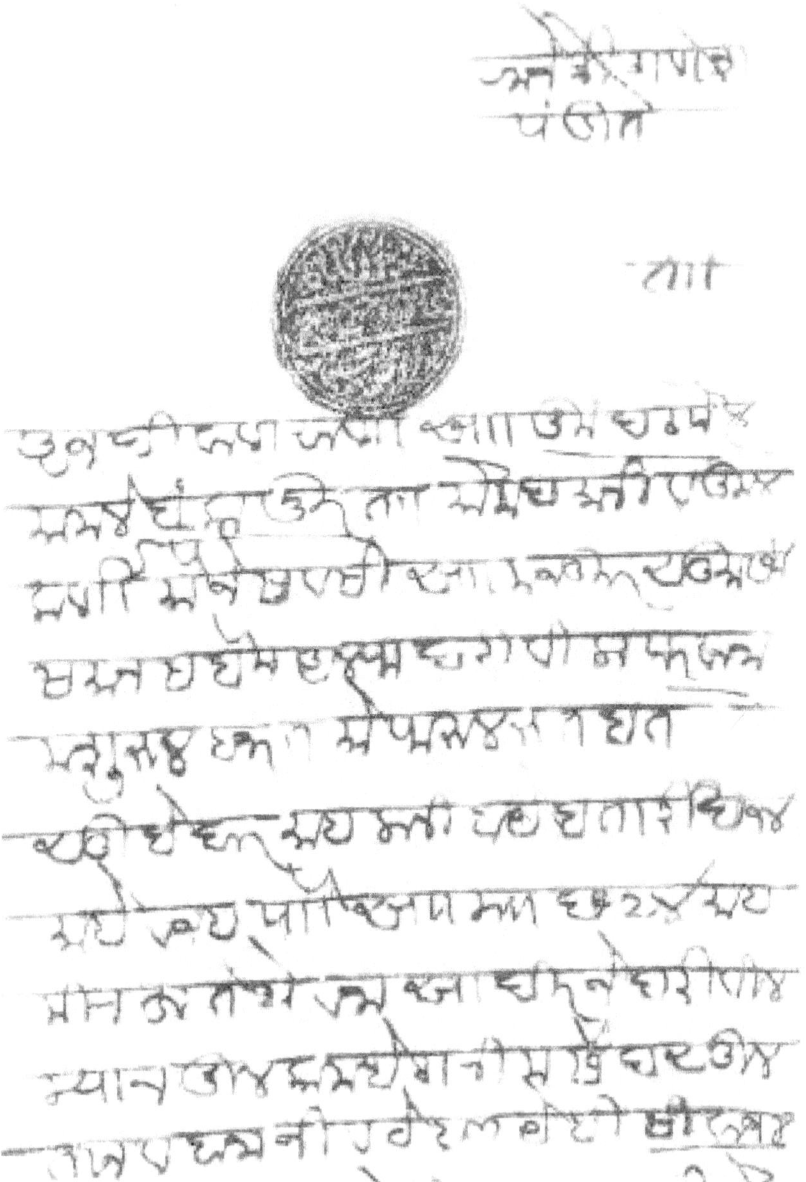

अनेरिगणेश
पंशोत

ताा

उनरीदला जला स्राउमे चप्पेर
समर्थ हतुकेता औेधअरीएखेर
दरि ग्रेडेछणेीखा ख्लेोखड्रेज
घरा घघेमएस्पाचगारी जफडल
महुारूघका संपस्लस्त जहत
स्वेदेचल खरूझला पढघतादिख्व
महेरुझ पाख्खा मा छर२रूद्य
मानऊतामे झ झा पद्लेचारीणे
ख्वानजारडस्रीमानीस हैं चढछेड
ताारएच्चनोरपेलकेलो घेद्रख
पेचर्खाव्य तांचेतेंपर ख्ालपछीफ्रे

पुढील पानावर चालू ...

लेखांक ६७

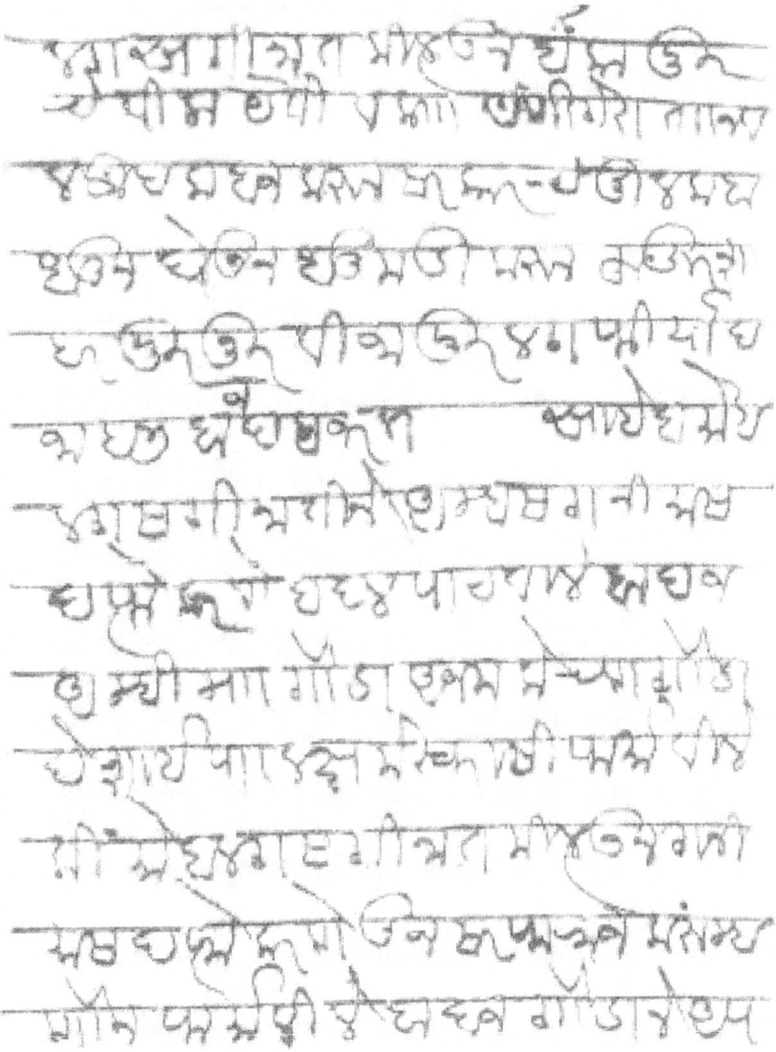

पुढील पानावर चालू ...

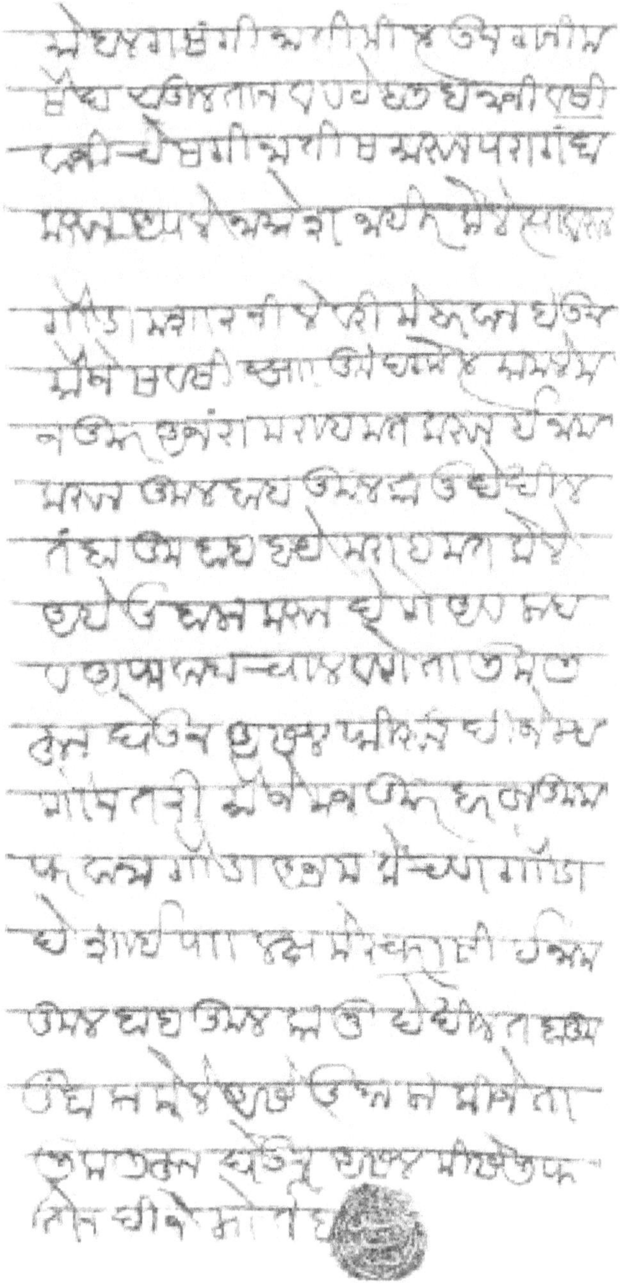

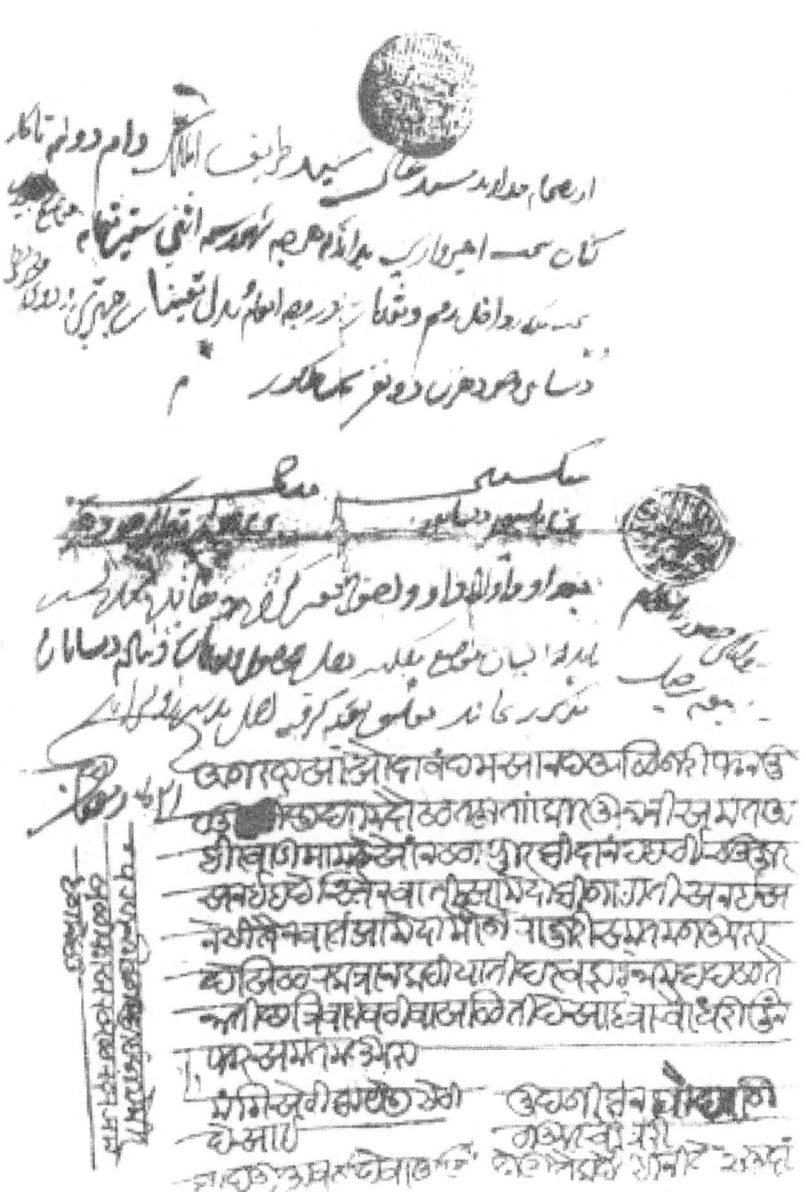

लेखांक ९१

पुढील पानावर चालू ...

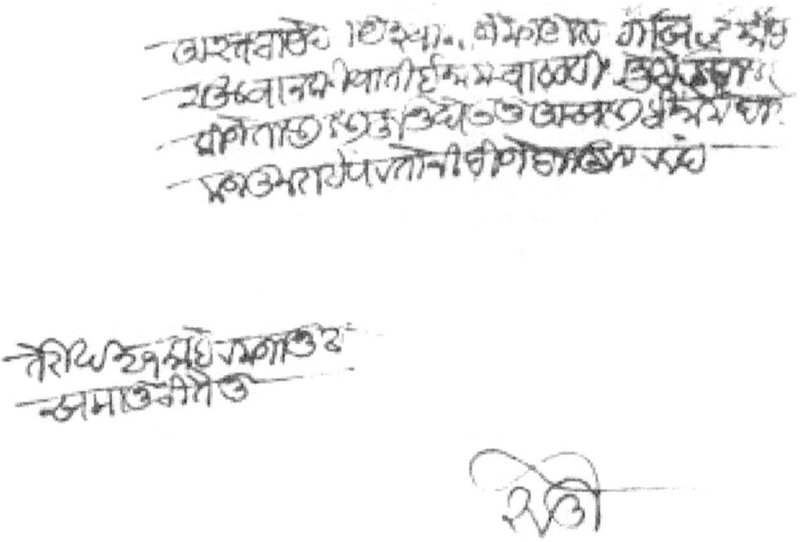

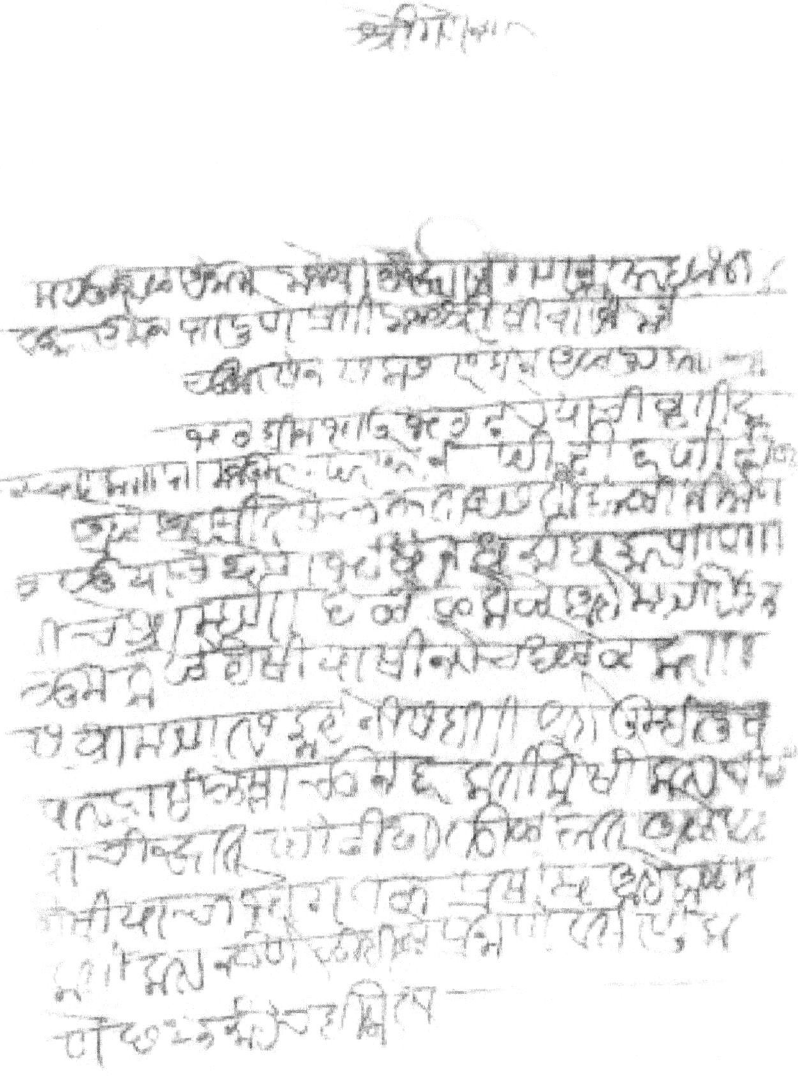

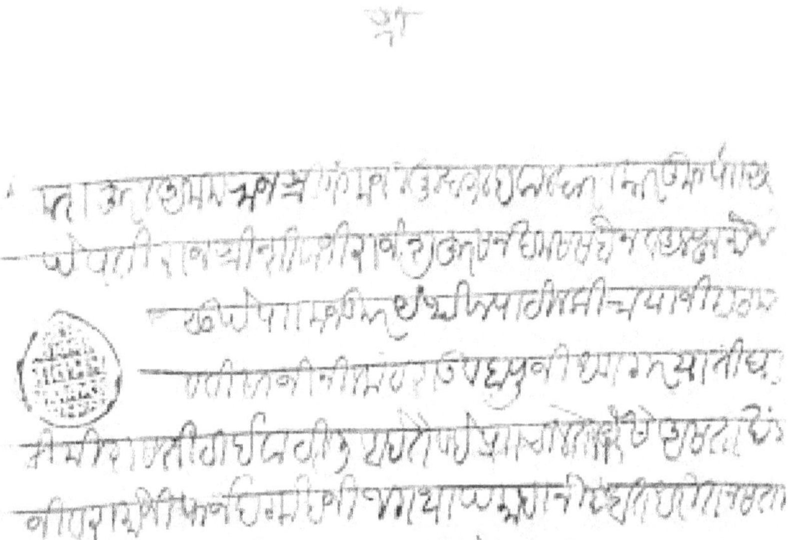

श्री

[हस्तलिखित मजकूर - वाचनीय नाही]

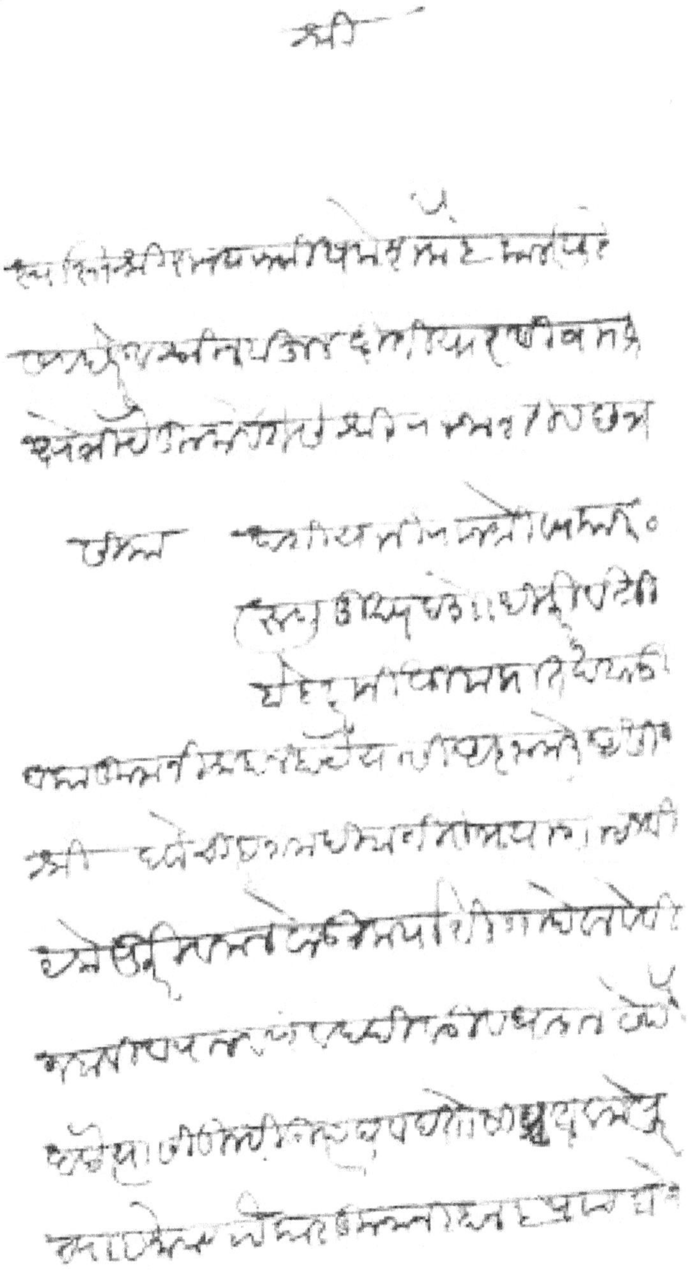

श्री

[हस्तलिखित मजकूर - मोडी लिपी]

पुढील पानावर चालू ...

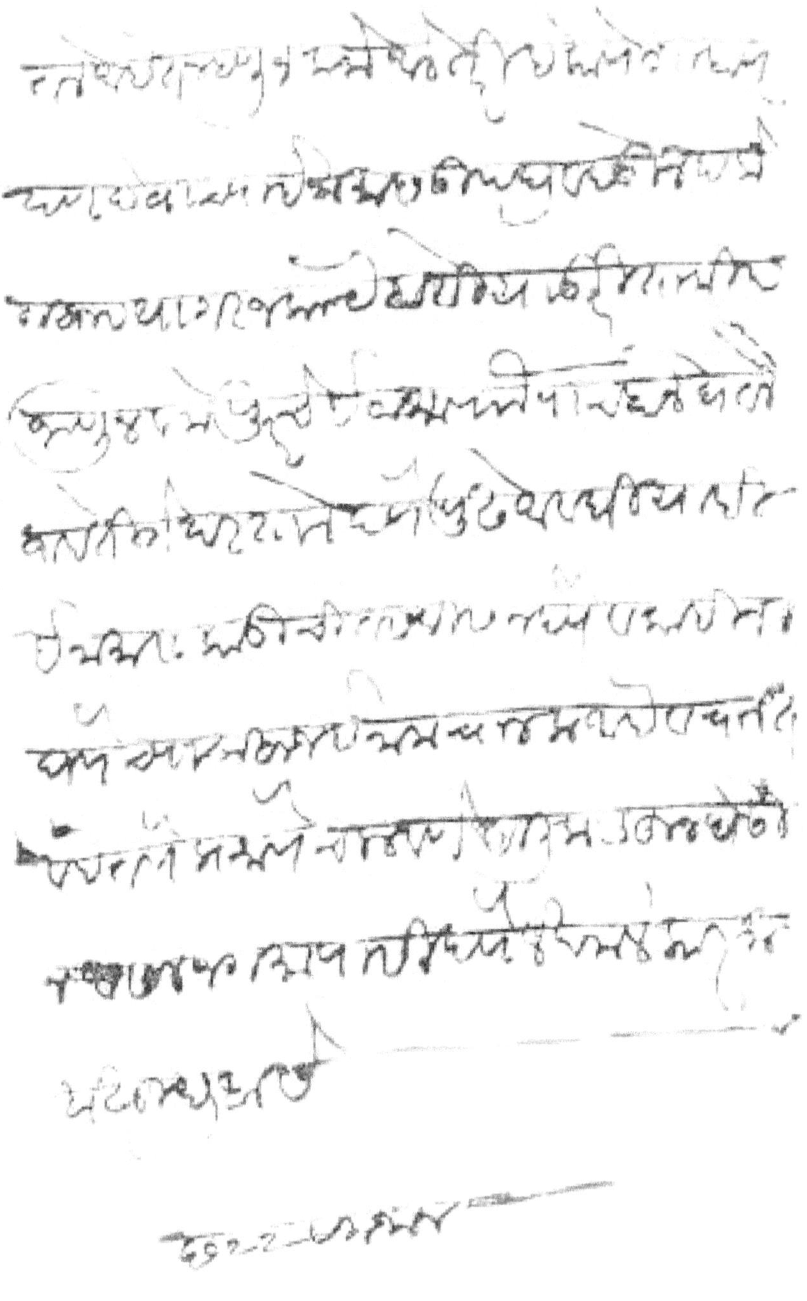

लेखांक १०६

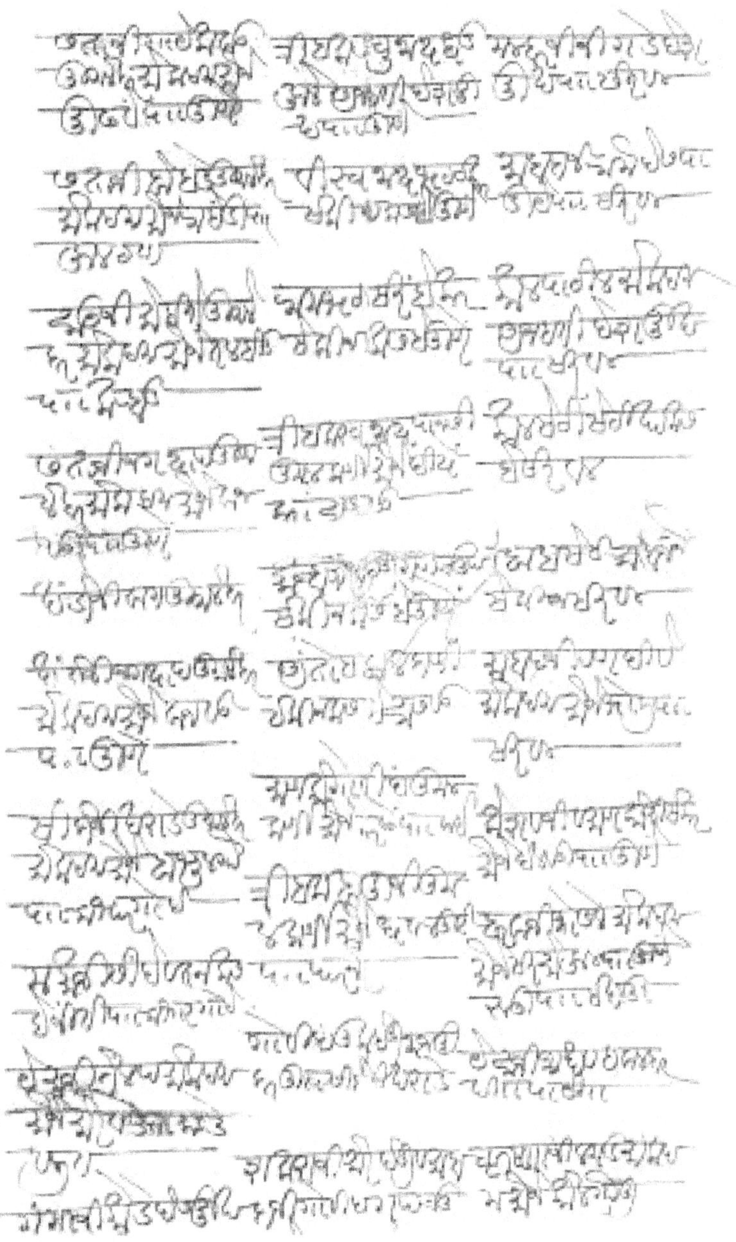

लेखांक ११५ (एक बंद)

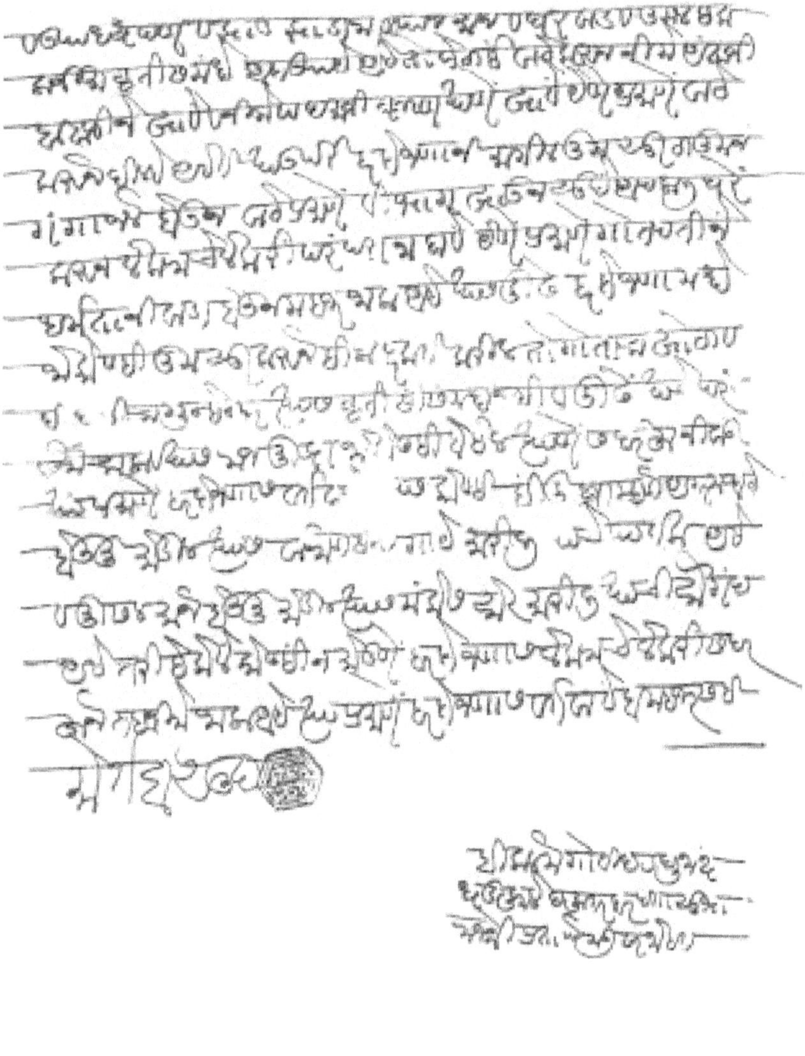

लेखांक ११५ (शेवटचा बंद)

लेखांकांची कालानुक्रमे सूची

अनु क्रमांक	तारीख	लेखांक
१	१५ जून १५६०	९१
२	११ सप्टेंबर १५७१	९२
३	३१ ऑक्टोबर १६०४	९३
४	इ.स. १६१८-१९	९४
५	इ.स. १६२२-२३	६२
६	२६ जानेवारी १६२८	९५
७	इ.स. १६२९-३०	६५
८	९ डिसेंबर १६३४	१६
९	१ एप्रिल १६३९	११
१०	११ जून १६४२	९६
११	३० ऑगस्ट १६४२	४३
१२	इ.स. १६४२-४३	५६
१३	इ.स. १६४३-४४	१
१४	इ.स. १६४४-४५	५८
१५	इ.स. १६४४-४५	५७
१६	इ.स. १६४५-४६	५९
१७	इ.स. १६४५-४६	६०
१८	१ जून १६४६	१८
१९	इ.स. १६४७-४८	९७
२०	इ.स. १६४९-५०	१७
२१	१७ ऑक्टोबर १६५१	९८
२२	१२ मे १६५४	४४
२३	१० ऑगस्ट १६५५	२
२४	५ डिसेंबर १६५५	९९
२५	इ.स. १६५७-५८	६९
२६	२५ सप्टेंबर १६५८	१२
२७	९ ऑक्टोबर १६६१	३३

२८	१४ ऑगस्ट १६६४	७१
२९	इ.स. १६६४-६५	७०
३०	१ जानेवारी १६६५	७३
३१	२६ मे १६६५ किंवा १५ मे १६६६	४५
३२	३ ऑगस्ट १६६५	४६
३३	२४ ऑगस्ट १६६५	४७
३४	७ ऑक्टोबर १६६५	४८
३५	७ ऑक्टोबर १६६५	४९
३६	९ डिसेंबर १६६५	५०
३७	२५ मार्च १६६६	३
३८	७ एप्रिल १६६६	५१
३९	१६ एप्रिल १६६६	५२
४०	१९ एप्रिल १६६६	५३
४१	२१ एप्रिल १६६६	५४
४२	२५ एप्रिल १६६६	५५
४३	इ.स. १६६६-६७	७२
४४	२२ मार्च १६६७	४
४५	१० एप्रिल १६६७	५
४६	२४ मार्च १६६९	६
४७	३० जून १६६९	७
४८	इ.स. १६६९-७०	१००
४९	२८ जानेवारी १६७१	१०१
५०	९ जुलै १६७२	१०२
५१	इ.स. १६७३-७४	१०३
५२	२७ जून १६७४	१०४
५३	६ जानेवारी १६७५	१३
५४	६ जानेवारी १६७५	१०५
५५	९ ऑक्टोबर १६७६	८
५६	२३ जानेवारी १६७७	६६
५७	इ.स. १६७७-७८	६७
५८	२२ सप्टेंबर १६७८	१०६
५९	१६ ऑक्टोबर १६७८	२५

६०	२० डिसेंबर १६७८	३१
६१	१७ ऑगस्ट १६८०	३४
६२	८ जुलै १६८१	२३
६३	१३ एप्रिल १६८३	१०७
६४	२८ नोव्हेंबर १६८४ ते २७ डिसेंबर १६८४	३५
६५	इ.स. १६८४-८५	७५
६६	२७ जुलै १६८५	१०८
६७	६ डिसेंबर १६८५	१०९
६८	१९ मार्च १६८६	६८
६९	जुलै-ऑगस्ट १६८७	११०
७०	३ ऑगस्ट १६८७	१११
७१	१९ ऑगस्ट १६८७	७६
७२	इ.स. १६८७-८८	७७
७३	१५ डिसेंबर १६८८ ते १२ जानेवारी १६८९	६३
७४	१३ जानेवारी १६८९	७८
७५	१३ जानेवारी १६८९	७९
७६	१९ मार्च १६९०	३६
७७	३० डिसेंबर १६९०	३७
७८	इ.स. १६९०-९१	१९
७९	इ.स. १६९०-९१	८०
८०	३० जानेवारी १६९१	११२
८१	३१ मार्च १६९१	८१
८२	३० नोव्हेंबर १६९१	८२
८३	इ.स. १६९१-९२	८३
८४	८ मार्च १६९२	३२
८५	२७ जून १६९२	२०
८६	१५ ऑगस्ट १६९३	११३
८७	इ.स. १६९३-९४	८४
८८	२९ जून १६९४	३८
८९	२९ डिसेंबर १६९५	८५
९०	इ.स. १६९५-९६	८६
९१	इ.स. १६९६-९७	८७

९२	इ.स. १६९६-९७	८८
९३	३१ जुलै १६९७	३९
९४	२२ एप्रिल १६९८	८९
९५	२ मे १६९८	९०
९६	२९ ऑक्टोबर १६९८	४०
९७	३ जून १६९९ किंवा २३ मे १७००	६४
९८	२८ जून १६९९	२७
९९	१९ ऑक्टोबर १६९९	२१
१००	९ डिसेंबर १६९९	२८
१०१	इ.स. १६९९-१७००	२६
१०२	४ सप्टेंबर १७००	४१
१०३	३० ऑक्टोबर १७००	२४
१०४	१० डिसेंबर १७००	२९
१०५	२० डिसेंबर १७००	११४
१०६	२६ डिसेंबर १७००	३०
१०७	तारीख नाही	९
१०८	तारीख नाही	१०
१०९	वर्ष नाही	१४
११०	तारीख नाही	१५
१११	तारीख नाही	२२
११२	तारीख नाही	४२
११३	तारीख नाही	६१
११४	तारीख नाही	७४
११५	तारीख नाही	११५

शब्दार्थ

(ज्या शब्दांचे अर्थ ऐतिहासिक शब्दकोश व मोल्सवर्थचा कोश या कोशांमध्ये आणि या खंडांच्या टीपांमध्ये दिलेले आहेत ते शब्द इथे घेतलेले नाहीत. बहुतेक शब्द अरबी-फार्सी भाषांमधून आलेले आहेत. इथे दिलेले त्यांचे अक्षरविन्यास व अर्थ हे मराठीत जसे रूढ होते तसे दिले आहेत; ते मूळ भाषेशी जुळतीलच असे नाही.)

अज - पासून, कडून.

अज रख्तखाने राजेश्री तुकोजीराजे पांढरे= राजश्री तुकोजीराजे पांढरे यांच्या कचेरीतून (लेखांक १०३).

अज्‌दाद - वाडवडील.

अजहती - प्रतिनिधी.

अराजी - जमीन.

असनादहाये - सनदा.

आतश - आग.

आमिलान - आमिल (अधिकारी)या शब्दाचे अनेकवचन.

अहाली - सामान्य लोक.

आमिशा - हा शब्द कोणत्याच कोशात मिळाला नाही. प्राप्ती असा त्याचा अर्थ असावा असे संदर्भावरून वाटते (लेखांक ३३).

इजतमाब - इज्जतदार.

इप्तदाये - प्रारंभ. अज इप्तदाये = प्रारंभापासून (लेखांक १०८).

इस्तकबाल - भावी. हाल व इस्तकबाल = वर्तमान व भावी (लेखांक ४१).

इस्तकामत - मोकासा, जहागीर (लेखांक ७१).

उजुहाती - करांच्या बाबी. बाजे उजुहाती = करांच्या इतर बाबी (लेखांक ७१).

कतबा - लिखित, पत्र.

करीना - हकीकत.

कर्यात - परगण्याचा उपविभाग

खतबा - खता किंवा खत्ता (म्हणजे नुकसान) या शब्दाऐवजी चुकून खतबा असे लिहिले असावे. (लेखांक ३७).

खत वासिल - पोचपावती.

खुदिस्ते बुनियादी - ज्याचा पाया शुभ मुहुर्तावर घालता आहे असे. ही उपाधी औरंगाबादला मोगलांनी दिली होती. (लेखांक १९).

खुाा दौलतहू - खुल्द अय्याम दौलत हू, म्हणजे त्याचे भाग्य चिरायु राहो. (लेखांक ९४).

खुर्दखत - लहान पत्र असा शब्दशः अर्थ आहे. व्यवहारात इनामाच्या नूतनीकरण्याविषयीच्या वरिष्ठाच्या पत्राला खुर्दखत म्हणत.

खंडणी - महसुलाची रक्कम.

गजशराई - कायद्याला अनुसरून असलेला (लांबी मोजण्याचा) गज.

गर्द - धूळ. गर्देस मेलवणे =धुळीस मिळविणे.

गला - धान्य.

चावर - जमिनीचे एक परिणाम. एक चावर = १२० बिघे.

छ - मुसलमानी तारखेपूर्वी हे अक्षर लिहितात. त्याचा अर्थ चंद्र (तिथी)

असा आहे.

जबनकी - ताबा.

जरीफन मुलुक - हा किताब आहे. राज्यातील बुद्धिमत्ता (किंवा सामर्थ्य) असा त्याचा अर्थ आहे (लेखांक ९१).

जोहार - अभिवादन.

टका - (१) एक चलन. (२) जमिनीचे एक परिमाण. (३) धन, पैसा.

तकदमा - अर्थसंकल्प, आगाऊ दिलेली रक्कम.

ततमा - बाकी, शेष.

तपा - प्रशासकीय विभाग.

तरफ/तर्फ - परगण्याचा उपविभाग.

ताहा - प्रति.

तुवा - तू.

थळपत्र - निवाड्याकरिता नेमून दिलेले ठिकाण ते थळ. तिथून दिलेले निवाडापत्र म्हणजे थळपत्र.

द - पत्रारंभी शुभसूचक म्हणून हे अक्षर लिहितात.

दर बंदगी - सेवेसी.

दरवज इनाम - इनाम म्हणून दिलेले.

दरवझ इनाम - इनाम म्हणून दिलेले.

दरिंवख्त - या वेळी.

दाइम दौलत हू - त्याचे भाग्य चिरायू राहो (लेखांक ९३).

दादे - दिला, दिलेला. दादे कौलनामा यैसा जे = दिला कौलनामा असा की (लेखांक १२).

दाम तायेद हू - त्याचा जोम चिरायू राहो (लेखांक ६५).

दारुल जफर - विजयाचे स्थान. औरंगजेबाने विजापूर जिंकल्यावर त्या शहराला ही उपाधी दिली होती (लेखांक ६४).

दुमाले - हवाली, स्वाधीन. दुमाले करणे = एखाद्याकडे चालू ठेवणे.

दुवल - होनाचा एक सोळांश भाग.

दुंबाला - पहा-दुमाले.

धुरंग - जमिनीची एक प्रत.

नकदियाती - रोख रकमेत द्यावयाच्या कराच्या बाबी.

नख्तयाती - पहा - नकदियाती.

निर्ख - दर, भाव.

नौ व दिगर - नवीन व दुसरे (वेगळे).

पटपटवंग - हा शब्द कोणत्याच कोशात मिळाला नाही. त्याचा अर्थ वादविवाद, कटकट असा असावा असे संदर्भावरून वाटते (लेखांक ६२).

पायेपोश/ पायेपोशी - पादत्राण. कराच्या एका बाबीलाही पायेपोशी म्हणतात.

पेशकशी - कराची एक बाब.

पेस्तरपटी - पुढे जो कर नव्याने लागू होईल तो.

फर्जंद - मुलगा. कालोजी माली फर्जंद माऊ माली = माऊ माली याचा मुलगा कालोजी माली (लेखांक २५).

बखेर - अहवाल, रिपोर्ट.

बंदगी - सेवा.

बंदे - सेवक.

बंदे कमीन - क्षुद्र सेवक.

बयावार/बयाजवार - तपशीलवार, विस्तारपूर्वक.

बारुले - बारा पायलींचा एक मण अशा

२० मणांची खंडी म्हणजे बारुले खंडी.

बिदस्तूर - ज्याचे हस्ताक्षर असेल त्याच्या नावामागे बिदस्तूर असे लिहितात. बिदस्तूर खासा = खाशाच्याच (स्वतःच्याच) हस्ताक्षरात (लेखांक १००).

बितस्प - बिताा (बितपशील) असे लिहिण्याऐवजी चुकून बितस्प असे लिहिले गेले असावे (लेखांक ६२).

बिनाम - च्या नावे.

बिराजर - बिरादर, भाऊ.

बिलंद मकान - उच्चपदस्थ. (किताब आहे.)

बेलेकटी - कराची एक बाब.

मराहमत / मऱ्हामत - कृपा.

मसुरल अनाम - लोकांमध्ये प्रसिद्ध, लोकांमध्ये ज्ञात, लोकमान्य. (आदरार्थी उपाधी आहे.)

मवाली - प्रतिष्ठित लोक. (सध्या रूढ असलेला अर्थ नेमका उलटा आहे.)

मशारनुले - वर नमूद केलेली (व्यक्ती).

महजर /महजरनामा - अनेक व्यक्तींच्या उपस्थितीत केलेला दस्तऐवज.

मामुरा - भरभराट, फायदा.

माहालहाये/माहालानिहाय - महाल या शब्द प्रशासकीय विभाग अशा अर्थाने येतो. त्याचे हे अनेकवचन आहे.

माहियाना - मासिक वेतन.

मिन हू - त्यातच. आधी नमूद केलेल्या महिन्यातच अशा अर्थी हा वाक्प्रयोग येतो. "ब तारीख १४ माहे रजब पैाा साा मााा छ २४ माहे मिनहू"= तारीख १४ रजब, संमत मजकूर येथे प्राप्त त्याच महिन्याच्या २४ तारखेस (लेखांक ६७).

मिरास - पैतृक मालमत्ता. (हिच्यात वतनाचाही समावेश होतो.)

मिसल - पत्र.

मुकासा - जहागीर.

मुनसफी - न्यायनिवाडा.

मुतालीक - प्रतिनिधी, नोकर.

मोफरुल रुतबत - मोठ्या हुद्द्याचा. (हा किताब आहे.)

मोर्तब - (१) व्यवस्थित, परिपूर्ण. (२) वेळ, पाळी. चंद मोर्तबे = काही वेळा (लेखांक १०८.)

युमिये - दैनंदिन (भत्ता).

येकबालपन्हा - प्रतिष्ठेचा, भरभराटीचा आश्रय. (हा किताब आहे.)

रफीअळकदरवळमकान - उच्च पात्रतेचा व उच्च पदाचा. (हा किताब आहे.)

रफियेकदर - रफिउलकदर. उच्च पात्रतेचा.

रवा - धातूचा तुकडा. (दिव्य करताना गरम तेलातून काढतात तो.)

रवां - चालू (लेखांक ९८).

रहगुदरी - रस्त्याने चाललेली माणसे. (भावार्थ-गावात न रहाणारी, कोणतीही.) (लेखांक ८७).

राजीनामा - संमतिपत्र. (तुम्ही द्याल तो निवाडा मान्य करू असे पत्र (लेखांक ३९).

राजीवर्क - संमतिपत्र.

रुका - (१) एक चलन. (२) जमिनीचे एक परिमाण.

रोजियाना – दैनंदिन भत्ता.

लाइणी – लटकी, खोटी.

लाजिम – जरूर, आवश्यक.

लंगर – अन्नछत्र.

वजातमाब – वजीरपणाचे निधान. (म्हणजे वजीरच. हा एक किताब आहे.)

वडील – पूर्वज. (जुन्या कागदपत्रांमध्ये वडील हा शब्द पूर्वज अशा अर्थाने सामान्यतः येतो; पिता या अर्थी बाप हा शब्द येतो.)

वासिलाती – वसुली.

शरा शरीफ – मुसलमानी धर्मशास्त्राचा न्यायाधिकारी. (लेखांक १०८.)

सालाबाज – सालाबाद.

सियादतपन्हा – राज्याचा आश्रय. (हा एक किताब आहे.)

सिरणी – शेरणी, ज्याच्या बाजूने न्याय होईल त्याने भरावयाचे शुल्क.

सिवजडे/सिवझडे – शेजारचे.

सुरत महजर – महजरनामा. (याचा अर्थ वर दिला आहे.)

सुरु सुद – सुरू झाले. (सरकारी पत्र रवाना करण्यापूर्वीच्या सर्व प्रक्रिया पूर्ण झाल्यावर मारण्याचा हा शेरा आहे.)

सेखदार – मोगलांच्या महसूल खात्यातील

एक अधिकारपद.

सेरीकर – पाटील व देशमुख वरिष्ठांकडे अर्ज करताना त्यात स्वतःला शेरीकर/ सेरीकर म्हणवतात. शेरी म्हणजे खास राजाची जमीन. ही गावोगाव असते. तिची खास जबाबदारी पाटलाकडे, म्हणून तो शेरीकर. (लेखांक १४,१५.)

सालगुा – सालगुदस्ता, गतवर्षी

सेलबैल – कराची एक बाब

संमत – परगण्याचा उपविभाग.

हकलाजिमा – लाजिमा म्हणजे आवश्यक बाबी. पाटलाला किंवा इतर वतनदारांना जे हक्क असतात त्यांना एकत्रितपणे हकलाजिमा म्हणतात.

हकीम – हाकीमऐवजी हकीम असे कधी कधी लिहिले जाते. (लेखांक ३६.) वास्तविक हकीम व हाकीम या शब्दांचे अर्थ अगदी वेगळे आहेत. हकीम म्हणजे वैद्य; हाकीम म्हणजे हुकूम देणारा, अधिकारी.

हाल व इस्तकबाल – वर्तमान व भावी.

हालीपटी – सध्या असलेला कर.

हासिल – उत्पन्न, वसुली.

हुकाम – अधिकारी.

•••

लेखांकांमध्ये आलेले संक्षेप

आा - अजहती (लेखांक ८९).

इा - (१) इस्तकबिल. (इा अवल साल = वर्षारंभापासून.) (लेखांक १९.) (२) इरसाल (रवाना). लेखांक ९४.

काा - कसबा.

काो - कसबे.

खुा - (१) खुर्दखत. (लेखांक ७.) (२) खुर्द.

गुा - गुदस्ता, गुजस्ता, गुजरून गेलेले. सालागुा = गुजरून गेलेल्या वर्षी, गतवर्षी.

ताा - (१) तरफ (२) तपा (३) ता (प्रति) (४) तालीक (५) तकसीम.

ताा - तागाइत (पर्यंत).

ताा आखर साल = वर्ष अखेरपर्यंत. (लेखांक १९.)

दाा - शूभसूचक म्हणून हे अक्षर पत्रारंभी पूर्वी लिहीत.

दिाा - दिंमत.

नाा - नफर.

निाा - निसबत.

पाा - (१) परगणा (२) पाटील (३) पाहिजे. कृपा असो दिल्ही पाा = कृपा असो दिल्ही पाहिजे. (लेखांक ९.)

पैाा - (१) पैकी (२) पैवस्ती.

प्राा - (१) प्रांत, प्रगणा (२) प्रमाणे

बाा - (१) बरहुकूम (२) बद्दल. याबाा = याबद्दल. (लेखांक ६.)

बाा वार - बयाजवार.

बुाा - बुद्रुक.

बेाा - बेश्मी. (नावे.)

माा - (१) मसुरुल अनाम (२) मसुरुल हजरत (३) मजकूर.

मुाा - (१) मुदत. (लेखांक २५.) (२) मुकाम, मुक्काम (वास्तव्य). (लेखांक ३९.)

मोा - (१) मोर्तब (२) मोकरा.

राा - (१) राजश्री (२) रसीदगी.

लिाा - लिहिणे, लिहिले.

श्नेाा - श्नेहांकित.

साा - (१) संमत (२) सरकार.

सुाा - सुहूर, सुहूर सन.

सेाा - सेकिन.

सौ - सौवाल (सव्वाल महिना).

स्नेाा - स्नेहांकित.

हुाा - हुज्जत.

•••

संदर्भग्रंथसूची

प्रथम ग्रंथाचे नाव, मग लेखकाचे किंवा संपादकाचे नाव, त्यानंतर प्रकाशक व प्रकाशनस्थळ आणि मग प्रकाशनवर्ष अशा क्रमाने नोंदी केल्या आहेत. वरील नोंदीतील ग्रंथाचे नावच पुढील नोंदीत येत असेल तर तिथे नाव न देता आडवी रेघ टाकली आहे. अशा ठिकाणी खालील नोंदीत दिलेल्या तपशिलांखेरीज इतर सर्व तपशील वरील नोंदीप्रमाणेच आहेत असे समजावे. लेखक किंवा संपादक हाच प्रकाशक असेल तर प्रकाशक म्हणून त्याचे नाव पुन्हा दिलेले नाही. मराठी ग्रंथनामांनंतर इंग्रजी ग्रंथनामे दिली आहेत.

मराठी

आनंदमूर्ति स्वामी ब्रह्मनाळकर यांचें चरित्र. दत्तात्रेय कृष्ण गोसावी (ब्रह्मनाळकर). गोसावी सम्मेलन कमिटी, ब्रह्मनाळ. १९६८.

ऐ.फा.सा. संक्षेप पहा – ऐतिहासिक फार्सी साहित्य.

ऐतिहासिक फारसी साहित्य. खंड १. संपादक व अनुवादक – गणेश हरि खरे. भारत इतिहास संशोधक मंडळ, पुणे. १९३४.

ऐतिहासिक फार्सी साहित्य. खंड ५, भाग २. १९६९.

ऐतिहासिक शब्दकोश. य.न. केळकर. डायमंड पब्लिकेशन्स्, पुणे. द्वितीय आवृत्ती, २००६. (प्रथम आवृत्ती, १९६२.)

ऐतिहासिक संकीर्ण निबंध. खंड १०. भारत इतिहास संशोधक मंडळ, पुणे. त्रैमासिक, वर्ष ४९, अंक १ ते ४ एकत्र.

ऐतिहासिक संकीर्ण साहित्य. खंड १. भारत इतिहास संशोधक मंडळ, पुणे. हा ग्रंथ स्वतंत्र पुस्तक म्हणून छापला गेला नाही. भा.इ.सं.मं.च्या त्रैमासिकात, वर्ष ९ ते ११ च्या अंकांमध्ये स्वतंत्र पृष्ठांक देऊन क्रमशः छापण्यात आला. लेखांक १३५ वर्ष १०, अंक ३ मध्ये आहे.

औरंगजेबनामा, भाग ३. (मआसिरे आलमगीरीचा हिंदी अनुवाद.) अनुवादक – राय मुन्शी देवीप्रसादजी मुन्सिफ. खेमराज श्रीकृष्णदास, श्रीवेङ्कटेश्वर स्टीम मुद्रणयन्त्रालय, बम्बई. शके १८३५

कैफियती. संक्षेप. पहा–दक्षिणेतील सरदारांच्या कैफियती, यादी वगैरे.

खरे जंत्री अथवा शिवकालीन संपूर्ण शकावली (शके १५५१ – १६४९), (इ.स. १६२९–१७२८). गणेश सखाराम खरे. ओरिएंटल बुक सप्लाइंग एजन्सी, पुणे. १९२३.

छत्रपती श्रीशिवाजीराजे यांची बखर. संपादक–शंकर नारायण जोशी. चित्रशाळा प्रकाशन, पुणे. १९६०.

दक्षिणेंतील सरदारांच्या कैफियती, यादी वगैरे. संपादक–पुरुषोत्तम विश्राम मावजी आणि द.बा. पारसनीस. प्रकाशक–पुरुषोत्तम विश्राम मावजी. १९०८.

निवडक लेख. गणेश हरी खरे, पुणे. १९७२.

पर्णालपर्वतग्रहणाख्यानम्. जयराम. संशोधक – सदाशिव महादेव दिवेकर. अनुवादक – राजाराम दामोदर देसाई. सदाशिव महादेव दिवेकर, कल्याण. शक १८४५ [इ.स. १९२३].

पुरंदरे दप्तर भाग १. कृष्णाजी वासुदेव पुरंदरे, भारत इतिहास संशोधक मंडळ, पुणे. १९२९.

पुरंदरे दफ्तर भाग ३. संपादक व प्रकाशक – कृष्णाजी वासुदेव पुरंदरे, पुणे. १९३४.

पेशवे दप्तरांतून निवडलेले कागद. खंड ३१–जमाव विभागांतील कागद. गो.स. सरदेसाई. गव्हर्न्मेंट सेंट्रल प्रेस, मुंबई. १९३३

फार्शी–मराठी–कोश. माधव त्रिंबक पटवर्धन. भारत इतिहास संशोधक मंडळ, पुणे. १९२५.

भारत इतिहास संशोधक मंडळ, अहवाल शके १८३२

—— अहवाल, शके १८३३

भारत–इतिहास–संशोधक–मंडळ त्रैमासिक. वर्ष ७, अंक १ ते ४ (एकत्र). १९२७.

—— वर्ष ५२, अंक १ ते ४ (एकत्र). १९६३.

—— वर्ष ८३, अंक १ ते ४ (एकत्र). २००६–२००७.

वर्ष ८६, अंक १ ते ४ (एकत्र).

मराठ्यांच्या इतिहासाचीं साधनें. खंड ८. संपादक – विश्वनाथ काशीनाथ राजवाडे. प्रथमावृत्ती ग्रंथमाला मासिकात क्रमशः प्रकाशित झाली. नवीन आवृत्ती, 'मराठ्यांच्या इतिहासाची साधने (शिवकाल) खंड पहिला, (मूळ खंड आठवा)' अशा नावाने,

धुळ्याच्या इ.वि.का. राजवाडे संशोधन मंडळाने २००२ मध्ये प्रकाशित केली आहे.

—— खंड १५- शिवकालीन पत्रव्यवहार. प्रकाशक – शंकर श्रीकृष्ण देव (श्री आत्माराम छापखाना), धुळे. शक १८३४ [इ.स. १९१२].

—— खंड १६ ते १८. प्रथमावृत्ती इतिहाससंग्रह मासिकात क्रमशः प्रकाशित झाली. नवीन आवृत्ती 'मराठ्यांच्या इतिहासाची साधने (शिवकाल) खंड तिसरा, (मूळ खंड १६,१७,१८)' अशा नावाने धुळ्याच्या इ.वि.का. राजवाडे संशोधन मंडळाने २००२ मध्ये प्रकाशित केली आहे.

—— खंड २० – शिवकालीन घराणीं. भारत इतिहास संशोधक मंडळ, पुणे. शके १८३७ [इ.स. १९१५].

—— खंड २१ – शिवकालीन घराणीं. संपादक-वि.का. राजवाडे आणि भा.वा.भट. प्रकाशक-शंकर श्रीकृष्ण देव (श्री आत्माराम छापखाना, सत्कार्योत्तेजक सभा), धुळे. शक १८४० [इ.स. १९१८]. हा खंड 'इतिहास आणि ऐतिहासिक' या धुळ्याहून प्रकाशित होणाऱ्या मासिकाच्या पहिल्या व दुसऱ्या वर्षांच्या अंकांमध्ये क्रमशः प्रकाशित झाला.

महाराष्ट्र राज्य ग्राम-सूची. संपादक-न.ग.आपटे. महाराष्ट्र ग्रामकोश मंडळ, टिळक महाराष्ट्र विद्यापीठ, पुणे. १९६७.

महाराष्ट्र भाषेचा कोश. भाग २. संपादक-जगन्नाथशास्त्री क्रमवंत वगैरे सात पंडित. बॉम्बे नेटिव्ह एज्युकेशन सोसायटी, मुंबई. १८२९. इंग्रजी नाव-A Dictionary of the Maratha Language.

महाराष्ट्रातील खेड्यांची व शहरांची वर्णक्रमी : जिल्ह्यांच्या व तालुक्यांच्या नकाशांसह. संकलक –महाराष्ट्र जनगणना कार्यालय, मुंबई. शासकीय मुद्रण व लेखनसामग्री, महाराष्ट्र शासन, मुंबई. १९६५.

मोगल दरबारची बातमीपत्रे. १६८५ ते १७००. अनुवादक व संपादक-सेतुमाधवराव पगडी. महाराष्ट्र राज्य साहित्य आणि संस्कृति मंडळ, मुंबई. १९७८.

मोल्सवर्थकृत मराठी–इंग्रजी शब्दकोश. जे.टी. मोल्सवर्थ (Molesworth). सुधारित पुनर्मुद्रण. शुभदा सारस्वत, पुणे. १९७५. (प्रथमावृत्ती १८३१, द्वितीयावृत्ती १८५७.)

रामदास आणि रामदासी. मासिक. सत्कार्योत्तेजक सभा, धुळे.

राजवाडे. संक्षेप. पहा – मराठ्यांच्या इतिहासाचीं साधनें.

लेखनप्रशस्ती. अनुराधा कुलकर्णी. शील प्रकाशन, मुंबई. २०१०.

वतनपत्रें, निवाडपत्रें वगैरे. गणेश चिमणाजी वाड यांनी निवडलेली. संपादक-पुरुषोत्तम विश्राम मावजी आणि द.बा. पारसनीस. प्रकाशक- पुरुषोत्तम विश्राम मावजी, मुंबई. १९०९.

शि.च.सा. संक्षेप. पहा- शिवचरित्रसाहित्य.

शिवकालीन-पत्र-सार-संग्रह. खंड १, २ आणि ३. प्रकाशक-श्री शिवाजी रायगड स्मारक मंडळ, टिळक स्मारक मंदिर, पुणे. पुनर्मुद्रण-२००९.

शिवचरित्र-प्रदीप. संपादक-दत्तात्रय विष्णू आपटे आणि सदाशिव महादेव दिवेकर. प्रकाशक -सदाशिव महादेव दिवेकर, पुणे. शके १८४७ [इ.स. १९२५].

शिवचरित्रवृत्तसंग्रह. खंड १. अनुवादक-पां.भि.देसाई. भारत इतिहास संशोधक मंडळ. १९३८.

शिवचरित्र संशोधन वृत्त: (राज्याभिषेक शक ३००). गणेश हरी खरे, पुणे. राज्याभिषेक शक ३००.

शिवचरित्रसाहित्य. खंड १. कृष्णाजी वासुदेव पुरंदरे. भारत इतिहास संशोधक मंडळ, पुणे. १९२६.

—— खंड २. संपादकाचे नाव नमूद केलेले नाही. १९३०.

—— खंड ३. शं.ना.जोशी आणि ग.ह. खरे. चित्रशाळा प्रेस, पुणे. १९३०.

—— खंड ४ आणि ५. हे खंड स्वतंत्र पुस्तकाच्या रूपाने प्रकाशित झाले नाहीत; भारत इतिहास संशोधक मंडळाच्या त्रैमासिकात क्रमशः छापण्यात आले. तपशिलाकरिता श्री राजा शिवछत्रपती, भाग २, पृ. १३२७ पहा.

—— खंड ६. गणेश हरी खरे. भारत इतिहास संशोधक मंडळ, पुणे. १९३७.

—— खंड ७. कृष्णाजी वासुदेव पुरंदरे व बलवंत दत्तात्रय आपटे. भारत इतिहास संशोधक मंडळ, पुणे. १९३८.

—— खंड ८. म्हणजेच भारत इतिहास संशोधक मंडळाचे त्रैमासिक, वर्ष २३, अंक २ (आश्विन, शक १८६४, ऑक्टोबर १९४२).

—— खंड ९. म्हणजेच भारत इतिहास संशोधक मंडळाचे त्रैमासिक, वर्ष २४, अंक ४. संपादक - शां.वि. अवळसकर.

—— खंड १०. कोकणच्या इतिहासाचीं साधनें. म्हणजेच भारत इतिहास संशोधक मंडळाचे त्रैमासिक, वर्ष ३४, अंक ३-४ एकत्र (सलग अंक १३५-३६ एकत्र). संपादक - शां.वि. आवळसकर.

—— खंड ११. म्हणजेच भारत इतिहास संशोधक मंडळाचे त्रैमासिक, वर्ष ३८, अंक १-४ एकत्र (सलग अंक १४९-५२ एकत्र).

—— खंड १२. म्हणजेच भारत इतिहास संशोधक मंडळाचे त्रैमासिक, वर्ष ४०, अंक १-४ एकत्र (सलग अंक १५७-६० एकत्र). संपादक - ग.ह.खरे. १९६४.

—— खंड १३. म्हणजेच भारत इतिहास संशोधक मंडळाचे त्रैमासिक, वर्ष ४१-४२, अंक १ ते ८ चा जोडअंक. संपादक - ग.ह.खरे.

—— खंड १४. म्हणजेच भारत इतिहास संशोधक मंडळाचे त्रैमासिक, वर्ष ६१, अंक २-४ एकत्र.

शिवछत्रपतींची पत्रे. खंड १. अनुराधा गोविंद कुलकर्णी. परममित्र पब्लिकेशन्स.ठाणे. २०११.

शिवभारत. पहा-श्रीशिवभारत.

शिवशाही पोर्तुगीज कागदपत्रे. अनुवादक व संपादक-स.शं. देसाई. शिवाजी विद्यापीठ, कोल्हापूर. १९७७.

शिवाजी-निबंधावली. भाग २. श्रीशिवचरित्रकार्यालय, पुणे. १९३०.

श्री राजा शिवछत्रपती. भाग १ व २. गजानन भास्कर मेहेंदळे. डायमंड पब्लिकेशन्स, पुणे. पुनर्मुद्रण, २००७.

श्री रामदासीचीं ऐतिहासिक कागदपत्रें. भाग १- काही व आंबवडे-जेधे देशमुख. हा ग्रंथ स्वतंत्र पुस्तकरूपाने प्रकाशित झाला नाही; रामदास आणि रामदासी मासिकात स्वतंत्र पृष्ठांक देऊन क्रमशः प्रकाशित झाला. तपशिलाकरिता श्री राज्य शिवछत्रपती, भाग २, पृ. १३३० पहा.

श्रीशिवभारत. (कवींद्र) परमानंद. संपादक. सदाशिव महादेव दिवेकर, मुंबई. शक १८४९ [इ.स. १९२७].

श्री सांप्रदायिक विविध विषय. खंड ३. रामदास आणि रामदासी या मासिकात क्रमशः प्रकाशित. [संपादक-शंकर श्रीकृष्ण देव.]

सभासद बखर. संक्षेप. पहा - छत्रपती श्रीशिवाजीराजे यांची बखर.

इंग्रजी

Ahmadnagar District Gazetteer. B. G. Kunte. Gazetteers Department, Government of Maharashtra, Bomcay. Revised edition, 1976.

An Indian Ephemeris. Vol V-A.D. 1400 to A.D. 1599. L.D. Swamikannu Pillai. Agam Prakashan, Delhi. 1982.

—— Vol. VI-A.D. 1600 to 1799.

English Records on Shivaji (1659-1682). Shiva Charitra Karayalaya. Poona. 1931. 2 vols.

Maasir-i-Alamgiri of Saqi Must'ad Khan. Translated by Jadunath Sarkar. Royal Asiatic Society of Bengal. Calcutta. 1947.

Records of the Shivaji Period. V.G. Khobrekar. The Department of Archives, Government of Maharashtra, Bombay. 1974.

Selected Documents of Aurangzeb's Reign (1659-1706 A.D.) Edited by Yusuf Husain Khan (central) Records Office, Government of Andhra Pradesh, Hyderabad. 1958.

Shivaji:His Life and Times. Gajanan Bhaskar Mehendale. Param Mitra Publications, Thane (W). 2011.

The Kingdom of Ahamadnagar. Radhey Shyam. Motilal Banarsidass, Varanasi. 1966.

•••

सूची

नोंदींपुढील आकडे लेखांकांचे आहेत. प्रत्येक वर्णाच्या बाबतीत अनुस्वाराची स्वतंत्र बाराखडी (कं, कां, किं...) देऊन नंतर जोडाक्षरे घेतली आहेत.

ह

•••